മരണക്കെണി

maranakkeni
novel

•

original title
the death trap

•

sunil gangopadhyaya

•

translation
j vijayan

•

first edition
january 2012

•

second impression
august 2020

•

typesetting & *published*
chintha publishers, thiruvananthapuram

•

printed
repro india limited

•

cover
black mole

•

Distribution
DESHABHIMANI BOOK HOUSE
H O Thiruvananthapuram 695035
phone: 0471-2303026, 6063026
Email: chinthapublishers@gmail.com
Website: www.chinthapublishers.com

Branch

Head Office Kunnukuzhi . Statue Thiruvananthapuram . KSRTC Bus
Station Alappuzha . KSRTC Bus Station Ernakulam . Machingal Lane
Thrissur . IG Road Kozhikode . Mavoor Road Kozhikode . NGO Union
Building Kannur . Central Bus Terminal Complex Thavakkara Kannur

---

CR - 2267 / 5339
ISBN - 978-81-26207-94-7

മരണക്കെണി
(നോവൽ)

സുനിൽ ഗംഗോപാധ്യായ

പരിഭാഷ
ജെ വിജയൻ

ചിന്ത പബ്ലിഷേഴ്സ്
തിരുവനന്തപുരം-695 035

സുനിൽ ഗംഗോപാധ്യായ

നോവലിസ്റ്റ്, കവി, ചെറുകഥാകൃത്ത്, ബാലസാഹിത്യകാരൻ എന്നീ നിലകളിൽ പ്രശസ്തൻ. ഇപ്പോൾ കേന്ദ്ര സാഹിത്യ അക്കാദമി പ്രസിഡന്റ്. 1934 സെപ്തംബർ 7 ന് ബംഗ്ലാദേശിലെ ഫരിദ്പൂരിൽ ജനനം. കൽക്കത്ത യൂണിവേഴ്സിറ്റിയിൽനിന്ന് ബംഗാളിസാഹിത്യത്തിൽ ബിരു ദാനന്തര ബിരുദം. ആദ്യത്തെ കവിതാ മാഗസിനായ *കൃതിബാസിന്റെ* സ്ഥാപക എഡിറ്ററായിരുന്നു. അക്കാലത്തെ പുതുതലമുറയിലെ എഴു ത്തുകാരുടെ വേദിയായിരുന്നു അത്. പിന്നീട് കൊൽക്കത്തയിലെ പ്രധാന പ്രസിദ്ധീകരണ സ്ഥാപനമായ ആനന്ദബസാർ ഗ്രൂപ്പിന്റെ പല പ്രസി ദ്ധീകരണങ്ങളിലും വളരെക്കാലം എഴുതി. കേന്ദ്ര സാഹിത്യ അക്കാദമി യുടെ വൈസ്പ്രസിഡന്റ് സ്ഥാനം അലങ്കരിച്ചിട്ടുണ്ട്. സാഹിത്യഅക്കാ ദമി അവാർഡ് ഉൾപ്പെടെ നിരവധി പുരസ്കാരങ്ങൾ ലഭിച്ചിട്ടുണ്ട്. *അർജുൻ, പ്രതിധ്വന്ദി, അരണ്യർ ദിൻ രാത്* തുടങ്ങിയ കൃതികൾ സത്യ ജിത് റായ് സിനിമയാക്കി. *സേ സാമയ്, പ്രഥമ അലോ, പൂർബോവസ്ചിം* തുടങ്ങിയ ശ്രദ്ധേയമായ ചരിത്രാഖ്യായികകൾ രചിച്ചു. ആദ്യനോവൽ *ആത്മപ്രകാശ്. അർജുൻ, പുരുഷ്, അഗ്നിപുത്രോ, സരോൾ സത്യ, ബന്ധു ബന്ധാവ്* തുടങ്ങി നിരവധി കൃതികൾ എഴുതി.

ജെ വിജയൻ

തിരുവനന്തപുരം ജില്ലയിൽ ആറ്റിങ്ങൽ മാമത്ത് ജനനം. കിഴുവലം യു പി സ്കൂൾ, ആറ്റിങ്ങൽ ഹയർ സെക്കണ്ടറി സ്കൂൾ, ഗവൺമെന്റ് സംസ്കൃത കോളേജ്, യൂണിവേഴ്സിറ്റി കോളേജ് എന്നിവിടങ്ങളിൽ വിദ്യാ ഭ്യാസം. പൊതുമരാമത്ത്, ലോക്കൽ ഫണ്ട് ആഡിറ്റ്, ഗവൺമെന്റ് സെക്ര ട്ടേറിയറ്റ് എന്നീ വകുപ്പുകളിൽ ജോലിനോക്കി. ദേശീയ സമ്പാദ്യവകു പ്പിൽ അസി: ഡയറക്ടറായിരിക്കെ വിരമിച്ചു. കവിയും വിവർത്തകനു മാണ്.

കേരള യൂണിവേഴ്സിറ്റിയുടെ ചെറുകഥയ്ക്കും കവിതയ്ക്കുമുള്ള പുരസ്കാരങ്ങൾ, *സ്റ്റുഡന്റിന്റെ* കവിതാ പുരസ്കാരം, രചനയുടെ സുരേ ന്ദ്രൻ സ്മാരക സാഹിത്യ സമ്മാനം എന്നിവ ലഭിച്ചിട്ടുണ്ട്. *അശാന്തം* എന്ന കവിതാ സമാഹാരം പ്രസിദ്ധീകരിച്ചിട്ടുണ്ട്. ഇപ്പോൾ ചിന്ത പബ്ലി ഷേഴ്സിൽ പ്രവർത്തിക്കുന്നു.

ഭാര്യ	:	രമ
മക്കൾ	:	ലക്ഷ്മിപ്രിയ, വിജയ്ശങ്കർ
വിലാസം	:	ജെ വിജയൻ
		തുണ്ടുവിളാകത്ത് വീട്
		പിരപ്പൻകോട്
ഫോൺ	:	0472–2582373, 9446445373

ഒന്ന്

രാവിലെ മുതൽ തുടങ്ങിയതാണ് ജോജോയും ശാന്തുവുംകൂടി യുള്ള ഈ കുശുകുശുപ്പ്. എന്നാൽ കൺവെട്ടത്തെങ്ങാനും കാക്കാ ബാബുവിന്റെ നിഴൽ കണ്ടാൽ മതി, ഉടൻതന്നെ അവർ നിശ്ശബ്ദരാവു കയും ചെയ്യും. അതിൽനിന്നുതന്നെ ഒരു കാര്യം വ്യക്തമാണ്; രണ്ടു പേരും ഏതോ ഒരു രഹസ്യം കാത്തുസൂക്ഷിക്കുന്നുണ്ട്!

ആ വീടിനു മുൻപിൽ ഫലവൃക്ഷങ്ങൾ സുലഭമായ വലിയൊരു പൂന്തോട്ടമാണ്. മധ്യത്ത് പച്ചപ്പട്ടുപോലെ മനോഹരമായൊരു പുൽ ത്തകിടിയും. അതിനു കുറുകെ ഒരു ബാഡ്മിന്റൺവല വലിച്ചു കെട്ടി യിട്ടുണ്ട്. ബാഡ്മിന്റൺ ഒരു ശീതകാല വിനോദമാണ്. എന്നാൽ ഇപ്പോ ഴാകട്ടെ കനത്ത മഴക്കാലവും. മുന്നറിയിപ്പില്ലാതെ മഴ കോരിച്ചൊരിയുന്ന കാലം. മഴപെയ്യാത്ത ഇടവേളകളിൽ ശക്തമായി വീശിയടിക്കുന്ന കാറ്റും. ഒരു ഗെയിം കളിക്കാൻവേണ്ടി കുറച്ചു ശ്രമങ്ങളൊക്കെ ജോജോയും ശാന്തുവുംകൂടി നടത്തിയിട്ടുണ്ടങ്കിലും അതൊക്കെ പാഴായി, ഒരു കൂട്ടച്ചിരിയിൽ അവസാനിച്ചു. തൂവൽക്കോർക്ക് കോർട്ടിൽനിന്നും വളരെ അകലെ അവരുടെ റാക്കറ്റിനു തൊടാൻ കഴിയാത്ത ദൂരത്താണ് ചെന്നു വീഴുന്നത്.

ശാന്തു ജോജോയ്ക്ക് സർവ് ചെയ്തെങ്കിലും കോർക്ക് വലതു വശത്തേക്കു പാഞ്ഞുചെന്ന് ഒരു മാവിൻചില്ലയിൽ കുടുങ്ങി. അതു തിരിച്ചെടുക്കാനായി ജോജോ മാവിലേക്ക് വലിഞ്ഞു കയറിയെങ്കിലും കാലുതെറ്റി ഗ്രൗണ്ടിൽ വീണുപോയി. പിന്നീട് കുറെ നേരത്തേക്ക് കാല് വലിച്ചിഴയ്ക്കുന്നതായി അഭിനയിച്ചുനടന്നെങ്കിലും യഥാർഥത്തിൽ കാര്യമായി അവന്റെ കാലിനൊന്നും പറ്റിയിരുന്നില്ല.

പുൽത്തകിടിക്കരികിൽ ഒരു ബദാംമരത്തിനുതാഴെ മേശയും കസേരയും കൊണ്ടിട്ടിട്ടുണ്ട്. പകൽമുഴുവൻ കാക്കാബാബുവിന്റെ ഇരിപ്പ്

ഇവിടെയാണ്. സദാ വായനയിലായിരിക്കും. ചിലപ്പോഴൊക്കെ ആ മൂല യിലിരുന്ന് ഉറക്കംതൂങ്ങും. അടുത്ത നിമിഷം "ഹേ രഘു ഒരുകപ്പ് കാപ്പി കൊണ്ടു വാടാ" എന്ന് വിളിച്ചുകൂവുന്നത് കേൾക്കാം.

മഴ തുടങ്ങിയതിനുശേഷം ആ കസേര അദ്ദേഹത്തിന് ഉപേക്ഷി ക്കേണ്ടിവന്നു. പിന്നീടുള്ള ഇരിപ്പ് വരാന്തയിലാക്കി. പക്ഷേ, അവധിക്കാ ലത്ത് വീടിനുള്ളിൽ ചടഞ്ഞുകുടുന്ന പ്രകൃതമല്ല അദ്ദേഹത്തിന്റേത്.

എല്ലാവരും ഇപ്പോൾ താമസിക്കുന്നത് ശാന്തുവിന്റെ അമ്മാവന്റെ വീട്ടിലാണ്. താകി എന്നാണ് ആ പ്രദേശത്തിന്റെ പേര്. പണ്ട് ഇതു വലി യൊരു നാട്ടിൻപുറമായിരുന്നു. എന്നാൽ ഇന്ന് താകി വലിയൊരു പട്ടണ മായി മാറിക്കഴിഞ്ഞിരിക്കുന്നു. അവിടവിടെ ചില തരിശിടങ്ങളും ധാരാളം മരങ്ങൾ ഇടതൂർന്നു നിൽക്കുന്ന പ്രദേശങ്ങളും നാട്ടിൻപുറത്തിന്റെ ഓർമ യ്ക്കായി ഇപ്പോഴും അവിടെ നിൽക്കുന്നുണ്ട്. മാത്രമല്ല ഇച്ഛാമതി നദി വീട്ടിനു സമീപത്തുകൂടിയാണ് ഒഴുകുന്നതും.

നദി മുറിച്ചുകടന്ന് കുറച്ചുനടന്നാൽ ബംഗ്ലാദേശ് അതിർത്തിയായി മറുവശത്ത് സത്കിറ പട്ടണമാണ്. അതിർത്തി അത്രയ്ക്ക് അടുത്തായ തിനാൽ ശാന്തുവിനും ജോജോയ്ക്കും ബംഗ്ലാദേശ് ഒന്നു കാണണമെന്നു ണ്ടായിരുന്നു. എന്നാൽ അവിടംവരെ പോവുകയെന്നത് അത്ര നിസ്സാ രമായ ഒന്നല്ല. അതിനവർക്ക് പാസ്പോർട്ടും വിസയും വേണം. നദിക്ക് ഇരുകരയിലുമുള്ളവർ കൂടെക്കൂടെ അതിർത്തി കടക്കാറുണ്ടെന്നാണ് വീട്ടുവേലക്കാരൻ രഘു അവരോടുപറഞ്ഞത്. പാസ്പോർട്ടും വിസ യുമൊന്നുമില്ലാതെതന്നെ അവർ രാവിലെ വന്ന് വൈകിട്ട് സ്ഥലം വിടും. ചിലപ്പോൾ ഒന്നുരണ്ടുദിവസം തങ്ങാറുമുണ്ട്. അവർക്ക് ബംഗ്ലാദേശി ലേക്കുള്ള വഴി കാണിച്ചു കൊടുക്കാൻ രഘു തയാറായിരുന്നു. എന്നാൽ ശാന്തുവും ജോജോയും ഈ പദ്ധതിയിൽനിന്ന് ഒഴിഞ്ഞുമാറി. പ്രലോ ഭിപ്പിക്കുന്ന പദ്ധതിയായിരുന്നെങ്കിലും ഇത്തരമൊരു കാര്യം കേട്ടാൽ ത്തന്നെ കാക്കാബാബു കലിതുള്ളുമെന്ന് ശാന്തുവിനറിയാമായിരുന്നു.

അൽപ്പനേരം കഴിഞ്ഞ് മഴ ശമിച്ചു. മരച്ചോട്ടിലെ സ്ഥിരം സ്ഥലത്ത് കാക്കാബാബു ഇരിപ്പും പിടിച്ചു. ശാന്തുവും ജോജോയും വരാന്തയിൽ നിന്ന് വീണ്ടും കുശുകുശുക്കാൻ തുടങ്ങി. ശാന്തുവിന്റെ ഇളയമ്മാവൻ പുറത്തു വന്നു ചോദിച്ചു.

"അപ്പോൾ ശാന്തൂ നീ തീരുമാനിച്ചു കഴിഞ്ഞോ?" ശാന്തുവിന്റെ അമ്മയുടെ ഏറ്റവും ഇളയ സഹോദരനാണദ്ദേഹം.

"അവധി കഴിഞ്ഞ് കോളേജ് തുറക്കുന്നതുകൊണ്ട് തിങ്കളാഴ്ചതന്നെ പോകുമെന്ന് നേരത്തേ തീരുമാനിച്ചതാണല്ലോ." ശാന്തു പിറുപിറുത്തു.

"അതിനെന്തെടോ? നിനക്ക് ക്ലാസിനു പോകുന്നത് ഇവിടെ നിന്നാ വാമല്ലോ. എന്നും വൈകിട്ട് തിരിച്ചുവരികയും ചെയ്യാം." ചെറിയമ്മാവൻ നിർദേശിച്ചു.

ശാന്തുവിനു സന്ദേഹമായി. "ഇവിടന്നോ? ഇത്രയും ദൂരത്തുനിന്നും കോളേജിൽ പോകാനോ?"

"എന്തുകൊണ്ട് പാടില്ല? എത്രയോ പിള്ളേരങ്ങനെ പോയി വരുന്നു. കൊൽക്കത്ത എന്നു പറയുന്നത് ഇവിടെനിന്നും അത്രയ്ക്കു ദൂരത്തൊന്നുമല്ലല്ലോ? ബസിലോ ട്രെയിനിലോ ആണെങ്കിൽ കൂടിപ്പോയാൽ രണ്ടു മണിക്കൂർ."

ജോജോ ഈ അഭിപ്രായം ശരിവച്ചു. എന്നിട്ടു പറഞ്ഞു:

"ഇതിനെക്കാൾ എത്രയോ ദൂരത്താണ് ബർധമാനും അസൻ സോളു മൊക്കെ. അവിടന്നൊക്കെ നൂറുകണക്കിനാളുകളാണ് നിത്യേന കൊൽക്ക ത്തയിലേക്ക് ജോലിക്ക് പോയിവരുന്നത്. എന്റെയൊരു ബന്ധു ദിവസവും കൊൽക്കത്തയിൽനിന്നും ഡൽഹിയിൽ പോയി വരുന്നുണ്ട്."

ഇതു കേട്ടപ്പോൾ ചെറിയമ്മാവന്റെ മുഖത്തൊരു സംശയം നിഴലിച്ചു.

"നിന്റെ ബന്ധുവിന് യഥാർഥത്തിൽ എന്തു ജോലിയാണ്?" അയാൾ ജോജോയോടു ചോദിച്ചു.

"അദ്ദേഹം ഒരു പൈലറ്റാണ്." ജോജോ ഉത്തരം നൽകി.

"അത് വേറെ" ചെറിയമ്മാവൻ ശകലം ജാള്യതയോടെ പറഞ്ഞു.

"കാക്കാബാബുവിനോട് നമ്മൾ ഒന്നും പറഞ്ഞിട്ടില്ല. നമ്മൾ തിങ്ക ളാഴ്ച തന്നെ മടങ്ങിപ്പോകാൻ അദ്ദേഹം തീരുമാനിച്ചു കഴിഞ്ഞു." ശാന്തു അറിയിച്ചു.

"നോക്ക്, നിങ്ങളുടെ കാക്കാബാബുവിന് കോളേജിലൊന്നും പോണ്ടല്ലോ. ഇപ്പോഴദ്ദേഹത്തിനു മറ്റെങ്ങും പോകേണ്ട ആവശ്യവുമില്ല. അപ്പോൾപ്പിന്നെ കുറച്ചുദിവസംകൂടി ഇവിടെ കഴിഞ്ഞാൽ എന്തു കുഴപ്പം വരാനാണ്? വെറും പത്തുദിവസത്തെ കാര്യമല്ലേയുള്ളൂ. അതിൽ മൂന്നു ദിവസം ഞാനുണ്ടാകും. ആകെ നിങ്ങൾ ചെയ്യാനുള്ളത് ഇത്രമാത്രം; കുറച്ചു ബുദ്ധുമുട്ടിയാണെങ്കിലും ക്ലാസിൽ ഇവിടെനിന്നും പോയി വരിക. റിഹേഴ്സൽ നമുക്കു വൈകുന്നേരങ്ങളിൽ നടത്താം. ഞാനിത് രാജേട്ടനോട് പോയി ചോദിച്ചോട്ടെ?" ചെറിയമ്മാവൻ ആരാഞ്ഞു.

"വേണ്ട വേണ്ട ഇതു ഞാൻ തന്നെ പോയി ചോദിക്കുന്നതാണു നല്ലത്" ശാന്തു പറഞ്ഞു. "നാട്ടിൻപുറത്തെ വീട്ടിൽ കുറച്ചു ദിവസം കൂടി തങ്ങുന്നത് എനിക്കു രസമുള്ള കാര്യമായിരുന്നു. ശുദ്ധവായു നല്ല പുഴ മത്സ്യം, പഴങ്ങൾ, പച്ചക്കറികൾ! എന്നാൽ ദീർഘകാലം ഇവിടെ തങ്ങു ന്നത് പ്രയോജനകരമാണോ? എത്ര കഴിഞ്ഞാലും കൊൽക്കത്തയിലേക്ക് പോയാലല്ലേ പറ്റൂ. ഇപ്പോൾത്തന്നെ എട്ടുദിവസങ്ങൾ കഴിഞ്ഞിരിക്കുന്നു."

ശാന്തുവിന്റെ മറ്റ് അമ്മാവന്മാരും അമ്മായിമാരുമൊന്നും ഇവിടെ അധികനാൾ കഴിഞ്ഞിട്ടില്ല. അവരെല്ലാംതന്നെ നഗരങ്ങളിലേക്ക് ചേക്കേറി കഴിഞ്ഞിരിക്കുന്നു. ചെറിയമ്മാവൻ മാത്രമാണ് അതിനൊരപവാദം. അദ്ദേഹം ആദർശനിഷ്ഠനും ഗ്രാമീണർക്ക് തന്നാലാവുന്നതെന്തും ചെയ്തു കൊടുക്കുന്നവനുമാണ്. എന്തെങ്കിലും പ്രശ്നമുണ്ടായാൽ അവരെല്ലാം ആദ്യം ഓടിയെത്തുന്നത് ഈ അമ്മാവന്റെ അടുത്തേക്കാണ്. അദ്ദേഹത്തിന്റെ യഥാർഥ പേര് ചന്ദ്രശേഖർ എന്നാണെങ്കിലും എല്ലാവരും അദ്ദേഹത്തെ വിളിക്കുന്നത് ചന്തുബാബു എന്നാണ്.

കഴിഞ്ഞയാണ്ടിലെ വെള്ളപ്പൊക്കത്തിൽ ഗ്രാമത്തിലെ സ്കൂൾ കെട്ടിടം വെള്ളത്തിനടിയിലായി. ഇപ്പോഴത്തെ അതിന്റെ അവസ്ഥ ശോച നീയമാണ്. മൂന്ന് ക്ലാസ് മുറികൾ ഇടിഞ്ഞുവീഴാറായി നിൽക്കുകയാണ്. ചെറിയമ്മാവൻ അതു പുനർനിർമിക്കാൻ തീരുമാനിച്ചു. അതിനു ധാരാളം പണം വേണം. സ്വന്തം കൈയിൽനിന്നു നല്ലൊരു തുക അദ്ദേഹം സംഭാവന ചെയ്തു. കൂടാതെ, കെട്ടിടത്തിന്റെ ധനശേഖരണത്തിനുവേണ്ടി കുറച്ചു കലാപരിപാടികൾക്കൂടി നടത്താൻ പോവുകയാണ്. കൊൽക്ക ത്തയിൽനിന്ന് പേരെടുത്ത സംഗീതജ്ഞരെയും ഗായകരെയും പങ്കെടു പ്പിച്ച് വമ്പിച്ച ഒരു സംഗീതപരിപാടി നടത്താനും തീരുമാനിച്ചിട്ടുണ്ട്.

എന്നാൽ, ദൂരെനിന്നു വരുന്ന കലാകാരന്മാർ മാത്രം എല്ലാ പരിപാ ടികളും നടത്തിയാൽ മതിയോ എന്നാണ് ചെറിയമ്മാവൻ ചോദിക്കുന്നത്. സ്വന്തം സ്കൂളിനുവേണ്ടി നാട്ടുകാർക്കും ചിലതെല്ലാം ചെയ്യാൻ കഴി യില്ലേ? നാട്ടുമ്പുറത്തെ കുട്ടികളെ പങ്കെടുപ്പിച്ചുകൊണ്ടുള്ള ഒരു നാടകം അദ്ദേഹത്തിന്റെ മനസിലുണ്ട്. തനിക്ക് പിടിപ്പതു പണിയുള്ളതുകാരണം ശാന്തുവും ജോജോയുംകൂടി ഒരു നാടകം തെരഞ്ഞെടുത്ത് കുട്ടിക ളോടൊപ്പം അവരുംകൂടി അഭിനയിച്ചവതരിപ്പിക്കണമെന്നാണ് ചെറിയ മ്മാവന്റെ താൽപ്പര്യം.

എന്നാൽ ക്ലാസുമുടക്കി നാടകം കളിച്ചു നടന്നാൽ അച്ഛനമ്മമാർ തന്നെ അവരുടെ നേർക്ക് ആദ്യം ചാടി വീഴും. കാക്കാബാബു സമ്മതം മൂളിയില്ലെങ്കിൽ പദ്ധതികളെല്ലാം പൊളിയുകയും ചെയ്യും.

തോട്ടത്തിന്റെ ഗേറ്റിനുമുന്നിൽ ഒരു സൈക്കിൾ റിക്ഷ വന്നുനിന്നു. ആരോ വിളിച്ചു കൂവി: "ചന്തുവേട്ടാ, ചന്തുവേട്ടാ."

ചെറിയമ്മാവൻ വെപ്രാളപ്പെട്ട് അങ്ങോട്ടോടി. കാക്കാബാബു വരാ ന്തയിൽ പുറം തിരിഞ്ഞിരിക്കുകയായിരുന്നു. വായിച്ചുകൊണ്ടിരുന്ന പുസ്തകം കൈയിൽ നിന്നൂർന്ന് തറയിൽ വീണു. നല്ല ഉറക്കത്തിലാണ് കാക്കാബാബുവെന്ന സൂചനയായിരുന്നു അത്. ശാന്തു ആ പുസ്തകമെ ടുക്കാൻ അങ്ങോട്ടോടി. കാരണം മഴ പെയ്ത് തറ നനഞ്ഞു കുതിർന്ന് കിടക്കുകയാണ്.

പുസ്തകം മേശപ്പുറത്തെടുത്തു വച്ചപ്പോൾത്തന്നെ കാക്കാബാബു കണ്ണുതുറന്നു. എന്നിട്ട് ഒരു ചോദ്യമാണ്:

"നിങ്ങൾ രണ്ടുംകൂടി നേരം വെളുത്തപ്പോൾ തുടങ്ങിയതാണണ്ലോ ഈ കുശുകുശുപ്പ്. ഇതിനിടയ്ക്ക് ഒരു പ്രാവശ്യംപോലും നീ എന്നോട് വാ തുറന്ന് സംസാരിച്ചിട്ടില്ല."

"മാമൻ തിരക്കിട്ടു വായിക്കയായിരുന്നു," ശാന്തു പിറുപിറുത്തു.

"ഇന്നു നിങ്ങൾ ഒരു ഗെയിംപോലും കളിച്ചില്ലെന്നു തോന്നുന്നു. ഉണ്ടോ? ഒന്നെങ്കിലും?"

ഈ സമയം ജോജോ അവരുടെ അരികിലെത്തിയിട്ടു പറഞ്ഞു.

"കാക്കാബാബു, ഈ ശാന്തു എന്തുമാത്രം പേടിത്തൊണ്ടനാണെന്ന് അങ്ങ് വിശ്വസിക്കുകയേയില്ല. അവന് ബാബുവിനോട് എന്തോ പറയാ

നുണ്ട്, എന്നാലോ അവനൊട്ടു പറയുകയുമില്ല എന്നെക്കൊണ്ട് പറയിപ്പി ക്കുകയുമില്ല."

കാക്കാബാബു ഒരു പുഞ്ചിരിയോടെ പറഞ്ഞു: "ശാന്തുവിന് എന്നെ ഭയമാണെന്ന് ഞാൻ അറിഞ്ഞതേയില്ല. ഇതൊരു വാർത്തയാണല്ലോ നീയൊരു ഭീരുവാണോടോ? അല്ലല്ലോ? എന്താ നിന്റെ വായിൽനിന്നു മുഞ്ചൊന്നും പൊഴിയാത്തത്? ഞാൻ നിങ്ങളുടെ കാക്കാബാബുവാണ്. അല്ലാതെ വല്യകാരണവരൊന്നുമല്ല. ആൺകുട്ടികൾ വലിയമ്മാവന്മാരെ പേടിക്കണം; വലിയ കാരണവന്മാരെ മാത്രം!"

അപ്പോൾ ജോജോ ചോദിച്ചു: കാക്കാബാബു ഇവിടെയൊരു നാടകം അവതരിപ്പിക്കുകയാണെങ്കിൽ ഞങ്ങൾക്കിതിൽ പങ്കെടുക്കാമോ?"

"എന്താണു നീ ഉദ്ദേശിക്കുന്നത്? ഏതു നാടകം?

ജോജോ വിശദമാക്കി: "സ്കൂൾ കെട്ടിടം നന്നാക്കുന്നതിന് പണ മുണ്ടാക്കാൻ ഒരു കലാപരിപാടി നടത്തുന്നുണ്ട്. കുറച്ചു കലാകാരന്മാർ കൊൽക്കത്തയിൽനിന്നു വരുന്നുണ്ട്. ചെറിയമ്മാവൻ പറയുന്നത് ഈ ഗ്രാമത്തിലെ കുട്ടികളെ പങ്കെടുപ്പിച്ചുകൊണ്ട് നമ്മൾ ഒരു നാടകം നടത്ത ണമെന്നാണ്."

"നാടകത്തിന് റിഹേഴ്സൽ ചെയ്യണം, ഡയലോഗുകൾ ഓർത്തു വയ്ക്കണം. അങ്ങനെ എന്തെല്ലാം വേണം? നാടകം പെട്ടെന്ന് തട്ടിക്കൂട്ടാൻ പറ്റിയ ഒന്നാണോ? മുന്നൊരുക്കങ്ങളൊന്നുമില്ലാതെ ഒരു നാടകം കളി ച്ചുകളയാമെന്ന് നിങ്ങൾക്കു പ്രതീക്ഷയുണ്ടോ?" കാക്കാബാബു ഒരു ചെറിയ ഞെട്ടലോടെ ചോദിച്ചു.

"നമുക്ക് പത്തു ദിവസമുണ്ട്." ധൈര്യപൂർവം ജോജോ പറഞ്ഞു. "പത്തു ദിവസമോ? നമ്മൾ തിങ്കളാഴ്ചതന്നെ തിരിച്ചു പോകുമെന്നല്ലേ തീരുമാനം?" കാക്കാബാബു ചോദിച്ചു.

ശാന്തു ആ തക്കത്തിനു പറഞ്ഞു! "അതെ, അതാണെനിക്കത്ഭുതം. നമുക്ക് കോളേജ് തുറക്കുകയല്ലേ?"

നമുക്ക് ഇവിടെനിന്നും ക്ലാസിൽ പോകാൻ പറ്റും. അതിരാവിലെ ഇ വിടന്നു തിരിക്കണം. സന്ധ്യയാകുമ്പോഴേക്കും തിരിച്ചുവരാം. കോളേ ജിലെത്താൻ രണ്ടുമണിക്കൂർ. അതുകഴിഞ്ഞ് റിഹേഴ്സൽ നടത്താം." ജോജോ നിർദേശിച്ചു.

കാക്കാബാബുവിന്റെ കണ്ണുതള്ളി, "എന്തോന്നാണ് നിങ്ങളീ പറയു ന്നത്? രണ്ടുമണിക്കൂർ പോകാനും രണ്ടുമണിക്കൂർ തിരികെ എത്താ നുമെന്നോ? നിങ്ങളുദ്ദേശിക്കുന്നതിനേക്കാൾ ഒരുപാടു സമയം വേണ്ടി വരും. ട്രെയിനും ബസുമൊക്കെ വഴിയിൽ കിടന്നുപോവുന്ന കാര്യമൊ ന്നും നിങ്ങൾക്കറിയില്ല."

ഇത്രയും പറഞ്ഞ് കർശനമായ ഒരു പ്രഖ്യാപനവും അദ്ദേഹം നട ത്തി: "ഇല്ല, ഇതു നടക്കുന്ന കാര്യമേയല്ല. ശാന്തുവും ജോജോയും പരസ്പരം നോക്കി. ഞാൻ പറഞ്ഞില്ലേ കാക്കാബാബു ഇതു സമ്മതി ക്കില്ല" എന്ന് ശാന്തുവിന്റെ മുഖത്ത് എഴുതി വച്ചിട്ടുണ്ടായിരുന്നു.

എന്നാൽ കാക്കാബാബു കുറച്ചുനേരം മുകളിലേക്ക് നോക്കിയിരുന്ന ശേഷം പറഞ്ഞു:

"അഞ്ചാറു ക്ലാസുകൾക്കുവേണ്ടി ഈ പങ്കപ്പാടിനൊക്കെ പോകുന്ന തെന്തിന്? അതിനേക്കാൾ നല്ലത് ഒൻപതോ പത്തോ ദിവസത്തേക്ക് നിങ്ങൾ അവധിയെടുക്കുന്നതാണ്. ഒരു നാടകം കളിക്കുന്നത് നിങ്ങൾക്കു കൂടുതൽ പ്രയോജനം ചെയ്തേക്കും."

ശാന്തുവും ജോജോയും ഇതുകേട്ട് അന്തം വിട്ടിരുന്നുപോയി. ശരിക്കും ക്ലാസിൽ നിന്നു മുങ്ങാനാണ് കാക്കാബാബു ആവശ്യപ്പെട്ടി രിക്കുന്നത്.

"ഏതു നാടകം അവതരിപ്പിക്കാനാണു നിങ്ങളുടെ ഉദ്ദേശ്യം?" കാക്കാബാബു ചോദിച്ചു.

ജോജോ അതിശയത്തോടെ ചോദിച്ചു. "നാടകം കളിയുമായി നമ്മൾ മുന്നാട്ടുപോണമെന്നാണോ അങ്ങുപറയുന്നത്?"

"ഏതു നാടകം കളിക്കണമെന്നൊന്നും ഇതുവരെ തീരുമാനിച്ചിട്ടില്ല. ഇവിടെ അടുത്തുള്ള വായനശാലയിൽ നിന്നും കുറച്ചു പുസ്തകങ്ങൾ എടുത്തു കൊണ്ടുവന്നിട്ടുണ്ട്."

ഉടനെ കാക്കാബാബു പറഞ്ഞു: "അതിങ്ങനെ തീരുമാനമെടു ക്കാതെ എത്രനാൾ വച്ചുകൊണ്ടിരിക്കുമോ അത്രയും കാലം നിങ്ങൾ തമ്മിൽ പോരടിക്കേണ്ടി വരും. ഇതിലാരെങ്കിലുമൊരാൾ ഇന്ന നാടകം മതിയെന്നു പറഞ്ഞാൽ ഇനിയൊരു കൂട്ടർ മറ്റൊരു നാടകത്തിനുവേണ്ടി വാദിക്കും. ഇടയ്ക്ക് ഒന്നു ചോദിച്ചോട്ടെ. മുതിർന്ന ആരെയെങ്കിലും ഇതിൽ പങ്കെടുക്കാൻ നിങ്ങൾ അനുവദിക്കുന്നുണ്ടോ? അതോ കുട്ടികളെ മാത്രമേ പങ്കെടുപ്പിക്കുന്നുള്ളോ?"

ജോജോ ഉടൻതന്നെ പ്രഖ്യാപിച്ചു: "മുതിർന്ന ഒരാളെയും ഞങ്ങൾ ഇതിൽ പങ്കെടുപ്പിക്കില്ല."

"ഓ അതിനർഥം ഇതിലൊരു റോൾ എനിക്കു പ്രതീക്ഷിക്കേണ്ട എന്ന! ഞൊണ്ടിയായ ഒരു കഥാപാത്രമായിട്ടെങ്കിലും നിങ്ങളുടെ നാട കത്തിൽ എന്നെക്കൂടി ഉൾപ്പെടുത്തിയുരുന്നെങ്കിൽ"

കാക്കാബാബു ആത്മാർഥമായിട്ടാണ് ഇതു പറഞ്ഞുപോയത്.

അതുകേട്ട് അടക്കാനാകാത്ത സന്തോഷത്തോടെ ജോജോ ചോ ദിച്ചു: "അങ്ങ് കാര്യമായിട്ടാണോ ചോദിക്കുന്നത്? ശരിക്കും നിങ്ങൾ ഈ നാടകത്തിൽ പങ്കെടുക്കാൻ ആഗ്രഹിക്കുന്നുണ്ടോ?"

"എന്നെക്കൊണ്ട് ഇതിനൊന്നും പറ്റില്ലെന്നാണോ നിങ്ങളുടെ ധാര ണ? ചെറുപ്പത്തിൽ നാടകാഭിനയം കുറച്ചൊക്കെ ഞാനും നടത്തിയിട്ടുണ്ട്. പിന്നെ ഒരുകാര്യം കൂടി പറയാം. അന്നു ഞാനിതുപോലെ മുടന്തനാ യിരുന്നില്ല. ഏതായാലും ഈ പ്രദേശത്തെ കുട്ടികൾ പങ്കെടുക്കുന്നു ണ്ടല്ലോ. അതുതന്നെ നല്ല കാര്യമാണ്. കൊൽക്കത്തയിൽ നിന്നും വരുന്ന കലാകാരന്മാർക്കൊപ്പം നിങ്ങളും ശോഭിക്കും."

"ചെറിയമ്മാവനാണ് ഇത്തരമൊന്നു ചെയ്യാൻ ഞങ്ങളോടാവശ്യ പ്പെട്ടത്." ശാന്തു ആവേശപൂർവം പറഞ്ഞു.

കാക്കാബാബു അതു ശരിവച്ചു. "അവൻ പറഞ്ഞത് വളരെ ശരി യാണ്. ഒരു സ്കൂൾ രക്ഷപ്പെടുത്തുന്നതിന് ഓരോരുത്തരും തന്നാലാ കുന്നതു ചെയ്യേണ്ടതുതന്നെ. പറയൂ, ആരാണിതിന്റെ സംവിധായകൻ? അതാണ് ഏറ്റവും പ്രധാനപ്പെട്ട തീരുമാനം." ജോജോ പറഞ്ഞു: "ശാന്തു വും ഞാനും കൂടി അതു നോക്കിക്കോളാം."

"രണ്ടു സംവിധായകരോ?" കാക്കാബാബു അക്രോശിച്ചു?

"നാശമാക്കാൻ പറ്റിയ ചേരുവ! മുന്നോട്ടു പോകുന്തോറും ഓരോ ഇഞ്ചും നിങ്ങൾ പരസ്പരം പോരാടും. അതിനുള്ള പ്രവണതയാണു ഞാൻ കാണുന്നത്."

അപ്പോൾ ജോജോ പറഞ്ഞു: "എനിക്കീ ശാന്തുവിന്റെ ആവശ്യമില്ല. അതു ഞാൻ തന്നെ ചെയ്തോളാം."

കാക്കാബാബു ഇടയ്ക്കു കയറി ചോദിച്ചു: "ഈ പണിക്ക് നിന്റെ യോഗ്യത എന്താണ്? നീ മുമ്പ് എപ്പോഴെങ്കിലും ഒരു നാടകം സംവിധാനം ചെയ്തിട്ടുണ്ടോ?"

"എന്റെ അച്ഛൻ, പ്രശസ്തരായ ശംഭുമിത്ര, ഉത്പൽദത്ത് എന്നീ കലാകാരാന്മാരെ വായ്ത്താരി ചൊല്ലാൻ പഠിപ്പിച്ചിട്ടുണ്ട്."

ഇതുകേട്ട് കാക്കാബാബുവിനു ചിരിക്കാതിരിക്കാൻ കഴിഞ്ഞില്ല.

"നിന്റെ അച്ഛൻ മഹാന്മാരായ ഈ നടന്മാർക്ക് പരിശീലനം നൽകി യിട്ടുണ്ടാകാം. അത് അദ്ദേഹത്തിന്റെ കഴിവ്. പക്ഷേ അതു നിന്നെ സഹാ യിക്കുന്നതെങ്ങനെ?"

അപ്പോൾ ജോജോ വീമ്പു പറഞ്ഞു: "സൗമിത്രചതോപാധ്യായ കൂ ടെക്കൂടെ ഞങ്ങളെ കാണാൻ വരും. എനിക്കദ്ദേഹത്തെ നന്നായറിയാം."

"നീ വായിൽ തോന്നിയതു പറഞ്ഞോ. എന്നാലുമെന്റെ ജോജോ നീ കാര്യമായിട്ടുതന്നെ വിശ്വസിക്കുന്നുണ്ടോ ഒരു സംവിധായകനെന്ന നിലയിൽ ആരെങ്കിലും നിന്നെ വില കൽപ്പിക്കുമെന്ന്? നിയമപ്രകാരം ഒരു സംവിധായകനെ ചോദ്യം ചെയ്യാൻ ആരും ധൈര്യപ്പെടില്ല. എന്റെ പേടി ഈ ഉത്തരവാദിത്വം ഞാൻ തന്നെ ഏറ്റെടുക്കേണ്ടി വരുമോ എന്നാ ണ്. അങ്ങനെയാണെങ്കിൽ ഓരോരോരുത്തരും ഞാൻ പറയുന്നത് ചെവി കൂർപ്പിച്ചു കേൾക്കുമെന്ന് എനിക്കുറപ്പുണ്ട്." കാക്കാബാബു തുറന്നു പറഞ്ഞു.

ശാന്തുവിന് ആഹ്ലാദം അടക്കാനായില്ല. "അതു ഗംഭീരമായിരിക്കും" അവൻ പറഞ്ഞു.

"എന്നാലേ കാക്കാബാബു എന്തിന്റെ പേരിലാണ് ഈ അവകാശ വാദം! താങ്കൾ ഇതിനുമുമ്പ് ഏതെങ്കിലും നാടകം സംവിധാനം ചെയ്തി ട്ടുണ്ടോ" ജോജോ വിട്ടുകൊടുക്കാൻ ഭാവമില്ല.

"ഇല്ല ഞാനൊരിക്കലും സംവിധാനം ചെയ്തിട്ടില്ല. എങ്കിലും ചില നാടകങ്ങളിൽ ഞാൻ അഭിനയിച്ചിട്ടുണ്ട്."

"എന്നാൽ ശരി സംവിധാനച്ചുമതല ഞാൻ താങ്കൾക്കുതരാം. പകരം പ്രധാനപ്പെട്ട ഒരു റോൾ എനിക്കുതരണം." ജോജോ ഒതുങ്ങി.

"നോക്കൂ. നിങ്ങളിപ്പോൾ തന്നെ റോളിനു വേണ്ടി കടിപിടി തുടങ്ങി. എല്ലാപേർക്കും വേണ്ടത് കഴമ്പുള്ള റോൾ. ഏതായാലും ആദ്യമായി ഞാൻ നാടകമേതെന്നു തീരുമാനിക്കട്ടെ. ലക്ഷ്മണനും ദിവ്യായുധവും എന്നൊരു നാടകമുണ്ട്. അതൊന്നു ശ്രമിച്ചു നോക്കിയാൽ നന്നായിരിക്കുമെന്നാണ് എന്റെ നിർദേശം."

"ഓ രാമായണം!" ജോജോ നിസാരമട്ടിൽ പറഞ്ഞു.

"അതൊന്നുമല്ല, ഇതു സുകുമാർ റേയുടെ നാടകം" ശാന്തു അവനെ തിരുത്തി. ജോജോ അങ്ങിനെയൊരു പേരേ കേട്ടിരുന്നില്ല. ശാന്തു ഒരിക്കലോ മറ്റോ അതു വായിച്ചിട്ടുണ്ട്. എന്നാൽ അതു വളരെ പണ്ടാണ്.

"നല്ല തമാശയുള്ള നാടകമാണത്. അൽപ്പസ്വൽപ്പം തെറ്റു കുറ്റങ്ങളൊക്കെ വന്നാലും കുഴപ്പമില്ല. അതു ഗംഭീരമായിരിക്കും. അതിന്റെ ഏറ്റവും രസകരമായ ഭാഗത്തെ ചില വരികൾ ഇപ്പോഴുമെനിക്ക് ഓർമയുണ്ട്. കാരണം ഞാനതിൽ അഭിനയിച്ചിട്ടുള്ളതാണല്ലോ. അന്ന് നമ്മുടെ നാടകസംവിധായകൻ പഠിപ്പിച്ച അതേരീതിയിൽ ഞാൻ നിങ്ങളെ പഠിപ്പിക്കാം." കാക്കാബാബു അവർക്ക് വാക്കു കൊടുത്തു.

"പക്ഷേ കാക്കാബാബു, നാടകത്തിൽ ഒരുപാട് പാട്ടുകളുണ്ടല്ലോ" ശാന്തു സംശയം പ്രകടിപ്പിച്ചു.

"അതു നിങ്ങൾക്കു തന്നെ ചെയ്യാവുന്നതേയുള്ളൂ. പാട്ടുകളൊന്നും അത്ര പ്രയാസമുള്ളതേയല്ല." കാക്കാബാബു ആശ്വസിപ്പിച്ചു.

"എന്നാലും അതിന്റെ രാഗങ്ങളൊക്കെ ആരു പഠിപ്പിച്ചു തരും?" ശാന്തു ചോദിച്ചു.

"എനിക്കു പാടനൊന്നുമറിയില്ല. പക്ഷേ എല്ലാ ട്യൂണുകളു മെനിക്കറിയാം. ഞാൻ തന്നെ കുറച്ചൊക്കെ പഠിപ്പിക്കാം. ഈ നാടകത്തിന്റെ പ്രത്യേകത എന്താണെന്നറിയാമോ? നിങ്ങൾ പാട്ടു പാടുന്നത് താളം തെറ്റിച്ചാണെങ്കിൽ പോലും അവതരണത്തിൽ ഒരു കുഴപ്പവുമുണ്ടാക്കില്ല." കാക്കാ ബാബു ഉറപ്പു കൊടുത്തു എന്നിട്ടദ്ദേഹം എഴുന്നേറ്റു നിന്നു.

"എനിക്കു കിട്ടിയതു രാക്ഷസരാജാവായ രാവണന്റെ ഭാഗമാണ് എന്റെ ബലിഷ്ഠമായ ശരീരം കണ്ടിട്ടാണ് ആ റോൾ എനിക്കു തന്നത്. തലയ്ക്കു മുകളിൽ ഗദയും ചുഴറ്റി വാനര രാജാവ് സുഗ്രീവനെ വെല്ലു വിളിച്ചുകൊണ്ട് എനിക്കൊരു പാട്ടുണ്ടായിരുന്നു. ആ പാട്ട് ഞാൻ പാടു ന്നതു കേൾക്കാൻ ആഗ്രഹമുണ്ടോ നിങ്ങൾക്ക്?"

മറുപടി കേൾക്കാനൊന്നും തുനിയാതെ കാക്കാബാബു പെട്ടെന്നു തന്നെ തന്റെ വലതു കൈ തലയ്ക്കു മുകളിൽ വട്ടം ചുറ്റിച്ച് പാറപ്പുറത്ത് ഉരയ്ക്കും പോലെ പാടാനും തുടങ്ങി:-

നന്ദി കേട്ടവനേ നിന്റെ ശിരസ്സൊരു
തല്ലിനാലേ തകർക്കും ഞാൻ
തണ്ടെല്ലും അസ്ഥികളും
എറിഞ്ഞു തകർത്തിടും ഞാൻ
കറുപ്പുതീനിത്തെമ്മാടീ, വിവരമില്ലാവിഡ്ഢീ
പോരിനു നീ വന്നാലോ
കാലൊടിക്കുമെടാ മൂഢാ

രണ്ട്

വിശാലമായ സ്വീകരണ മുറി നാടകറിഹേഴ്സലിനു വേണ്ടി ഒതു ക്കി മാറ്റിക്കഴിഞ്ഞു. പഴഞ്ചനായ തടിയൻ സോഫാസെറ്റുകൾ ഭിത്തിക്ക രികിലേക്ക് ഉന്തി മാറ്റി. മിക്കതും കീറിപ്പറിഞ്ഞു കിടക്കുകയാണ്. പഞ്ഞി ക്കെട്ടുകളുടെ അടരുകളിളകി അസ്ഥികൂടം പുറത്തേക്കു തള്ളിയ അവ ഏതുദിവസവും പുറത്തുകളയാൻ പരുവത്തിലായിട്ടാണ് കിടപ്പ്.

താകിയിൽ കുറച്ചു പ്രൊഫഷണൽ തിയെറ്ററുകളും തനതു നാടക ക്കളരി സംഘങ്ങളുമുണ്ട്. എന്നാൽ അവരെയൊന്നും ക്ഷണിച്ചില്ല. സ്കൂൾ കുട്ടികൾ മാത്രമാണ് എല്ലാ വേഷങ്ങളും കൈകാര്യം ചെയ്യുന്നത്.

കാക്കാ ബാബുവിന്റെ ഉത്സാഹത്തിമിർപ്പു കണ്ട് ശാന്തുവിന് ഒട്ടൊരു കൗതുകം തോന്നി. ചൊവ്വയും ബുധനും കൊൽക്കത്തയിലെന്തോ അടി യന്തിര പണിയുണ്ടെന്നാണ് കാക്കാബാബു നേരത്തേ പറഞ്ഞിരുന്നത്. എന്നാൽ ഇപ്പോൾ അതെല്ലാം മറന്നമട്ടാണ്. പൂർണമായും അദ്ദേഹമി പ്പോൾ നാടകത്തിൽ മുഴുകി കഴിഞ്ഞിരിക്കുന്നു.

അഭിനയിക്കാൻ ആഗ്രഹിക്കുന്നവരുടെയെല്ലാം മുൻപിൽ അദ്ദേഹം നാടകം ഉറക്കെ വായിക്കാൻ തുടങ്ങി. പാട്ടിന്റെ ചില ഭാഗങ്ങൾ കൂടി പാടിക്കഴിഞ്ഞ് അദ്ദേഹം പ്രഖ്യാപിച്ചു: "റോളുകൾ ആരൊക്കെ കൈ കാര്യം ചെയ്യണമെന്ന കാര്യം തീരുമാനിക്കാനുള്ള സമയമായി. ഓർ ക്കുക! ഒരു നാടകത്തിന്റെ വിജയം ഓരോ കഥാപാത്രത്തേയും ആശ്ര യിച്ചാണിരിക്കുന്നത്. അത്രെ ചെറുതോ വലുതോ എന്നുള്ളതല്ല പ്രധാ നം. ഒരു തീരെ ചെറിയ കഥാപാത്രത്തിന്റെ നേരിയ പിശകുപോലും നാടകാവതരണത്തെ നശിപ്പിക്കും. ആദ്യം ഞാൻ നിങ്ങൾ ഓരോരു ത്തരോടും കുറച്ചു വരികൾ വായിക്കാൻ ആവശ്യപ്പെടും. എന്നാൽ

കഥാപാത്ര നിർണയത്തിൽ എന്റെ തീരുമാനം നിങ്ങൾ അംഗീകരിക്കുക തന്നെ ചെയ്യണം. ഒരു സൂത്രപ്പണിയും ഞാൻ അനുവദിക്കില്ല."

പക്ഷേ, അദ്ദേഹം തുടങ്ങുന്നതിനു മുമ്പ് ചെറിയമ്മാവൻ അവിടെ വന്ന് കാക്കാബാബുവിനോട് പറഞ്ഞു.

"രാജൻചേട്ടാ, ഒരു നിമിഷം പുറത്തേക്കൊന്നു വരാമോ? എനിക്കൊരു കാര്യം പറയാനുണ്ട്."

കാക്കാബാബു കസേരയിൽ നിന്നെഴുന്നേറ്റു ചെറിയമ്മാവനെ അനുഗമിച്ചു.

"എനിക്കൊരപേക്ഷയുണ്ട്. ഇവിടത്തെ പൊലീസ് ഓഫീസറുടെ മകനെ നിങ്ങൾ നാടകത്തിലഭിനയിപ്പിക്കണം. ഒരു പ്രധാന വേഷവും നൽകണം. രാമന്റെ വേഷം. സുകോമളിന്റെ അമ്മ അതാഗ്രഹിച്ചു പോയി."

കാക്കാബാബുവിന് കലശലായ ഈർഷ്യ തോന്നി.

"ഓ അതു വേണ്ട. തുടക്കം മുതലേ ഇതു കലക്കാനാണോ ഭാവം? മറ്റുള്ളവർ ഇതിലിടപെട്ടാൽ എനിക്കൊരിക്കലും നാടകത്തിൽ ശ്രദ്ധ കേന്ദ്രീകരിക്കാൻ കഴിയില്ല. അത് അവതരണത്തെ ബാധിക്കും. ഒരോരുത്തർക്കും അവരുടെ അഭിനയ സാമർഥ്യമനുസരിച്ചുള്ള വേഷം കിട്ടുക തന്നെ ചെയ്യും."

പക്ഷേ, ചെറിയമ്മാവൻ കെഞ്ചിപ്പറഞ്ഞു: "ഇനി ഇക്കാര്യത്തിൽ തലയിടില്ലെന്നു ഞാൻ വാക്കു തരാം. ഈ ഓഫീസർ എനിക്ക് ഒരുപാട് സഹായം ചെയ്യുന്ന ആളാണ്. മാത്രമല്ല, നാടകത്തിന്റെ ടിക്കറ്റ് വിറ്റു തീർക്കാനും ഇദ്ദേഹത്തിന്റെ സഹായമുണ്ടാകും."

"ഏത് അണ്ടനും അടകോടനും എടുക്കാവുന്നതാണ് രാമന്റെ വേഷമെന്നാണോ നീ കരുതുന്നത്? ആ വേഷമെടുക്കുന്നതാരായാലും അവന് കാഴ്ചയ്ക്കു നല്ല ഭംഗിയും വേണം." കാക്കാബാബു വാദിച്ചു.

"ചേട്ടൻ അവനെയൊന്നും കാണൂ അവൻ ഒരിക്കലും മോശമാവില്ലെന്നാണ് ഞാൻ കരുതുന്നത്. ഇത്തരം ചില വിട്ടുവീഴ്ചകളൊക്കെ ഈ കൊച്ചുപട്ടണത്തിൽ നമുക്കു ചെയ്യേണ്ടി വരും ചേട്ടാ."

ശബ്ദപരിശോധനയ്ക്ക് ആദ്യം വിളിച്ചത് സുകോമളിനെയായിരുന്നു. കാണാൻ ഒട്ടാകെ ചന്തമുള്ളവനായിരുന്നു അവൻ. പത്തോ പന്ത്രണ്ടോ വയസ്സു കാണും. നല്ല ഭംഗിയുള്ള അവന്റെ പ്രത്യേകത വികാരം പ്രതിഫലിപ്പിക്കുന്ന കണ്ണുകളായിരുന്നു. മുഖത്ത് കാഠിന്യത്തിന്റെ ലാഞ്ഛന പോലുമില്ല. ഒരു പൊലീസ് ഓഫീസറുടെ മകനായിട്ടും, അവന്റെ പേര് അന്വർഥമാക്കും വിധം പ്രകാശപൂരിതവും കോമളവുമായിരുന്നു സുകോമളിന്റെ മുഖവും.

കാക്കാബാബു അവനോട് കുറച്ചു വരികൾ വായിക്കാനാവശ്യപ്പെട്ടു.
മൃത്യുവിലേക്ക് പറക്കാനുറുമ്പുകൾ
ചിറക് വളർത്തുന്നു
ഹാ! മിന്നാ മിനുങ്ങുകൾ
അഗ്നിനാളങ്ങളിൽ

പാഞ്ഞടുക്കും പോലെ.

ആ കുട്ടിയുടെ ശബ്ദവും വളരെ നന്ന്.

ഒരു കുഴപ്പമേയുള്ളൂ. സംസാരിക്കുമ്പോഴുള്ള ചെറിയ കൊഞ്ചൽ.

കാക്കാബാബു ഉള്ളിൽ ചിരിച്ചു. സുകുമാർ റേ എല്ലാം കീഴ്മേൽ മറിക്കാൻ ഇഷ്ടപ്പെട്ടിരുന്നു. അദ്ദേഹത്തിന്റെ നാടകങ്ങളും ഇതിനപവാദ മായിരുന്നില്ല. അതുകൊണ്ട് അദ്ദേഹത്തിന്റെ രാമന് അൽപ്പം കൊഞ്ച യുണ്ടായാലും വലിയ കുഴപ്പം വരാനില്ല. എല്ലാരും അവന്റെ സംഭാഷണം കേട്ടു ചിരിച്ചപ്പോൾ കാക്കാബാബു വിലക്കി.

"മിണ്ടിപ്പോകരുത്. ഈ റോളിന് അനുയോജ്യനാണിവൻ."

മറ്റു കഥാപാത്രങ്ങൾക്ക് ഇണങ്ങിയവരെ കണ്ടെത്താനുള്ള ശ്രമത്തി ലായിരുന്നു കാക്കാ ബാബു. ഒരു അവസരത്തിൽ ജോജോയോട് അദ്ദേ ഹം ചോദിച്ചു:

"വാനര രാജാവ് ഹനുമാനാവാൻ നിനക്കിഷ്ടമാണോ?"

ജോജോ കാലിൽ വീണു പറഞ്ഞു:

"ഹനുമാനോ? വേണ്ട വേണ്ട. എനിക്ക് ആ വേഷം വേണ്ട"

എന്നാൽ കാക്കാ ബാബു ഉറച്ചു നിന്നു.

"ഞാൻ ആദ്യമേ പറഞ്ഞിട്ടുണ്ടെന്നാണെന്റെ വിശ്വാസം. ഒരുത്ത നേയും, ഒരു പൊന്നുമോനെയും എന്റെ തീരുമാനങ്ങൾ മാറ്റാൻ അനുവ ദിക്കില്ല. നിങ്ങൾക്കറിയാമോ ഒരു നാടകത്തിന്റെ വിജയരഹസ്യം? നാടകം കാണുമ്പോഴുള്ള കാണികളുടെ ചിരിയും കൈയടിയുമാണത്. ഈ നാട കത്തിലെ ഏറ്റവും രസകരമായ കഥാപാത്രം ഹനുമാനാണ്. നിനക്കാണ് ഏറ്റവും കൂടുതൽ കൈയടി കിട്ടാൻ പോകുന്നത്. യഥാർഥത്തിൽ ഇതി ലെ നായകൻ തന്നെ ഹനുമാനാണ്. അല്ലാതെ ശ്രീരാമനോ സോദരൻ ലക്ഷമണനോ അല്ല. പക്ഷേ ജോജോ അനിഷ്ടത്തോടെ ചോദിച്ചു: "ഞാ നൊരു കുരങ്ങനായിട്ടല്ലേ അഭിനയിക്കേണ്ടത്? അതോ ഒരു മുഖം മൂടിയും ധരിക്കണോ?"

"അതിനൊരു പാടുമില്ല. ആകെ നീ ചെയ്യേണ്ടത് ഒരു നീണ്ടവാലും ധരിച്ച് ചാടിച്ചാടി നടക്കുക. ഇടയ്ക്കിടയ്ക്കൊന്നു കൂകിവിളിക്കുക. തീർ ന്നു."

ശാന്തുവിന് വാനരരാജാവ് ജാംബൂബന്റെ വേഷം നൽകിയപ്പോൾ അവന് പ്രതിഷേധമൊന്നുമുണ്ടായില്ല.

പെട്ടെന്നു തന്നെ വേഷങ്ങളെല്ലാം തീരുമാനിക്കപ്പെട്ടു. ചെറിയ കുട്ടി കൾ വേഷം ധരിച്ച് വാനരപ്പടയാകാനും ധാരണയായി. അതാകുമ്പോൾ അവർക്ക് നന്നായിണങ്ങും. കാരണം സംഭാഷണങ്ങളൊന്നു മില്ലല്ലോ.

"എല്ലാപേരും ശ്രദ്ധിക്കുക. രണ്ടു ദിവസത്തിനകം അഭിനയിക്കുന്ന വരെല്ലാം അവരവരുടെ വരികൾ ഹൃദിസ്ഥമാക്കണം. തൽക്കാലം നിങ്ങൾ പാഠപുസ്തകങ്ങളൊന്നും പഠിച്ചില്ലെങ്കിലും സാരമില്ല നാടകത്തിലെ സംഭാഷണങ്ങൾ ശ്രദ്ധിച്ചു പഠിക്കണം. നിങ്ങളുടെ സിലബസെല്ലാം വർഷാവർഷം മാറും. പഠിച്ച പാഠങ്ങളോക്കെ വലുതാകുമ്പോൾ മറന്നു

പോകും. എന്നാൽ നിങ്ങൾ ഇപ്പോൾ പഠിക്കുന്ന ഈ നാടകത്തിലെ ഓരോ വാക്കും നിങ്ങളോടോപ്പമുണ്ടാകും. നിങ്ങൾ എത്ര വൃദ്ധരായി ത്തീർന്നാലും അതു മറക്കില്ല. പിന്നെ മറ്റൊന്നും കൂടി ഓർമിക്കുക. റിഹേ ഴ്സലിന് ഒരിക്കലും താമസിച്ചു വരരുത്. ഒരു മിനിട്ടുപോലും. അങ്ങനെ താമസിച്ചു വരുന്ന ഓരോരുത്തനേയും കൊണ്ട് ഞാൻ ഏത്തമിടീയ്ക്കും. രണ്ടുദിവസം തുടർച്ചയായി താമസിച്ചു വരുന്നവന്റെ പേരും വെട്ടും."

ആദ്യത്തെ രണ്ടു ദിവസം റിഹേഴ്സൽ വളരെ ശാന്തമായി കടന്നു പോയി. രാവിലെ തുടങ്ങും. വൈകിട്ട് വളരെ താമസിച്ച് അവസാനിക്കും. ഉച്ചയ്ക്ക് ആട്ടിറച്ചിക്കറിയും ചോറും കൂട്ടിയുള്ള ഊണിനു മാത്രം ഒരിട വേള. എന്നാൽ മൂന്നാം ദിവസം അപ്രതീക്ഷിതമായതു സംഭവിച്ചു.

ഒരു മുന്നറിയിപ്പുമില്ലാതെ ദെബോളിന വന്നിറങ്ങി. അവളുടെ സ്വന്തം കാറിൽ.

റിഹേഴ്സൽ തടസ്സമില്ലാതെ ഒഴുകി നീങ്ങുന്നതിനിടയിൽ ദെബോ ളിന എല്ലാപേരെയും ഉന്തിമാറ്റി കാക്കാബാബുവിന്റെ ഇരിപ്പിടത്തിലേക്ക് നടന്നെത്തി. ഒരു ചുവന്ന ഫ്രോക്കാണവൾ ധരിച്ചിരുന്നത്. കണ്ടാൽ ഒരു കത്തുന്ന പന്തം പോലുണ്ട്.

"എന്താണിവിടെ നടക്കുന്നത്? തിങ്കളാഴ്ചയല്ലേ നിങ്ങൾ വരുമെന്ന് പറഞ്ഞിരുന്നത്? ഞാൻ വിളിച്ചപ്പോൾ ഒറ്റയൊരുത്തനും റിസീവറെടു ക്കാതിരുന്നതെന്ത്?"അവൾ നിന്നു പുകഞ്ഞു. "ഞങ്ങൾ പുറത്തായി രുന്നു." കാക്കാബാബു പറഞ്ഞു.

ദെബോളിന തിരിഞ്ഞു ശാന്തുവിനു നേരെ കണ്ണുരുട്ടി.

"അങ്ങിനെ നിങ്ങൾ പഠിത്തം നിർത്തി കോളേജ് വിട്ടു. നല്ല കാര്യം. നാട്ടിൻപുറത്ത് കുറച്ചുനാൾ തങ്ങിയാൽ തനി ബുദ്ദൂസുകളായി പോകു മെന്ന് അറിയാൻ പാടില്ല അല്ലേ?"

"ഞാൻ മറന്നു. ഇതാ മിസ് ഇടിവെട്ട് എത്തിക്കഴിഞ്ഞു." ജോജോ പരിഹസിച്ചു.

ദെബോളിന കുരച്ചുചാടി: "എന്ത്? നീ എന്തെങ്കിലും മൊഴിഞ്ഞോ?" "അത്തരം അലങ്കാര പ്രയോഗങ്ങൾ ആസ്വദിക്കാനുള്ള ശേഷിയൊന്നും ഇവൾക്കില്ല" ശാന്തു ഒരു പാര പണിഞ്ഞു. ദെബോളിന കലിതുള്ളി.

"ആരു പറഞ്ഞു എനിക്കിത്തരം പ്രയോഗങ്ങളൊന്നും ആസ്വദി ക്കാൻ കഴിയില്ലെന്ന്! ഇതിന്റെ അർഥമൊക്കെ എനിക്കും മനസിലാകും. പ്രസക്തി എന്താണെന്നും എനിയ്ക്കറിയാം. എങ്കിലേ അനന്തമായ രാത്രി എന്ന വാക്കിന്റെ വൈക്ലബ്യം എന്നാലെന്തെന്നു വിശദീകരിക്കാൻ ഒന്നു ശ്രമിക്കാമോ.?"

ഇത്രയുമായപ്പോൾ കാക്കാ ബാബുവിനു ക്ഷമകെട്ടു. അദ്ദേഹം പറഞ്ഞു:

"ദെബോളിന ഒന്നു തഞ്ചപ്പെട്, നമ്മൾ അൽപ്പം തിരക്കിലാണ്."

ഇതുവരെ ആ മുറിക്കകത്ത് ആരെല്ലാമാണെന്നുപോലും ദെബോ ളിന ശ്രദ്ധിച്ചിരുന്നില്ല. അവൾ ചുറ്റും തിരിഞ്ഞ് നല്ലപോലെയൊന്നു നോക്കി.

"എന്തിനാണിവരൊക്കെ ഈ പുസ്തകവും താങ്ങിക്കൊണ്ടിരിക്കു ന്നത്? നിങ്ങൾ പുതിയരീതിയിലുള്ള സ്കൂളുവല്ലതും തുടങ്ങിയോ?"

"അല്ല. നമ്മളൊരു നാടക റിഹേഴ്സലിലാണ്" കാക്കാബാബു വിശ ദീകരിച്ചു കൊടുത്തു.

"അതെന്താണ്?" ദെബോലിന ചോദിച്ചു.

"റിഹേഴ്സൽ എന്ന വാക്കിന്റെ അർഥം പോലും ഇവൾക്കറിഞ്ഞു കൂട കാക്കാബാബു" ജോജോ കളിയാക്കി.

"ഞങ്ങളൊരു നാടകം അവതരിപ്പിക്കാൻ പോവുകയാണ്" കാക്കാ ബാബു വിശദീകരിച്ചു. ദെബോലിന നെറ്റി ചുളിച്ചു കൊണ്ടു ചോദിച്ചു.

"ഒരു നാടകം! ഞാനില്ലാതെ ഒരു നാടകം? ഓ അതു ശരി. അതാണ് നിങ്ങളീ കാട്ടുമൂലയിലൊളിച്ചിരിക്കുന്നത്. ഭാഗ്യം! ഞാൻ സമയത്തു ത ന്നെ എത്തി. എനിക്കു കൃത്യമായും ഈ നാടകത്തിലൊരു റോളുണ്ടാ കണം."

ജോജോ തള്ളവിരൽ നിഷേധാർഥത്തിൽ ആട്ടിക്കൊണ്ടു പറഞ്ഞു:

"ഇല്ലേ ഇല്ല. ഒരു വഴിയുമില്ല. നടന്മാരെല്ലാമായി കഴിഞ്ഞു."

ദെബോലിന അവന്റെ ഗോഷ്ടികൾ അവഗണിച്ച് കാക്കാബാബു വിനു നേരേ തിരിഞ്ഞ് ഉറച്ച സ്വരത്തിൽ പറഞ്ഞു:

"തികഞ്ഞോ തികഞ്ഞില്ലേ എന്നൊന്നും എനിക്കറിയേണ്ട. താങ്കൾ എനിക്കൊരു വേഷം തന്നേ തീരൂ. ഈ ശാന്തു ഒരു തനി ബുദ്ധുസാണ്. അവനു നൽകിയവേഷം എനിക്കെന്തു കൊണ്ടു തന്നുകൂടാ?"

"എനിക്കു കുഴപ്പമൊന്നുമില്ല. പക്ഷേ, നീയൊരു പുരുഷവേഷം അഭി നയിച്ചു കൊടുക്കേണ്ടി വരും" ശാന്തു പ്രതികരിച്ചു.

"അതെന്തിന്? നിനക്കു വേണമെങ്കിൽ പോയി പെൺവേഷം കെട്ട്. ഞാൻ ഇതിൽ പെൺകുട്ടിയായിത്തന്നെ അഭിനയിക്കും." ദെബോലിന തിരിച്ചടിച്ചു.

"പക്ഷേ, ഈ നാടകത്തിൽ പെൺവേഷമൊന്നുമില്ലല്ലോ". ശാന്തു അവൾക്കു കാരണം ബോധ്യപ്പെടുത്തി.

"എന്തുകൊണ്ട്?" ദെബോലിന ചോദിച്ചു.

"എനിക്കെങ്ങിനെയറിയാം? നീ പോയി നാടകകൃത്തിനോട് ചോ ദിക്ക്" ശാന്തുവിന് ദേഷ്യം വന്നു. ഇത്രയുമായപ്പോൾ കാക്കാബാബു ഇടപെട്ടു.

"ഇവിടെ നിനക്കൊരൽപ്പം പ്രശ്നം നേരിടും. നമ്മുടെ നാടകകൃത്ത് സുകുമാർ റേ ഞാൻ ജനിക്കുന്നതിനും എത്രയോ മുൻപേ മരിച്ചു പോയി."

ദെബോലിന ശാന്തുവിന്റെ കൈയിലിരുന്ന കൈയെഴുത്തു പ്രതി തട്ടിപ്പറിച്ചു തറയിലെറിഞ്ഞു.

"ഒരു സ്ത്രീ കഥാപാത്രം പോലുമില്ലാത്ത നാടകം. അതു തുലഞ്ഞു പോട്ടെ. വേറെ ഏതെങ്കിലും നോക്ക്"

"അയ്യോ കുറെയധികം പണി ചെയ്തതാണിത്. ഈ അവസരത്തിൽ വച്ച് ചുരുട്ടിക്കെട്ടാനാവില്ല. എന്നാൽ കൊൽക്കത്തയിൽ മറ്റൊരു നാടകം അവതരിപ്പിക്കുന്നുണ്ട്. അതിൽ നിനക്കു നല്ലൊരു റോൾ തരാം" കാക്കാ ബാബു അവളെ ശാന്തയാകാൻ ശ്രമിച്ചു.

എന്നാൽ ദെബോളിന ഉറച്ച നിലപാടിലാണ്.

"അതൊന്നും എനിയ്ക്കാവശ്യമില്ല. എനിയ്ക്കിപ്പോൾ ഈ നാട കത്തിൽ തന്നെ ഒരു റോളു വേണം"

"ഒരു മരിച്ച പടയാളിയുടെ വേഷമുണ്ടല്ലോ. അത് ഇവൾക്കു കൊടു ത്തു കൂടേ? ഇവൾക്കാകുമ്പോൾ ജഡം പോലെ അനങ്ങാതെ സ്റ്റേജിൽ കിടക്കാൻ അധികം പ്രയാസമുണ്ടാവില്ല" ജോജോ പ്രതീക്ഷയോടെ ഒരു നിർദേശം മുൻപോട്ടുവച്ചു.

"കാക്കാബാബൂ, ജോജോയ്ക്ക് ഈ നാടകത്തിൽ എന്താണുവേഷം?" ദെബോളിന ചോദിച്ചു.

"ഹനുമാനാണ്" കാക്കാബാബു അറിയിച്ചു. ഇതു കേട്ട് ദെബോളിന മുഖം കോട്ടി കുലുങ്ങി ചിരിച്ചുകൊണ്ടു ചോദിച്ചു.

"ഹനുമാനോ? ഓ അതിവന് ശരിക്കും യോജിക്കും. അപ്പോൾ തീർച്ച യായും ഇവന് നീണ്ടൊരു വാലുമുണ്ടായിരിക്കും അല്ലേ? പുരാണത്തിൽ പറഞ്ഞിട്ടുള്ളതുപോലെ അതിനു ശരിക്കും ഞാൻ തീ കൊളുത്തും."

"പോടി, പൊട്ടിപ്പെണ്ണേ, തീയൊന്നും കണ്ട് പേടിക്കുന്നവനല്ല ഹനു മാനെന്നു നിനക്കറിഞ്ഞുകൂടേ?" ജോജോ ചൊടിച്ചു.

മറ്റ് ആൺകുട്ടികളെല്ലാം വായും പൊളിച്ച് ദെബോളിനയും അവളുടെ ഗോഷ്ടികളേയും തുറിച്ചു നോക്കുകയായിരുന്നു. കാക്കാബാബുവിനു വല്ലാതെ ചൊറിഞ്ഞു വന്നു. അദ്ദേഹം അവളെ പിടിച്ചു വലിച്ച് അടുത്തു കിടന്ന കസേരയിൽ കൊണ്ടിരുത്തി.

അവളുടെ മുഖം വല്ലാതായി. ഏതു നിമിഷവും പൊട്ടിക്കരയുമെന്നു തോന്നിച്ചു. പക്ഷേ നാടകത്തിലെ നെടുങ്കൻ ഡയലോഗ് അവളുടെ മുഖത്തൊരു പുഞ്ചിരി വിടർത്തി. അതു വിഭീഷണൻ ഹനുമാനോടു പാടിയ വരികളായിരുന്നു.

മമ സഖേ മാരുതാ
ശ്രദ്ധിച്ചു കേൾക്ക നീ
എന്റെയീ വാക്കുകൾ
പുച്ഛിച്ചെറിയായ്ക!
നീയൊരു വാനരൻ
അസ്ഥിമാത്രൻ, ശുഷ്കൻ
കഠിനമാം ദൗത്യങ്ങൾ
കഴിയില്ല നിശ്ചയം
ഇത്രയുമായപ്പോൾ ദെബോളിനയ്ക്കു നിയന്തിക്കാനായില്ല. അവൾ ജോജോയ്ക്കു നേരെ വിരലുകൾ ചൂണ്ടി പൊട്ടിച്ചിരിക്കാൻ തുടങ്ങി.

മൂന്ന്

നാലു ദിവസങ്ങൾക്കുള്ളിൽത്തന്നെ കുട്ടികളെല്ലാപേരും അവര വരുടെ സംഭാഷണങ്ങൾ പഠിച്ചു തീർത്തു. നാടകം അതിന്റെ സമ്പൂർ ണതയിൽ കാക്കാബാബുവിൽത്തന്നെ മടങ്ങിയെത്തി. പുസ്തകത്തിൽ നോക്കാതെതന്നെ അദ്ദേഹത്തിനു പാട്ടുകൾ പോലും പാടാനായി.

ചെറിയമ്മാവൻ ഇതിനിടയിൽ പോസ്റ്ററുകൾ അച്ചടിച്ച് താകിക്കും ബസീർഹട്ടിനുമിടയിലുള്ള എണ്ണമറ്റ ചുമരുകളിലൊട്ടിച്ച് അലങ്കരി ക്കുകയും ചെയ്തു. സംവിധായകന്റെ പേര് രാജാറോയ് ചൗധരി എന്ന് വലിയ അക്ഷരങ്ങളിലാണ് അച്ചടിച്ചത്. വിളിപ്പേരായ കാക്കാബാബു എന്നത് ബ്രായ്ക്കറ്റിനകത്തും കൊടുത്തിരുന്നു. മാമൻ എന്നാണ് ആ വാക്കിനർഥം. ശാന്തു വിളിച്ചതു കേട്ടാണ് എല്ലാരും അങ്ങനെ വിളിച്ചത്.

പ്രഭാത സവാരിക്കിടയിൽ അത്തരമൊരു പോസ്റ്റർ ആദ്യമായി കണ്ട പ്പോൾ കാക്കാബാബു അന്തം വിട്ടു.

തിരിച്ചു ചെന്ന് ആദ്യമേ തന്നെ ചെറിയമ്മാവനോടു ചോദിച്ചു:

"എന്താണിതു ചന്തു? എന്തിനാണ് എന്റെ പേരു നീ പോസ്റ്ററി ലടിച്ചത്?"

"ടിക്കറ്റുകൾ പെട്ടെന്ന് വിറ്റുതീരണമെങ്കിൽ അങ്ങയുടെ പേരിതിൽ ഉൾപ്പെടുത്തിയേ പറ്റൂ." ചെറിയമ്മാവൻ തട്ടിവിട്ടു. എന്നാൽ കാക്കാ ബാബു വിട്ടു കൊടുത്തില്ല.

"എന്നെ ഇവിടെ ആർക്കറിയാം ഭേദ? ജനം വിചാരിക്കും ഞാനേതോ തനതു നാടകവേദിക്കാരനാണെന്ന്"

ചെറിയമ്മാവൻ ഉറച്ചസ്വരത്തിൽ പറഞ്ഞു: "നിങ്ങൾ എത്ര പ്രശ സ്തനാണെന്ന് നിങ്ങൾക്കറിയില്ല. ധാരാളം ആളുകൾ എന്നോടു ചോദി ച്ചത് "ഹരിത ദ്വീപിലെ സാഹസങ്ങൾ എഴുതിയ അതേ കാക്കാ ബാബു

വാണോ ഇതെന്നാണ്. ഇതിനെ അടിസ്ഥാനമാക്കി എടുത്ത ടെലിഫിലിം ഇവരിൽ പലരും കണ്ടിട്ടുണ്ട്!"

കാക്കാബാബുവിന് ഇക്കാര്യത്തിൽ വലിയ സന്തോഷം തോന്നി യില്ല.

"എല്ലാപേരും എന്നെ തിരിച്ചറിയുന്നത് എനിക്കിഷ്ടമല്ല. അല്ലെങ്കിൽ ത്തന്നെ എനിക്കാവശ്യത്തിനു ശത്രുക്കളുണ്ട്"

പക്ഷേ, ഇതിനിടയിൽ എല്ലായിടത്തും പ്രദർശിപ്പിച്ച പോസ്റ്ററുകൾ ഇളക്കി മാറ്റുന്നതെങ്ങിനെ.

മഴ റിഹേഴ്സലിനൊരു ഭീഷണിയായിത്തീർന്നു. ഇടയ്ക്കിടെ മഴ ശക്തമായിത്തീർന്നതിനാൽ ചില കുട്ടികൾക്ക് വീട്ടിൽ നിന്നും പുറത്തി റങ്ങാൻ പോലും കഴിഞ്ഞില്ല. എന്നാൽ നാടകറിഹേഴ്സലിൽ രസം പിടി ച്ചു കഴിഞ്ഞ ചിലരൊക്കെ ഈ മഴയത്തും സമയത്തിനെത്തി.

റിഹേഴ്സൽ കൃത്യം നാലു മണിക്കുതന്നെ തുടങ്ങുമെന്ന് നാടക ത്തിൽ പങ്കെടുക്കുന്നവരുടെ രക്ഷകർത്താക്കളോട് വാക്കാൽ പറഞ്ഞി രുന്നു. കൊടുങ്കാറ്റോ, ഇടിയോ, മഴയോ എന്തായാലും വേണ്ടില്ല സമയ നിഷ്ഠ പാലിച്ചിരിക്കണം. ഒരു നാടകം ശരിയായി നടക്കണമെങ്കിൽ ഇങ്ങി നെ ചില യാതനകൾ സഹിക്കാതെ പറ്റില്ല.

ഭാഗ്യത്തിനു മൂന്നര മണിയായപ്പോൾ മഴ നിന്നു. മാനവും തെളി ഞ്ഞു. നാലടിച്ചപ്പോൾ കാക്കാബാബു ആവശ്യപ്പെട്ടു:

"എല്ലാപേരും എത്തിക്കഴിഞ്ഞോ എന്ന് പോയി പരിശോധിക്കൂ."

"സുകോമൾ ഒഴികെ എല്ലാരുമുണ്ട്."

എല്ലാപേരും എത്തുന്നതിനു വളരെ നേരത്തേ എത്തുന്നവനാണ് സുകോമൾ.

ചിലപ്പോൾ ഇങ്ങനെ സംഭവിക്കും. റിഹേഴ്സലിനിടയിൽ ഒരാൾ വന്നില്ലെങ്കിൽ പകരത്തിനു മറ്റൊരാളെ താൽകാലികമായി നിർത്തി അഭി നയം തുടരും. അവരെ ഡ്യൂപ്പ് എന്നാണു പറയുക. എന്നാൽ സമ്പൂർണ മായി എല്ലാപേരുടെയും ഇടപെടലില്ലാത്ത കാര്യങ്ങൾ കാക്കാബാബു വിനു വെറുപ്പാണ്. അതു പോലെതന്നെ ഒരു നാടകം പകുതി മുതൽ റിഹേഴ്സൽ തുടങ്ങുന്നതും അദ്ദേഹത്തിന് ഇഷ്ടപ്പെടാത്ത ഒരു കാര്യ മാണ്. തുടങ്ങിയാൽ ആദ്യം മുതൽ തുടങ്ങി അവസാനം വരെ എടുക്കുക. അതാണദ്ദേഹത്തിന്റെ രീതി.

ആദ്യ രംഗം രാമനില്ലാതെ തുടങ്ങാനാവില്ല. അതുകൊണ്ട് എല്ലാ പേരും കാത്തു നിന്നു. അഞ്ചുമിനിട്ട് പത്തുമിനിട്ട്, അരമണിക്കൂർ, ഇങ്ങനെ സമയം കടന്നു പോയതല്ലാതെ സുകോമളിന്റെ പൊടിപോലും കണ്ടതേ യില്ല.

ലക്ഷ്മണനായി ദിവാകറിനെയായിരുന്നു തിരഞ്ഞെടുത്തിരുന്നത്. അവന് ഉള്ളിൽ സുകോമളിനോട് ചെറിയൊരു വെറുപ്പുമുണ്ടായിരുന്നു. പണ്ടെങ്ങോ നടന്ന ചെറിയൊരു വഴക്കായിരുന്നു അതിനു കാരണം. ചുരു

ക്കത്തിൽ സഹോദരന്മാരായ രാമലക്ഷ്മണന്മാർ തമ്മിൽ സ്വരചേർച്ചയില
ല്ലായിരുന്നെന്നു സാരം.

ദിവാകർ എഴുന്നേറ്റു നിന്നു ചോദിച്ചു: "കാക്കാബാബു, സുകോമൾ
വന്നാൽ അവനെക്കൊണ്ട് സാഷ്ടാംഗ പ്രണാമം നടത്തിക്കുമോ?"

കാക്കാബാബു കനപ്പിച്ചു തന്നെ പറഞ്ഞു: "തീർച്ചയായും."

പൊലീസ് ഓഫീസറുടെ മകന് ശിക്ഷകിട്ടുന്നതു കാണാൻ എല്ലാ
പേരും ആകാംക്ഷയോടെ കാത്തിരിപ്പാണ്. അവരുടെയെല്ലാം കണ്ണുകൾ
വാതിലിൽത്തന്നെ തറഞ്ഞു നിൽക്കുന്നു.

പത്തുമിനിട്ടുകൾ കൂടി കടന്നുപോയി. എന്നാൽ സുകോമൾ മാത്രം
കാഴ്ചവട്ടത്തൊന്നുമില്ല.

കാക്കാ ബാബു അസ്വസ്ഥനാണെന്ന് കാഴ്ചയിൽത്തന്നെ മനസി
ലാക്കാം. അദ്ദേഹത്തിന്റെ കണ്ണുകൾ പുസ്തകത്തിൽത്തന്നെ തറഞ്ഞു
നിൽപ്പാണ്.

കുറച്ചുകൂടി കഴിഞ്ഞ് അദ്ദേഹം പറഞ്ഞു: "ഇനി നമുക്കു കാത്തി
രിക്കാൻ സമയമില്ല. പാട്ടുകൾ മുതൽ നമുക്കു തുടങ്ങാം. അവൻ താമസി
ക്കുന്നത് അത്ര ദൂരെയാണോ? അവനെന്തു കുഴപ്പം പറ്റിയെന്ന് നിങ്ങൾ
ക്കാർക്കെങ്കിലും പോയൊന്നു തിരക്കിക്കൂടേ?"

ദിവാകർ സ്വയം സന്നദ്ധനായി. "സൈക്കിളിലാണെങ്കിൽ വെറും
പത്തു മിനിട്ട് യാത്രയേയുള്ളൂ."

ചിലപാട്ടുകൾ സംഘഗാനമായി പാടാനുള്ളതായിരുന്നു. അവ ഇതു
വരെ ഒരു പൂർണതയിലെത്തിയിരുന്നില്ല. കാക്കാബാബു അവ പൂർത്തീക
രിക്കാൻ ആരംഭിച്ചു. ദിവാകർ തിരിച്ചെത്തി. അവൻ പറഞ്ഞു: "സുകോ
മൾ വീട്ടിലില്ല. അവന്റെ അമ്മ പറഞ്ഞത് നാലുമണിയാകുന്നതിനും
വളരെ മുൻപെ അവൻ റിഹേഴ്സലിനു പോയി എന്നാണ്."

റിഹേഴ്സലിനെന്നും പറഞ്ഞ് സുകോമൾ മറ്റുവല്ല പണിയും ഒപ്പി
ക്കാൻ പോയതാണോ? വലിയ നാണക്കേടായിപ്പോയി. നാടകാവതര
ണത്തിന് അവനൊരു താൽപ്പര്യവുമില്ലേ? പിന്നെന്തിനാണ് പ്രധാന കഥാ
പാത്രമായ രാമന്റെ റോളുതന്നെ തട്ടിയെടുത്ത് അവനീ കുഴപ്പമുണ്ടാക്കി?

സുകോമൾ വരാതായിട്ട് ഒന്നൊന്നര മണിക്കൂർ കഴിഞ്ഞിരിക്കുന്നു.
എന്നാൽ എത്ര കാത്തിരുന്നിട്ടും അവൻ മാത്രം വന്നില്ല. ഏഴുമണിയോടെ
അന്നത്തെ റിഹേഴ്സൽ കഴിഞ്ഞു.

ആ പ്രദേശത്ത് കൂടെക്കൂടെ പവർകട്ട് പതിവാണ്. ഇരുട്ടായാൽ
റോഡുകൾ അപകടകരമാകും. മഴക്കാലമായാൽ പാമ്പുകൾ മാളങ്ങളിൽ
നിന്നും പുറത്തുവരിക നിത്യസംഭവമാണ്. ഇനിയും കുട്ടികളെ റിഹേ
ഴ്സലിനെന്നും പറഞ്ഞു പിടിച്ചു നിർത്തുന്നതു ശരിയല്ല.

എല്ലാപേരും പൊയ്ക്കഴിഞ്ഞതിനു ശേഷം കാക്കാബാബു ഒരു കപ്പ്
കാപ്പിയുമായി വരാന്തയിൽ ചടഞ്ഞുകൂടി.

ജോജോയും ശാന്തുവും വന്ന് അദ്ദേഹത്തിന്റെ അരികിലിരുന്നു.

"മാമൻ പണ്ട് ലക്ഷ്മണനും ദിവ്യായുധവും എന്ന നാടകം വേദിയില

വതിരിപ്പിച്ചപ്പോൾ എങ്ങനെയുണ്ടായിരുന്നു? വിജയമായിരുന്നോ? അതോ കൂവലും വിളിയുമായിരുന്നോ?" ജോജോ ചോദിച്ചു.

കാക്കാബാബു പറഞ്ഞു: "അത് വർഷങ്ങൾക്കുമുമ്പാണ്. എന്നാൽ എനിക്കതിന്റെ വിശദാംഗങ്ങളെല്ലാം ഓർമയുണ്ട്. ചില ചെറിയ ചെറിയ പോരായ്മകൾ ഉണ്ടാകാം. ഏതായാലും ഈ വിഷയം വിശദമായി ചർച്ച ചെയ്യാൻ ഇപ്പോൾ എനിക്കു തോന്നുന്നില്ല. അതിന്റെ കഥയൊക്കെ ഞാൻ പിന്നീടു പറയാം. ഇപ്പോഴെന്നെ അലട്ടുന്ന പ്രശ്നം സുകോമളാണ്. അവൻ ആത്മാർഥതയുള്ളവനാണെന്നാണ് എനിക്കു തോന്നുന്നത്. പിന്നെ എന്തുകൊണ്ട് റിഹേഴ്സൽ ഉഴപ്പിയിട്ട് അവൻ മറ്റാരെയോ കാണാൻ പോയി?"

"വല്ല ട്രാഫിക് ജാമിലും ചെന്നുപെട്ടു കാണുമോ അവൻ?" ജോജോ ബുദ്ധിപരമായി ചിന്തിച്ചിട്ടെന്നപോലെ ചോദിച്ചു.

"സൈക്കിളിലാണെങ്കിൽ അവനു വീടെത്താൻ അഞ്ചുമിനിട്ടു മതി. ഇതിനിടിയിലെവിടെയാണാവോ ഈ ഗതാഗത കുരുക്ക്?" കാക്കാബാബു അൽപ്പം നീരസത്തോടെ ചോദിച്ചു.

മുൻകാല അനുഭവങ്ങളിൽ നിന്നും ശാന്തുവിന് ഒരു കാര്യമറിയാം. കാക്കാബാബുവിന്റെ തലയിലെന്തെങ്കിലും പ്രശ്നമുദിച്ചാൽ പിന്നെ അദ്ദേഹത്തിനു വിശ്രമമില്ല. സുകോമളിന്റെ കാര്യമോർത്ത് ഇന്നു രാത്രി കാക്കാബാബുവിന് ഉറക്കമുണ്ടാവില്ലെന്ന് അവനു തോന്നി.

ശാന്തു അദ്ദേഹത്തിന്റെ ശ്രദ്ധ വ്യതിചലിപ്പിക്കുന്നതിനു ചില ചോദ്യങ്ങളുന്നയിച്ചു.

"കാക്കാബാബു ശിശിർ ഭാദുരി എന്ന മഹാനായ നടനെപ്പറ്റി ഞാൻ ഒരുപാട് വായിച്ചിട്ടുണ്ട്. അദ്ദേഹത്തിന്റെ അഭിനയപ്രകടനം കാണാൻ അങ്ങേക്ക് എപ്പോഴെങ്കിലും അവസരമുണ്ടായിട്ടുണ്ടോ"

കാക്കാബാബു മറുപടി പറയാൻ വാ തുറക്കുന്നതിനു മുൻപേ ജോജോ ചാടി വീണു.

"ഓഹോ നിനക്കറിഞ്ഞുകൂടേ? എന്റെ അച്ഛന്റെ കീഴിലല്ലേ ശിശിർ ഭാദുരി പരിശീലനം നടത്തിയത്. ഒരിക്കലദ്ദേഹത്തിനൊരു തൊണ്ട വേദന വന്നപ്പോൾ..."

കഥ പൂർത്തിയാക്കാനാവനു കഴിഞ്ഞില്ല. അപ്പോഴേക്ക് ചെറിയ മ്മാവൻ അങ്ങോട്ടു കയറി വന്നിട്ടു പറഞ്ഞു:

"രാജേട്ടാ ഒരു ഗൗരവമുള്ള പ്രശ്നമുണ്ട്. നമ്മുടെ സുകോമൾ റിഹേ ഴ്സലിനെന്നും പറഞ്ഞ് വീട്ടിൽ നിന്നിറങ്ങി. അവൻ ഇവിടെ വന്നില്ല. വീട്ടിലും തിരിച്ചെത്തിയിട്ടില്ല. അവൻ എവിടെയാണെന്നതിനെപ്പറ്റി ആർ ക്കും ഒരു വിവരവുമില്ല."

"വീട്ടിലെന്തെങ്കിലും വഴക്കോ മറ്റോ—" കാക്കാബാബു ചോദിച്ചു.

"ഇല്ലില്ല. വീട്ടിൽ നിന്നിറങ്ങുന്നതിനു മുൻപ് പാലും നേന്ത്രപ്പഴവും അവലോസുപൊടിയും കഴിച്ചു. കൊടുത്തതു മുഴുവൻ തിന്നുന്നതിനു മുൻപുതന്നെ നേരം വൈകിയെന്നു പറഞ്ഞ് ധൃതിയിൽ വസ്ത്രവും

ധരിച്ചു പുറത്തിറങ്ങിയെന്നാണ് അവന്റെ അമ്മ പറഞ്ഞത്. ധൃതിയിൽ വസ്ത്രവും ധരിച്ചു പുറത്തിറങ്ങുയെന്നാണ് അവന്റെ അമ്മ പറഞ്ഞത്. ഉടൻ തിരിച്ചു വന്ന് മറന്നു വച്ച നാടക സ്ക്രിപ്റ്റുമെടുത്തു തിരിച്ചുപോയി. രണ്ടാമത് വീട്ടിൽ നിന്നിറങ്ങുമ്പോൾ സമയം കൃത്യം നാലിനു പത്തു മിനിട്ട്" ചെറിയമ്മാവൻ വിശദമാക്കി.

"ഒരു പക്ഷേ, റിഹേഴ്സലിനെന്നും പറഞ്ഞ് മറ്റെവിടെയെങ്കിലും പോയതായിരിക്കും. എന്നാൽ വീടുവിട്ട് ഇത്രയും നേരം വെളിയിൽ കറ ങ്ങുന്ന സ്വഭാവക്കാരനാണോ അവൻ?" കാക്കാ ബാബു ചോദിച്ചു.

"ഇരുട്ടു വീണാൽ പിന്നെ ഈ പ്രദേശത്ത് ഒരു കാര്യവും നടക്കില്ല. അവൻ എവിടെയാകാനാണു സാധ്യത? ബബ്ലു എന്നൊരു കൂട്ടുകാരനെ കാണാൻ പോകുന്ന ശീലമുണ്ടവന്. അവരൊരുമിച്ചു കാരംസ് കളിക്കാ റുണ്ട്. പക്ഷേ ബബ്ലു കുറച്ചു ദിവസങ്ങളായി പനി പിടിച്ചു കിടപ്പാണ്. നമ്മൾ അവിടെയും പോയിരുന്നു. എന്നാൽ സുകോമൾ അവിടെയും ചെന്നിട്ടില്ല."

പെട്ടെന്ന് വീട്ടിനു മുന്നിലെ മെയിൻ റോഡിലൂടെ ഒരു മോട്ടോർ സൈക്കിൾ ഇരമ്പിപ്പാഞ്ഞു പോയി.

അടുത്ത നിമിഷം പൂന്തോട്ടത്തിലെന്തോ തെറിച്ചു വീഴുന്നത് അവർ കണ്ടു. അത് ഒരു പന്ത് പോലെയുണ്ടായിരുന്നു. അതിൽ നിന്നും തീപ്പൊരി തെറിച്ചു കൊണ്ടിരുന്നു.

ശാന്തുവും ജോജോയും അതിനടുത്തേക്കു നടന്നപ്പോൾ കാക്കാ ബാബു അലറി വിളിച്ചു:

"അരുത്. അതിനടുത്തേക്കു പോകരുത്"

അദ്ദേഹത്തിന്റെ ശബ്ദം പൂർണമായി പുറത്തു വരുന്നതിനു മുൻപു തന്നെ ആ ഗോളം കാതടപ്പിക്കുന്ന അത്യുഗ്രസ്ഫോടനത്തോടെ പൊട്ടി ച്ചിതറി.

ചെറിയമ്മാവൻ സംഭ്രമത്തോടെ ചോദിച്ചു: "എന്റെ വളപ്പിലേക്ക് ബോംബെറിയുകയോ? അതിനു ധൈര്യപ്പെട്ടതാരാണ്?" ഇത്രയുമേ അദ്ദേ ഹത്തിനു പറഞ്ഞൊപ്പിക്കാൻ കഴിഞ്ഞുള്ളൂ.

"അതൊരു ബോംബല്ല. വെറും പടക്കം. ആരോ നിന്നെയൊന്നു വിര ട്ടാൻ ശ്രമിച്ചതാണ്." കാക്കാ ബാബു സമാധാനിപ്പിക്കാൻ ശ്രമിച്ചു.

"പക്ഷേ, എന്നെ ഭയപ്പെടുത്താൻ ആഗ്രഹിക്കുന്നതാരാണ്? എന്തിന്?"

"നീ ഇവിടത്തെ ജനങ്ങൾക്കു വേണ്ടി ഒരുപാട് കാര്യങ്ങൾ ചെയ്യുന്നു. പകരം അവർ തിരിച്ച് നിന്നെ സ്നേഹിക്കുകയും ബഹുമാനിക്കുകയും ചെയ്യുന്നു. അതു നിനക്ക് കുറച്ചു ശത്രുക്കളേയും സംഭാവന ചെയ്തി ട്ടുണ്ടോ?" കാക്കാ ബാബു ചോദിച്ചു.

"ശരിയാണ്. ചിലരുണ്ട്. ഒന്നു രണ്ടുപേർ ചിലപ്പോഴെന്നെ അപഖ്യാ തിപ്പെടുത്താനും ശ്രമിച്ചിട്ടുണ്ട്. പക്ഷേ ഞാനവരെ ശ്രദ്ധിക്കാറേയില്ല" ചെറിയമ്മാവൻ പറഞ്ഞു.

"നീയൊരു നിശാപരിപാടി നടത്തുന്നുണ്ടല്ലോ? കൊൽക്കത്തയിൽ

നിന്നും കലാകാരന്മാരെയൊക്കെ പങ്കെടുപ്പിച്ച്? അതിനു നിനക്ക് എല്ലാ പേരുടെയും പിന്തുണയുണ്ടോ?" കാക്കാബാബു ചോദിച്ചു.

"എല്ലാപേരും ഒരേ അഭിപ്രായക്കാരാകണമെന്നു പ്രതീക്ഷിക്കുന്നതു ശരിയാണോ? ഗഗൻ സാഹ എന്നൊരു കക്ഷി അയാളെ കമ്മറ്റി സെക്രട്ട റിയാക്കണമെന്ന് ആവശ്യപ്പെട്ടിരുന്നു. പുള്ളിക്കാരൻ മത്സ്യക്കച്ചവടം നടത്തി ഈ അടുത്ത കാലത്ത് പെട്ടെന്നു പണക്കാരനായവനാണ്. ഇവി ടത്തെ കാര്യങ്ങൾ എങ്ങിനെയാണെന്നറിയാമോ? നമ്മൾ എന്തെങ്കിലു മൊക്കെ ചെയ്യാൻ ശ്രമിച്ചാൽ ഉടൻ അതിനൊരു കമ്മിറ്റിയുണ്ടാക്കുക പിന്നെ ഓരോരുത്തന്റെയും കഠിനശ്രമം അതിന്റെ സെക്രട്ടറിയാകാ നാണ്" ചെറിയമ്മാവൻ ആവലാതിപ്പെട്ടു.

"അപ്പോൾ ഗഗൻ സാഹയെ സെക്രട്ടറിയാക്കാൻ സമ്മതിച്ചില്ല അല്ലേ?" കാക്കാബാബു ചോദിച്ചു.

"നോക്കു. ഗഗൻ ഒരു കഠിനാധ്വാനിയാണ്. അയാൾ മുടിഞ്ഞ പണി യെടുക്കും. പക്ഷേ, ഒരു കുഴപ്പമുണ്ട്. അയാൾ സമ്പന്നനാണ്. അയാൾക്ക് നഗരത്തിലും ഇവിടെയും ഓരോ വീടുണ്ട്. പക്ഷേ, ഞാൻ പറഞ്ഞില്ലേ ഒരു കുഴപ്പമുണ്ടെന്ന്? എന്തെന്നൊ? പൊതുമുതലു കട്ടുതിന്നാനുള്ള പ്രവണത നിയന്ത്രിക്കാനാവില്ല. അയാളെ സെക്രട്ടറി യാക്കിയിരുന്നെ ങ്കിൽ പലരും അതിനെ എതിർക്കുമായിരുന്നു." ചെറിയമ്മാവൻ വിശദീ കരിച്ചു.

"അതിനർഥം ഗഗന് നിങ്ങളോടെല്ലാം ദ്വേഷ്യമുണ്ടെന്നാണ്. അപ്പോൾ നിങ്ങളുടെ പരിപാടി മുടക്കാൻ അവൻ ചില തറവേലകളൊക്കെ ചെയ്യും. ഞാനുദ്ദേശിച്ചത് നിങ്ങളുടെ പരിപാടിയിൽ എന്തെങ്കിലും പാകപ്പിഴ വന്നാൽ അയാൾ നിങ്ങളെ അതിനുത്തരവാദികളാക്കുമെന്നാണ്. എന്താ ശരിയല്ലേ?" കാക്കാബാബു ചോദിച്ചു.

"നിങ്ങളുടെ ഗഗൻ ഒരു മോട്ടോർ സൈക്കിളുണ്ടോ?" ശാന്തു ഇട യ്ക്കു കയറി ചോദിച്ചു.

ചെറിയമ്മാവൻ അതിശയത്തോടെ പറഞ്ഞു: "നീ പറഞ്ഞതു ശരി യാണ്. കഴിഞ്ഞ കുറേ ദിവസങ്ങളായി അവൻ ഒരു മോട്ടോർ സൈക്കി ളിൽ ഇവിടെയെല്ലാം വിലസി നടക്കുന്നുണ്ടായിരുന്നു."

ഒരു കാര്യം കൂടി ചെറിയമ്മാവൻ ചൂണ്ടിക്കാട്ടി.

"എന്റെ വളപ്പിനകത്ത് ഒരു ബോംബ് വലിച്ചെറിയാനുള്ള ധൈര്യം എന്തായാലും അവനില്ല. എന്നെ അവനു പേടിയാണ്."

"നിന്നെ അയാൾ പേടിക്കുന്നതെന്തിന്? നിന്റെ കരുത്തെന്നു പറയു ന്നതെന്താണ്? പൊലീസ് നിന്റെ സൈഡാണോ?" കാക്കാബാബു ചോ ദിച്ചു.

ചെറിയമ്മാവൻ ഉടൻ തന്നെ അതിനെ എതിർത്തു.

അല്ലല്ലാ ഞാൻ പൊലീസിന്റെ സഹായം തേടാറില്ല. സുകോമളിന്റെ അച്ഛനെപ്പോലും ഞാൻ ഈ വീട്ടിലേക്ക് ക്ഷണിച്ചിട്ടില്ല. പക്ഷേ, ജനങ്ങൾ എന്നെ ഇഷ്ടപ്പെടുന്നു. എന്റെ ഒറ്റവാക്കു മതി. ആയിരങ്ങൾ അവന്റെ

വീടുവളയും. യഥാർഥത്തിൽ ഒന്നു രണ്ടു പ്രാവശ്യം ഗ്രാമീണർ അവനെ കൈകാര്യം ചെയ്യാൻ ശ്രമിച്ചതാണ്. അപ്പോഴൊക്കെ ഞാനാണവനെ രക്ഷപ്പെടുത്തിയത്"

"നീയവനെ രക്ഷപ്പെടുത്തിയെന്നോ? അപ്പോൾ നിന്നോടവനു വൈരാഗ്യം തോന്നിയതിൽ അത്ഭുതമില്ല. അതു പ്രകൃതി നിയമം" കാക്കാ ബാബു അങ്ങിനെയാണിതിനെ വിലയിരുത്തിയത്.

ജോജോ ചോദിച്ചു: "സുകോമളിന്റെ അച്ഛൻ എവിടെയാണ്?"

കാക്കാബാബുവിനു തന്നെ അതിശയം തോന്നി. സുകോമളിന്റെ അച്ഛൻ ഒരിക്കൽ പോലും ഇവിടെ വന്ന് തന്നെ കണ്ടിട്ടില്ല. ശാന്തുവിനും ജോജോയ്ക്കും പോലുമറിയാം കാക്കാബാബു എവിടെ ചെന്നാലും അവിടത്തെ സീനിയിർ പൊലീസ് ഉദ്യോഗസ്ഥർ ഇറങ്ങിവന്ന് അദ്ദേഹവു മായി കൊച്ചുവർത്തമാനം പറയാതെ പോകാറില്ല. ഒരുപാട് പ്രാവശ്യമ ല്ലെങ്കിലും ഒരു തവണയെങ്കിലും ചെന്ന് അദ്ദേഹത്തെ കാണാറുണ്ട്.

"സുകോമളിന്റെ പിതാവ് നിഖിൽമഹാതോവാണ്. അദ്ദേഹം ബരാസ ത്തിൽ ഔദ്യോഗിക കൃത്യനിർവഹണത്തിലാണ്. നമുക്കദ്ദേഹത്തെ ടെലിഫോണിൽ ബന്ധപ്പെടാനാവില്ല. ഇവിടെ നടന്ന കാര്യങ്ങൾ അദ്ദേഹ ത്തിനറിയാനും കഴിഞ്ഞിട്ടില്ല." ചെറിയമ്മാവൻ വിശദീകരിച്ചു.

കാക്കാബാബു എഴുന്നേറ്റു പറഞ്ഞു:- "വാ നമുക്കു പോയി ഗഗൻ സാഹയുമായി ഒന്നു സംസാരിക്കാം"

പക്ഷേ, ചെറിയമ്മാവൻ ഇക്കാര്യത്തിൽ സംശയാലുവായിരുന്നു.

"ഇപ്പൊഴോ? സമയം ഒരുപാടായി. നമ്മൾ അത്താഴം കഴിച്ചിട്ടുമില്ല."

കാക്കാ ബാബു പറഞ്ഞു: "ഭക്ഷണം നമുക്ക് പിന്നീടു കഴിക്കാം. ശാന്തുവിനും ജോജോയ്ക്കും വിശക്കുന്നില്ലെന്നാണെന്റെ വിശ്വാസം. സുകോമളിനെന്തു പറ്റിയെന്ന് നമുക്കറിയണം. അതും രാത്രി കഴിയു ന്നതിനു മുൻപു വേണം. റിഹേഴ്സൽ നമുക്കു നിർത്താനാവില്ല."

നാല്

പാതകൾ പൂർണമായും ഇരുട്ടിലായിരുന്നു. രാത്രി സമയമായതി നാൽ ഇതുവഴി കാറുകളൊന്നും അധികം വന്നുകണ്ടില്ല. സൈക്കിൾ റിക്ഷകൾ മാത്രം കുറേയെണ്ണം കടന്നുപോയി. ചെറിയമ്മാവൻ ഒരു സൈക്കിളിൽ പോയി രണ്ടു സൈക്കിൾറിക്ഷ വിളിച്ചു കൊണ്ടുവന്നു.

റോഡിനിരുവശവും താമസിക്കുന്നവരെല്ലാം ഉറങ്ങിക്കഴിഞ്ഞോ അതോ ഉറങ്ങാൻ തയാറെടുക്കുകയാണോ എന്നു പറയുക പ്രയാസം. പവർകട്ട് സമയമായതിനാൽ ഹരിക്കെയിൻ വിളക്കുകളുടെ ദുർബലമായ നാളങ്ങൾ മാത്രം അങ്ങിങ്ങു മുനിഞ്ഞു കത്തുന്നുണ്ട്.

ചന്തസ്ഥലത്തു മാത്രം ഒരു ചെറിയ ആൾക്കൂട്ടമുണ്ട്. പവർക്കട്ടിനെ മണ്ണെണ്ണ വിളക്കുകൾ കൊണ്ട് ധീരമായി നേരിട്ട്, കുറച്ചു കടകൾ മാത്രം തുറന്നു വച്ചിരിക്കുന്നു. പച്ചക്കറി കച്ചവടക്കാർ റോഡരികിൽ ചടഞ്ഞി രുന്നു വിളിച്ചുകൂവുന്നു.

"പച്ചക്കറി ആദായവില. കൊണ്ടുപോ കൊണ്ടുപോ. ഒരു പടവലം കേവലം ഒന്നരരൂപ മാത്രം. ആദായവില."

ചന്ത സ്ഥലത്തുനിന്ന് അൽപ്പം മാറിയാണ് ഗഗൻ സാഹയുടെ വീട്. അതൊരു പുതുപുത്തൻ ഇരുനില മാളികയാണ്. നാലുവശവും മതിൽ കെട്ടിയിട്ടുണ്ട്. മുൻവശത്ത് ഒരു കൂറ്റൻ ഇരുമ്പുഗേറ്റും. താഴത്തെ നില ഇരുട്ടിലായിരുന്നെങ്കിലും മുകൾ നിലയിൽ വിളക്കുകൾ കത്തുന്നുണ്ട്. അതിനർഥം അവരുടെ കൈവശം ഒരു ജനറേറ്റർ ഉണ്ടാകുമെന്നാണ്. പരിസരത്തെ സമ്പന്നമായൊരു വീടാണതെന്നു വ്യക്തം.

ഗേറ്റു പൂട്ടിയിരിക്കുകയാണ്. ചെറിയമ്മാവൻ പൂട്ടുപിടിച്ചുവലിച്ച് ശബ്ദമുണ്ടാക്കിയെങ്കിലും ആരും പുറത്തുവന്നില്ല. ഗഗൻ, ഗഗൻ എന്ന് അദ്ദേഹം ഉച്ചത്തിൽ വിളിച്ചു കൂവി.

ഉള്ളിൽ നിന്ന് ആരോ വിളിച്ചു പറഞ്ഞു "ചേട്ടൻ പുറത്തു പോയിരി ക്കുകയാണ്" ചെറിയമ്മാവൻ കടുപ്പിച്ചു പറഞ്ഞു:

"ഇതു ചന്ദ്രബാബുവാണ് സംസാരിക്കുന്നത്" പക്ഷേ അകത്തുനി ന്നും മറുപടി വന്നു: "നിങ്ങളോടല്ലേ പറഞ്ഞത് ചേട്ടൻ വീട്ടിലില്ലെന്ന്"

"കക്ഷി എവിടെ പോയിരിക്കുകയാണ്?"

"എനിക്കറിയില്ല"

"നിങ്ങൾക്കൊന്നു ഗേറ്റു തുറക്കരുതോ?"

"ശല്യപ്പെടുത്താതെ ഇവിടന്നു പോകുന്നുണ്ടോ. ചേട്ടൻ വീട്ടി ലില്ലാത്ത സമയത്ത് ഗേറ്റു തുറക്കാൻ ഞങ്ങൾക്കനുവാദമില്ല."

"പക്ഷേ, വിളക്കുകൾ കത്തുന്നുണ്ടല്ലോ"

"വിളക്കു കത്തിച്ചുകൂടെന്ന നിയമം വല്ലതുമുണ്ടോ?"

"ഈ രാത്രിയിലും ഗഗൻ വീട്ടിലില്ല എന്നാണോ നിങ്ങൾ പറയു ന്നത്?"

"വീട്ടിലില്ലാത്ത ഒരാൾ ഉണ്ടെന്നു ഞാൻ നുണ പറയണമെന്നാണോ നിങ്ങളുദ്ദേശിക്കുന്നത്? അദ്ദേഹത്തിന്റെ അമ്മാവൻ വരുന്നതുകൊണ്ട് വീട്ടിലെ ലൈറ്റെല്ലാം കത്തിച്ചിടണമെന്നാണു പറഞ്ഞിരിക്കുന്നത്"

ഇത്രയുമായപ്പോൾ കാക്കാബാബു പറഞ്ഞു: "പൊലീസുകാർ വന്നെങ്കിലേ ഇതിനകത്തു കയറാൻ പറ്റൂ."

ജോജോ ഈ സമയം തന്റെ ബുദ്ധിസാമർ‌ഥ്യം പുറത്തെടുത്തു.

"നമുക്കു മറ്റൊരുവഴി ശ്രമിച്ചു നോക്കാം. ശാന്തുവിനു വളരെ എളു പ്പത്തിൽ ഈ വാട്ടർ പൈപ്പുവഴി വീടിന്റെ മേൽക്കൂരയിൽ കയറിപ്പറ്റാം."

അപ്പോൾ ശാന്തു ചോദിച്ചു: "ശരിയാണ് എനിക്ക് എളുപ്പത്തിലതു ചെയ്യാൻ പറ്റും. പക്ഷേ, ഒരു കാര്യം ഉറപ്പാണ്. അതിനേക്കാൾ ഭംഗിയായി നിനക്കാവുമല്ലോ?"

"എനിക്കും പറ്റും. പത്തും പന്ത്രണ്ടും നിലയുള്ള കെട്ടിടത്തിലൊക്കെ ഞാൻ പല പ്രാവശ്യം കയറിയിട്ടുണ്ട്. പക്ഷേ നായ്ക്കളെ എനിക്കു വലിയ പിടിയില്ല" ജോജോ പറഞ്ഞു.

അപ്പോൾ കാക്കാബാബു വിലക്കി: "മതി. നീ വലുതായിട്ടു ശരീര മിളക്കണ്ട"

ശാന്തു അവർക്ക് മറ്റൊരു വിവരം നൽകി.

"അകത്തു നിന്നു സംസാരിച്ച ആ മനുഷ്യൻ കോങ്കണ്ണനാണ്. ഒരു താടിയും വച്ചിട്ടുണ്ട്."

"അതു നിനക്കെങ്ങിനെ അറിയാം?" ജോജോ ചോദ്യം ചെയ്തു.

"സമയമുണ്ടെങ്കിൽ നീ ചെന്നു നോക്ക്"

ശാന്തുവിന്റെ ചുട്ട മറുപടി വന്നു.

"ഷെർലക് ഹോംസ് ആയിരുന്നെങ്കിൽ ഇവിടെ നിന്നു കൊണ്ടു തന്നെ അതു തെളിയിക്കുമായിരുന്നു."

"ഗഗൻ വീട്ടിലില്ലെന്നാണ് എന്റെ ബലമായ വിശ്വാസം. അയാളായി രുന്നെങ്കിൽ, ഇത്രയുമായ സ്ഥിതിക്ക് പുറത്തിറങ്ങി വരുമായിരുന്നു. പക്ഷേ, ഇന്നു വൈകിട്ട് ഞാൻ അയാളെ കണ്ടതുമാണ്" ചെറിയമ്മാവൻ സംശയം പ്രകടിപ്പിച്ചു.

"ഗഗൻ ഇന്നു രാത്രി തിരിച്ചു വരില്ലെന്നല്ലേ ആ മനുഷ്യൻ പറഞ്ഞത്? "കാക്കാബാബു ചോദിച്ചു. അപ്പോൾ ചെറിയമ്മാവൻ പറഞ്ഞു:

"ഗഗൻ അയാളുടെ ഗ്രാമത്തിലൊരു വീടുണ്ട്. അയാൾ ഇവിടെ യാണു ബിസിനസ്സ് ചെയ്യുന്നതെങ്കിലും നാടുമായുള്ള അയാളുടെ വേരു കൾ മുറിച്ചു മാറ്റിയിട്ടില്ല. അവിടത്തെ വീടും വളരെ വലുതാണ്. നിറയെ അലങ്കാരപ്പണികളൊക്കെ ചെയ്തിട്ടുണ്ട്. ചില അവസരങ്ങളിൽ ദിവസ ങ്ങളോളം അയാളവിടെ താമസിക്കാറുണ്ട്."

"നമുക്കെല്ലാം കൂടി അങ്ങോട്ടു പോകാം" കാക്കാബാബു പറഞ്ഞു.

"ഇപ്പഴോ? അസാധ്യം!" ചെറിയമ്മാവൻ എതിർത്തു.

"എന്തുകൊണ്ട് അസാധ്യം? അതിവിടന്ന് ഒരുപാട് ദൂരെയാണോ?" കാക്കാബാബു ശാന്തനായി ആരാഞ്ഞു.

"അല്ല. ദൂരം അധികമില്ല. പക്ഷേ, റോഡു വളരെ മോശമാണ്. ഈ മഴയത്ത് നമ്മൾ ചെളിയിൽ കിടന്നു നീന്തേണ്ടി വരും. സൈക്കിൾ റിക്ഷ ഇപ്പോഴങ്ങോട്ടു പോകുന്ന കാര്യം സംശയമാണ്" ചെറിയമ്മാവൻ വിശദീ കരിച്ചു.

"അപ്പോൾ ഗഗനും അവന്റെ ആൾക്കാരും അവിടെയെത്തുന്നത് എങ്ങിനെയാണ്?" കാക്കാബാബു ചോദിച്ചു.

"മോട്ടോർ സൈക്കിളിൽ. ജീപ്പാണെങ്കിലും പോകും. റോഡിനു നല്ല വീതിയുണ്ട് പക്ഷേ—"

"ഒരു ജീപ്പ് കണ്ടുപിടിക്ക്" ഇടയ്ക്ക് കയറി കാക്കാബാബു ആജ്ഞാ പിച്ചു.

"വട്ടാണോ ചേട്ടന്? ഈ രാത്രി ഞാൻ എവിടെപ്പോയി ഒരു ജീപ്പു പിടിക്കാനാണ്?" ചെറിയമ്മാവൻ ആവലാതിപ്പെട്ടു.

"നോക്ക് ചന്തു. നീയാണ് വർഷങ്ങളായി ഈ പട്ടണത്തിൽ താമ സിക്കുന്നത്. അല്ലാതെ ഞാനല്ല. ഇപ്പോഴൊരു ജീപ്പ് എവിടെ നിന്നു കിട്ടു മെന്ന് നീയാണറിയേണ്ടത്. അല്ലാതെ ഞാൻ പറഞ്ഞു തരണ മെന്നാ ണോ നീ പ്രതീക്ഷിക്കുന്നത്. ആണോ? എവിടെ നിന്നാണെങ്കിലും വേണ്ടി ല്ല ഇപ്പോൾ ഒരു ജീപ്പെനിക്കു കിട്ടണം." കലി തുള്ളിക്കൊണ്ട് കാക്കാ ബാബു പറഞ്ഞു.

കാക്കാബാബുവിന്റെ ക്രോധം കണ്ട് ചെറിയമ്മാവൻ പതറിപ്പോയി. അതിനു നല്ല ഫലവുമുണ്ടായി. അവരെ റോഡരികിൽ നിർത്തി അദ്ദേഹം ഒരു സൈക്കിൾ റിക്ഷയിൽ കയറി ചന്ത സ്ഥലത്തേക്കു പാഞ്ഞു.

ജോജോ ശാന്തുവിനോടു ചോദിച്ചു: "ചെറിയമ്മാവൻ ഒരു ജീപ്പു പിടിച്ചും കൊണ്ട് ഇവിടെ വരുമോ എന്നു പന്തയം വയ്ക്കുന്നോ?

അതിനു ശാന്തു ഇങ്ങനെ മറുപടി പറഞ്ഞു: "അടുത്ത മുപ്പത്തഞ്ചു മിനിട്ടിനുള്ളിൽ അദ്ദേഹം ഒരു ജീപ്പുമായി ഇവിടെയെത്തും." അപ്പോൾ കാക്കാബാബു അവരെ ഉപദേശിച്ചു: "നിങ്ങൾ മറ്റൊരു കാര്യത്തിൽ ബെറ്റു വയ്ക്കുന്നതായിരിക്കും നല്ലത്. ഗഗൻസാഹ ഇവിടെ ഒളിച്ചിരുന്നോ അതോ ഗ്രാമത്തിലാണോ ഒളിച്ചിരുന്നത്. എന്നുള്ളതിനെപ്പറ്റി പന്തയം വയ്ക്കരുതോ?"

"അയാൾ ഇപ്പോൾ ഈ വീട്ടിനകത്തു തന്നെയുണ്ട്" ജോജോ പറഞ്ഞു.

"നിനക്കതെങ്ങിനെ പറയാൻ കഴിയും?" ശാന്തു ചോദിച്ചു.

"അകത്തിരിക്കുന്ന മനുഷ്യൻ കോങ്കണ്ണനും താടിവച്ചവനാണെന്നും നീ പറഞ്ഞില്ലേ? അതുപോലെ." ജോജോ തിരിച്ചടിച്ചു.

"ഇത്ര നേരത്തേ അവരീ ഗേറ്റു പൂട്ടിയതെന്തിനാണെന്നാണ് എനിക്കു മനസിലാകാത്തത്" അത്ഭുതം അടക്കാനാകാതെ ശാന്തു ഉറക്കെ പറഞ്ഞു.

"ഇന്നു രാത്രി തന്നെ ഗ്രാമത്തിലെ വീട്ടിൽ പോയി നോക്കണമെന്ന് നിങ്ങൾക്ക് ആഗ്രഹമുണ്ടോ?" കാക്കാബാബു അവരോട് ചോദിച്ചു.

"തീർച്ചയായും പോകണം"

ഏകസ്വരത്തിൽ അവർ വിളിച്ചു പറഞ്ഞു. "അവിടെ മറ്റൊന്നും അറിയാൻ കഴിഞ്ഞില്ലെങ്കിലും ഉറങ്ങുന്ന ഒരു ഗ്രാമം കാണുന്ന അപൂർവാ നുഭവമെങ്കിലും നമുക്കു കിട്ടും. അതൊരു മോശപ്പെട്ട നേട്ടമാണോ? ങേ?" കാക്കാബാബു ചോദിച്ചു.

അപ്പോൾ അകലെയൊരു മോട്ടോർ സൈക്കിളിന്റെ ഗർജനം കേട്ടു. അതവരുടെ അരികിലേക്കാണു വരുന്നത്. അതിന്റെ ഹെഡ് ലൈ റ്റുകൾ വെട്ടിത്തിളങ്ങുന്നു.

"ഗഗൻ സാഹയെ ഇപ്പോൾ പിടിക്കാം. പക്ഷേ, അയാളുടെ കൈ യിൽ ബോംബുണ്ടെങ്കിലെന്തു ചെയ്യും?" ജോജോ ഉദ്വേഗത്തോടെ ഉപ ദേശിച്ചു.

അവിടെയിട്ടിരുന്ന സൈക്കിൾ റിക്ഷ ഓടിച്ചു പോയതിനാൽ കാക്കാ ബാബു ഒറ്റയ്ക്ക് റോഡിനു നടുവിലായി.

ഇരമ്പി വന്ന മോട്ടോർ സൈക്കിൾ ഇരുമ്പു ഗേറ്റിനു മുന്നിൽ നിന്നു. അതോടിച്ചു വന്നയാൾ ഒരു ഹെൽമെറ്റ് ധരിച്ചിരുന്നു. ഹെൽമെറ്റ് എടുത്തു മാറ്റിയ നിമിഷംതന്നെ. ഇരുപത്തിമൂന്നോ ഇരുപത്തിനാലോ വയസ്സി നപ്പുറം അയാൾക്ക് പ്രായം ഉണ്ടാകില്ലെന്ന് വ്യക്തമായി. അതുകൊണ്ടു തന്നെ അതു ഗഗൻ സാഹയല്ലെന്നു ബോധ്യമായി.

പെട്ടെന്ന് വീടിന്റെ മുൻവശത്തെ വാതിൽ അതിവേഗം തുറന്ന് രണ്ടു പേർ പുറത്തുവന്നു. അതിൽ ഒന്ന് ഒരു കറുത്ത മനുഷ്യനും മറ്റേത് ഒരു യുവതിയുമായിരുന്നു. അവൾക്ക് ഏതാണ്ട് പത്തൊൻപതിനും ഇരുപതി നുമിടയിൽ പ്രായം തോന്നിക്കും.

ഇരുമ്പു ഗേറ്റുകൾ തുറക്കപ്പെട്ടു. ആ പെണ്ണ് മോട്ടോർ സൈക്കളി നടുത്തേക്കു നടന്നു ചെന്ന് പിൻസീറ്റിൽ ഇരിപ്പുറപ്പിച്ചു.

വണ്ടിയോടിക്കുന്നയാൾ വിളിച്ചു ചോദിച്ചു: "എല്ലാം ശരിയല്ലേ നിബാരൺ ചേട്ടാ?"

മറുപടിയായി പറഞ്ഞവാക്കുകൾ ഇരുളിലലിഞ്ഞു ചേർന്നു. മോട്ടോർ സൈക്കിൾ രാത്രിയുടെ അന്ധകാരത്തിലേക്ക് ചീറിപ്പാഞ്ഞു പോയി.

മുകൾ നിലയിലെ ലൈറ്റുകളെല്ലാം അണഞ്ഞു.

ശാന്തുവും ജോജോയും കാക്കാബാബുവിനടുത്തെത്തിയപ്പോൾ അദ്ദേഹം ചോദിച്ചു:

"ശരി ഇപ്പോൾ നിങ്ങൾ എന്തു വിചാരിക്കുന്നു?"

"ഇതിനെയാണാളുകൾ ഇരുണ്ട നിഗൂഢത എന്നൊക്കെപ്പറയുന്നത്. നമ്മുടെ പൂന്തോട്ടത്തിൽ പടക്കമെറിഞ്ഞത് ഇയാളാണെന്നാണോ അങ്ങു കരുതുന്നത്?"

"അയാൾ വന്നെത്തിയ മാത്രയിൽത്തന്നെ ഗേറ്റുകൾ തുറന്നതെന്തു കൊണ്ട്?"

"ചിലപ്പോൾ ഏറ്റവും നിസാരമെന്നു തോന്നിക്കുന്നവയാകും നിഗൂ ഢത നിറഞ്ഞത്. എത്രയോ പേർക്കു മോട്ടോർ സൈക്കിൾ ഓടിക്കാനറി യാം. ഒരു പക്ഷേ ആ പെണ്ണ് ഈ വീട്ടിൽ ജോലിക്കു നിൽക്കുന്നവളാകാം. ആ ചെറുപ്പക്കാരൻ എല്ലാ ദിവസവും അവളെ വിളിച്ചു കൊണ്ടു പോ കാൻ വരുന്നതുമാകാം." കാക്കാ ബാബു പറഞ്ഞു.

അപ്പോൾ ജോജോ സംശയത്തോടെ ചോദിച്ചു:

പക്ഷേ, അയാൾ "എല്ലാം ശരിയല്ലേ എന്നു ചോദിച്ചതെന്തിന്?"

"അതൊരു പൊതുപ്രയോഗമാണ്"

കാക്കാബാബു തന്റെ അഭിപ്രായത്തിൽ ഉറച്ചു നിന്നു.

ശാന്തുവിന്റെ ഊഴം വന്നപ്പോൾ അവൻ പറഞ്ഞു:

"വീട്ടിൽ നിന്നും പുറത്തു വന്നയാൾ താടിക്കാരനായിരുന്നു. എനി ക്കുറപ്പുണ്ട് അയാളാണ് നമ്മളോടു നേരത്തേ സംസാരിച്ചത്."

"അയാൾ താടിക്കാരനാണെന്നതു ഞാനും കണ്ടു. പക്ഷേ അയാൾ കോങ്കണ്ണനാണെന്നു നിനക്കുറപ്പുണ്ടോ? ജോജോ വിടാൻ ഭാവമില്ല.

"അങ്ങനെയാകാം. നാളെ ഇങ്ങോട്ടു വന്ന് നിനക്കുതന്നെ എന്തു കൊണ്ടു പരിശോധിച്ചുകൂട?" ശാന്തു ആത്മവിശ്വാസത്തോടെ ചോദിച്ചു.

അപ്പോൾ ഒരു കാറിന്റെ ഹെഡ്ലൈറ്റിൽ നിന്നുള്ള വെളിച്ചം കാഴ്ച വട്ടത്തിൽ വീണു.

ശാന്തു സന്തോഷാതിരേകത്താൽ വിളിച്ചു പറഞ്ഞു:

"അതാ വരുന്നു ചെറിയമ്മാവന്റെ ജീപ്പ്."

എന്നാൽ അതു പൂർണമായും ശരിയായിരുന്നില്ല.

അവരുടെ മുമ്പിൽ വന്നു നിന്നത് ഒരു ജീപ്പായിരുന്നില്ല. ഒരു അംബാ സ്സഡർ കാർ!

ചെറിയമ്മാവൻ അതിൽ നിന്നും ചാടിയിറങ്ങിയിട്ടു പറഞ്ഞു:

"രാജേട്ടാ. നല്ല ഉറക്കത്തിലായിരുന്ന ഇയാളെ വിളിച്ചുണർത്തി ശല്യ പ്പെടുത്തിക്കൊണ്ടു വന്നതാണ്. ഇയാളുടെ ബാങ്ക് ലോണിനു ജാമ്യം നിന്നതു ഞാനായതു കൊണ്ടു മാത്രമാണ് അവസാനം വരാമെന്ന് ഏറ്റത്. സുധീർ എന്നാണ് ഇയാളുടെ പേര്."

അവരെല്ലാപേരും കാറിനകത്തേക്ക് ഇടിച്ചു കയറി.

"സാറന്മാർ ശ്രദ്ധിച്ചു കേൾക്കണം. അര മണിക്കൂറിൽക്കൂടുതൽ എനിക്കു കാത്തു നിൽക്കാൻ പറ്റില്ല. നാളെ അതിരാവിലെ തന്നെ ഒരു ഓട്ടം പോകാനുള്ളതാ." സുധീർ മുരണ്ടു.

"സുധീറേ, നമുക്കു നിങ്ങളോട്? വളരെ നന്ദിയുണ്ട്. നിങ്ങളീ വാഹ നം ടാക്സിയായി ഓടിക്കാറുണ്ട്. അല്ലേ? അതിനു നിങ്ങൾക്ക് ലൈസൻ സുണ്ടോ സുഹൃത്തേ?" കാക്കാബാബു മധുരമായി ചോദിച്ചു.

"തീർച്ചയായും ഉണ്ട്. നിയമം വിട്ട് ഞാനൊന്നും ചെയ്യാറില്ല."

"എന്നാൽ ഒരു കാര്യം മനസിലാക്കുക. ടാക്സിയായി ഓടുന്ന വണ്ടി യിലൊരാൾ കയറിയാൽ പിന്നെ നിങ്ങൾക്ക് വാഹനത്തിന്റെ ഡ്രൈവർ എന്ന സ്ഥാനമേ നിയമപ്രകാരം ഉണ്ടാകൂ. ചട്ടപ്രകാരം നിങ്ങൾ ആ യാത്ര ക്കാരനെ അയാൾക്കിഷ്ടമുള്ള സ്ഥലം വരെ കൊണ്ടാക്കണം. അതങ്ങ് ദൂരെ ഡാർജിലിംഗ് വരെയാണെങ്കിൽപ്പോലും." കാക്കാബാബു നേരത്തേ ക്കാളും മധുരമായ ശബ്ദത്തിൽ അയാളെ അറിയിച്ചു.

സുധീർ തിരിഞ്ഞ് കാക്കാബാബുവിനെ നന്നായൊന്നു വീക്ഷിച്ചു. അദ്ദേഹമാകട്ടെ നിറഞ്ഞ ഒരു പുഞ്ചിരിയിലായിരുന്നു.

"ഞാൻ നിങ്ങളെ ഒന്നു വിരട്ടാനായി പറഞ്ഞെന്നേയുള്ളു. നിങ്ങളെ ഞങ്ങൾ അധിക സമയമൊന്നും കാത്തു നിർത്തുകയില്ല. ഏറിയാൽ ഒരു മണിക്കൂർ. കൂലി ഇരട്ടി തരും."

"ചന്തസ്ഥലത്തെ എല്ലാ ആളുകളും ഈ ഏടാകൂടം അറിഞ്ഞു കഴിഞ്ഞു. അതായത് സ്ഥലത്തെ ഒരു പൊലീസ് ഓഫീസറുടെ മകനെ കാണാനില്ല. അവന്റെ പെറ്റമ്മ ചങ്കുപൊട്ടി നിലവിളിക്കുകയാണ്." ചെറി യമ്മാവൻ വിവരം പറഞ്ഞു.

"തന്നിഷ്ടപ്രകാരം ആ പയ്യൻ ഇറങ്ങി പോയതാണെന്നാണ് ഞാൻ കരുതിയത്. ഇപ്പോഴത്തെ ചില താന്തോന്നിപ്പയ്യന്മാർ അങ്ങനെയാണല്ലോ. എന്നാലിവൻ നല്ല അടക്കവും ഒതുക്കവും അനുസരണയുമുള്ള കുട്ടി യായിരുന്നു. മാത്രമല്ല നമ്മുടെ നാടകത്തിൽ എന്തു താൽപ്പര്യത്തോടെ യാണെന്നോ പങ്കെടുത്തത്?" പശ്ചാത്താപത്തോടെ കാക്കാബാബു പറഞ്ഞു.

"കാക്കാബാബൂ, ഇനിയാ കുട്ടിയെ ദെബോളിന വല്ല സ്ഥലത്തേക്കും വശീകരിച്ചു കൊണ്ടു പോയതോ മറ്റോ ആണോ? നാടകാവതരണം താറു മാറാക്കാൻ എന്തും ചെയ്യുമെന്ന് അവൾ പറയുകയും ചെയ്തിരുന്നു." ജോജോ സംശയം പ്രകടിപ്പിച്ചു.

"ദെബോളിനയ്ക്കോ അവളെപ്പോലെ മറ്റാർക്കെങ്കിലുമോ തട്ടിക്കൊ ണ്ടു പോകാൻ പറ്റുന്ന ഒരു കുട്ടിയെന്നുമല്ല സുകോമൾ" ശാന്തു ഇട യ്ക്കു കയറിപ്പറഞ്ഞു.

കാക്കാബാബു കാറിന്റെ മുന്നിലേക്കു കണ്ണോടിച്ചു കൊണ്ടു പറ ഞ്ഞു: "റോഡിനു നല്ല വീതിയുണ്ടെന്നാണ് എന്റെ പക്ഷം"

"ഗഗൻ വ്യക്തിപരമായ താൽപ്പര്യമെടുത്താണ് ഇതു പുതുക്കി പ്പ ണിതത്. അയാൾക്കാണല്ലോ പല ബഹുമാന്യരായ വ്യക്തികളേയും വിരു ന്നിന് ക്ഷണിച്ചു വരുത്താനുള്ളത്." ചെറിയമ്മാവൻ വിശദീകരിച്ചു കൊടു ത്തു.

രാവിലെ മുതൽ കനത്ത മഴയായിരുന്നെങ്കിലും റോഡിൽ സഹിക്കാ വുന്ന ചേളിയേയുള്ളു. കാർ സാമാന്യം വേഗതയിൽത്തന്നെ ഓടിക്കൊ ണ്ടിരുന്നു. ഇടയ്ക്കിടയ്ക്കു പട്ടികൾ കുരച്ചു ബഹള മുണ്ടാക്കിയതല്ലാതെ പുറത്ത് മറ്റൊരു ശബ്ദവുമുണ്ടായിരുന്നില്ല.

സുധീറിന് ഗഗന്റെ വീടറിയാമായിരുന്നു. പെട്ടെന്നയാൾ വിളിച്ചു പറഞ്ഞു: "ഇതാ വീടെത്തി."

സിമന്റും ഇഷ്ടികയും കൊണ്ടു നിർമിച്ച സാമാന്യം വലിയൊരു വീടായിരുന്നു അത്. ഈ വീടിനു ചുറ്റിലും ഉയർന്ന മതിലു കെട്ടിയിട്ടുണ്ട്. ഗേറ്റിൽ വെളിച്ചമുണ്ടായിരുന്നു. ഉറക്കം തൂങ്ങിക്കൊണ്ടൊരാൾ ഒരു സ്റ്റൂളി ലിരിപ്പുണ്ട്. ഏതെങ്കിലും ശബ്ദം കേൾക്കുമ്പോൾ അയാൾ ചാടിയെഴു ന്നേൽക്കും. അയാളുടെ തോളിലൊരു തോക്കും തൂങ്ങിക്കിടപ്പുണ്ട്.

"സുരക്ഷിതത്വ സംവിധാനങ്ങൾ കേമം തന്നെ–" കാക്കാബാബു അഭിപ്രായപ്പെട്ടു.

"പെട്ടെന്നു കാശുകാരായവർ ആയുധധാരികളായ കൊള്ളക്കാരുടെ ഇരകളാണിവിടെ. സുരക്ഷിതത്വ സംവിധാനങ്ങൾ അവർക്കു വളരെ അ ത്യാവശ്യമാണ്." ചെറിയമ്മാവൻ അറിയിച്ചു. അദ്ദേഹം കാവൽക്കാരന്റെ അരികിൽ ചെന്നു പറഞ്ഞു: "ഗഗനോട് ഞങ്ങൾ വന്നകാര്യം ചെന്നുപറ. ചന്തുവാണെന്നു പറഞ്ഞാൽ മതി."

"ഇപ്പോൾ പറ്റില്ല" ഗാർഡ് ഹിന്ദിയിലാണ് സംസാരിച്ചത്.

"ഗഗൻ വീട്ടിലുണ്ടോ?" കാക്കാ ബാബു ചോദിച്ചു.

സൂക്ഷിപ്പുകാരൻ തികഞ്ഞ ഉദാസീനതയോടെ മറുപടി പറഞ്ഞു:

"ഇപ്പോൾ ഒന്നും ചെയ്യാൻ പറ്റില്ല എന്ന് ഞാൻ നിങ്ങളോട് പറഞ്ഞു കഴിഞ്ഞു. സമയം വളരെ വൈകിയിരിക്കുന്നു."

"നിന്റെ മുതലാളിക്ക് എന്നെ നന്നായറിയാം നീ പോയി അയാളെ വിവരം അറിയിക്ക്." ചെറിയമ്മാവൻ ആജ്ഞാസ്വരത്തിൽ ആവശ്യപ്പെട്ടു.

"നിങ്ങളുടെ പേരൊന്നും പറഞ്ഞിട്ട് ഒരു കാര്യവുമില്ല. ഇത്രയും ഇരുട്ടിക്കഴിഞ്ഞാൽ ഗേറ്റ് ഒരു കാരണവശാലും തുറക്കരുതെന്നാണ് എനി ക്കുള്ള ആജ്ഞ. കടന്നു പോ, കടന്നു പോ" കാവൽക്കാരൻ ചീറി. എന്നിട്ട യാൾ തോക്ക് അവർക്കു നേരെ ചൂണ്ടി.

"നാളെ വാ. ഇവിടെ കാത്തു നിന്നിട്ട് ഒരു കാര്യവുമില്ല."

"നമ്മൾ കൊള്ളക്കാരായിരുന്നെങ്കിൽ നിന്റെ ഈ ചീള് തോക്കു കൊണ്ട് നമ്മളെ തടയാനാകുമെന്ന് നീ വിശ്വസിക്കുന്നുണ്ടോ?" കാക്കാ ബാബു ചോദിച്ചു.

ഇതിനിടയിൽ ശാന്തു അലറി വിളിച്ചു. "വാവൽ, വാവൽ, ദാ മുകളി ലൊരു കടവാവൽ!" എല്ലാപേരും പെട്ടെന്ന് മുകളിലേക്കു നോക്കി. ഈ സമയം ഒരു ഞൊടിയിട കൊണ്ട് ശാന്തു അയാളുടെ കൈയിലിരുന്ന തോക്ക് തട്ടിയെടുത്തു. കാവൽക്കാരന്റെ കണ്ണുതള്ളിപ്പോയി.

"കോപിക്കല്ലേ മിസ്റ്റർ. ഞാനൊരു ചെറിയ തമാശ കാട്ടിയതാണ്" ശാന്തു അയാളോട് ഹിന്ദിയിൽ പറഞ്ഞു.

വീട്ടിൽ നിന്നൊരാൾ പുറത്തു വന്ന് ചോദിച്ചു:

"ആര്? ആരാണവിടെ? ആരാണെന്നാണു ചോദിച്ചത്."

ചെറിയമ്മാവൻ അയാളുടെ ശബ്ദം തിരിച്ചറിഞ്ഞിട്ടു പറഞ്ഞു: "ഗഗൻ ഇതു ചന്തുവാണ്."

കറുത്തനായിരുന്നു ഗഗൻ. ഒരു മുറിക്കുപ്പായവും പൈജാമയുമാണ് വേഷം. അയാൾ മുന്നോട്ടു വന്നു ചോദിച്ചു:

"ചന്തുവേട്ടനോ? എന്താണു നിങ്ങളീ അസമയത്ത്?

"ഒരു പാടിരുട്ടിപ്പോയെന്ന് അറിയാം. പക്ഷേ, നിങ്ങളെ എത്രയും പെട്ടെന്ന് കാണാൻ ആഗ്രഹിക്കുന്ന ഒരാളിവിടെയുണ്ട്. രാജാറോയ് ചൗധരി. നിങ്ങൾ തീർച്ചയായും അദ്ദേഹത്തെക്കുറിച്ചു കേട്ടുകാണും."

"ഇല്ല. എനിക്കറിയില്ല. അദ്ദേഹം വളരെ പ്രശസ്തനായിരിക്കാം. വരു അകത്തേക്കു വരു." ഗഗൻ അവരെ അകത്തേക്കു ക്ഷണിച്ചു.

"പട്ടി കൂട്ടിലാണോ?" ജോജോ ചോദിച്ചു.

"കെട്ടഴിച്ചു വിട്ടിരുന്നെങ്കിൽ എപ്പൊഴേ അവൻ നിങ്ങളുടെ മേൽ ചാടി വീഴുമായിരുന്നു. ഈ ഗാർഡിനെ കൊണ്ട് ഒരു പ്രയോജനവുമില്ല. നേരെമറിച്ച് പട്ടിയുള്ളതു കാരണം ഒറ്റയൊരുത്തനും ഈ വഴി വരാൻ ധൈര്യം കാണിക്കുകയില്ല" ഗഗൻ അവനോടു പറഞ്ഞു.

സ്വീകരണമുറി അതിഗംഭീരമായി അലങ്കരിച്ചിരുന്നു. പരവതാനി കളും കസേരകളും സുലഭം. ലക്ഷ്മീദേവിയുടെ ചിത്രം ആലേഖനം ചെയ്ത ഒരു ജോടി മൺപാത്രങ്ങൾ ഭിത്തിയിൽ തൂക്കിയിട്ടിട്ടുണ്ട്.

"ഇരിക്കു. ദയവുചെയ്ത് ഇരിക്കു." ഗഗൻ ഭവ്യതയോടെ അവരോട ഭ്യർഥിച്ചു.

"പ്രദേശത്തെ കുട്ടികളെ പങ്കെടുപ്പിച്ചു കൊണ്ട് ഞങ്ങളൊരു നാട കം അവതരിപ്പിക്കുന്നത് ഇതിനകം അറിഞ്ഞു കാണുമല്ലോ?" ചെറിയ മ്മാവൻ ചോദിച്ചു. ആരാണറിയാത്തത്? ഈ പ്രദേശം മുഴുവൻ നിങ്ങ ളുടെ പോസ്റ്ററുകളല്ലേ?"

ഇതും പറഞ്ഞ് ഗഗൻ കാക്കാബാബുവിനോട് സംസാരിച്ചു:

"ഞാൻ താങ്കളുടെ പേരും അതിൽ കണ്ടു. താങ്കൾ കൊൽക്കത്ത യിൽ നിന്നെത്തിയ ഒരു പ്രൊഫഷണൽ കലാകാരനായിരിക്കും അല്ലേ?"

കാക്കാബാബു പുഞ്ചിരിയോടെ തലകുലുക്കി.

അദ്ദേഹം ഗഗനോടധികം സംസാരിക്കാൻ ഉദ്ദേശിച്ചില്ല. പകരം അയാ ളെ നന്നായി നോക്കി പഠിക്കുകയായിരുന്നു.

"അതൊരു രാത്രി മുഴുവൻ നീണ്ടു നിൽക്കുന്ന ഉത്സവമായി മാറാൻ പോവുകയാണ്. നമ്മുടെ സ്കൂളിന്റെ ധനശേഖരാണർഥം കലാകാര ന്മാരെ മുഴുവൻ കൊൽക്കത്തയിൽ നിന്നുമാണ് കൊണ്ടുവരുന്നത്. പിന്നെ നമ്മുടെ കൊച്ചു കുട്ടികൾ അവരുടെ സ്കൂളിനുവേണ്ടി എന്തെങ്കിലും ചെയ്യുന്നതു നല്ലതായിരുക്കുമെന്ന് എനിക്കു തോന്നി. അങ്ങിനെയാണ് ഈ നാടകം കളിക്കാൻ തീരുമാനിച്ചത്." ചെറിയമ്മാവൻ പറഞ്ഞു

"ഉചിതമായ തീരുമാനം."

"പക്ഷേ, നിങ്ങൾ ഞങ്ങളെ സഹയിക്കുന്നില്ല."

"താങ്കൾക്ക് എത്രയധികം സഹായികളാണുള്ളത്? അക്ബർ അലി, നിതായ് ഘോഷ്– അവരൊക്കെത്തന്നെ അധികമല്ലേ? അവരെ ക്കാ ളൊക്കെ എന്തു സഹായമാണ് ഞാൻ ചെയ്യേണ്ടത്? പ്രത്യേക സഹായം എന്തോ ആവശ്യമുള്ളതു കൊണ്ടാവണമല്ലോ ഇപ്പൊഴിങ്ങോട്ടു വന്നത്?"

"അതെ പൊലീസ് ഓഫീസറുടെ മകൻ സുകോമളാണ് ഇതിലെ പ്രധാന കഥാപാത്രമായ രാമനെ അവതരിപ്പിക്കുന്നത്."

"അതു സ്വാഭാവികം. ഒരു പൊലീസ് ഓഫീസറുടെ മകന് പ്രധാന വേഷം തന്നെ കിട്ടണമല്ലോ."

"കാര്യം നിങ്ങൾക്കു മനസിലാവത്തതു കൊണ്ടാണ്. അവന്റെ ആകാരവടിവിനെ കടത്തി വെട്ടാൻ മറ്റൊരാൾ നമുക്കില്ല" ചെറിയ മ്മാവൻ അല്പം ഈർഷ്യയോടെയാണതു പറഞ്ഞത്.

ചെറിയമ്മാവനോടു സംസാരിക്കുമ്പോഴും ഗഗന്റെ കണ്ണുകൾ കാക്കാബാബുവിൽ തന്നെയായിരുന്നു. ആ അപരിചിതൻ തന്നെ കാണാ നാണ് ഇവിടെ വന്നതെങ്കിലും തന്നോടു സംസാരിക്കാൻ ഇഷ്ടപ്പെടു ന്നതിന്റെ ഒരു സൂചന പോലും കാണിക്കുന്നില്ല. അത് ഗഗനെ ചിന്താക്കുഴ പ്പത്തിലാക്കി.

സുകോമളിന്റെ തിരോധാനത്തെപ്പറ്റിയുള്ള വിവരം അറിഞ്ഞിട്ടും ഗഗൻ അത്രയധികം ഞെട്ടലൊന്നും പ്രകടിപ്പിക്കാത്തത് കാക്കാബാബു ശ്രദ്ധിച്ചു.

"അവനെ ആരോ ബന്ദിയാക്കി വച്ച് നമ്മുടെ നാടകാവതരണം അവ താളത്തിലാക്കാൻ ശ്രമിക്കുന്നുണ്ടാവണമെന്ന് എനിക്കു തോന്നുന്നു." ചെറിയമ്മാവൻ പറഞ്ഞു.

"കത്തു ലഭിച്ചിരുന്നോ?"

"ഏതു കത്ത്?"

"ചന്തുവേട്ടാ ആളുകൾ കുട്ടികളെ തട്ടിക്കൊണ്ടു പോകുന്നതു പണ ത്തിനാണ്. അവർക്ക് നാടകം പോലെയുള്ള കാര്യത്തിലൊന്നും ഒരു താൽപ്പര്യം കാണുകയില്ല. മറ്റെന്തു കാര്യത്തിനാണ് ഇതുപോലെ ബന്ദി യാക്കുന്നതടക്കമുള്ള അപകടമായ കാര്യങ്ങളിലവർ തലയിടുന്നത്? അതും ഒരു പൊലീസ് ഓഫീസറുടെ മകനെ?"

"സുകോമളിനെ തട്ടിക്കൊണ്ടു പോയെന്നാണോ നിങ്ങൾ കരുതു ന്നത്?"

"അതെ. കാര്യങ്ങളുടെ കിടപ്പുകാണുമ്പോൾ അങ്ങിനെയാണെനി ക്കു തോന്നുന്നത്. ഇതൊക്കെ ഇപ്പൊഴൊരു സാധാരണ സംഭവമാണ്."

"പക്ഷേ, ഇത് വളരെ കുഴപ്പം പിടിച്ച ഒന്നാകാൻ പോവുകയാണ്."

ഈ സമയം കാക്കാബാബു തന്റെ ഇരിപ്പിടത്തിൽ നിന്നെഴുന്നേറ്റു ചോദിച്ചു:

"ഇവിടത്തെ മൂത്രപ്പുരയിൽ ഒന്നു ചെയ്തൊട്ടെ?"

അതിനെന്താ? ദാ തൊട്ടപ്പുറത്തുതന്നെ. വഴി ഞാൻ കാണിച്ചു തരാം." ഗഗൻ എഴുന്നേറ്റു പറഞ്ഞു.

കുളിമുറിയുടെ വാതിലിനടുത്തെത്തിയപ്പോൾ അദ്ദേഹം ഗഗന്റെ തോളിൽ ഒരു കൈ വച്ചു ചേദിച്ചു:-

"അവരുടെ മുൻപിൽ വച്ച് ഞാൻ നിങ്ങളോട് ഒന്നും ചേദിക്കാത്ത താണ്. പക്ഷേ, ഇപ്പോൾ എനിക്ക് സത്യസന്ധമായ ഒരു മറുപടി കിട്ടണം. നിങ്ങൾ സുകോമളിനെ ഇവിടെയെവിടെയെങ്കിലും ഒളിപ്പിച്ചിട്ടുണ്ടോ?"

ഗഗൻ തന്റെ പുരികക്കൊടി ഉയർത്തി അവിശ്വസനീയതയോടെ ചോദിച്ചു.

"ഞാനോ? ഞാനെന്തിനതു ചെയ്യണം?"

"ഈ പരിപാടി പൊളിക്കാൻ അങ്ങിനെ ചന്ദ്രശേഖറിനെ മാനം കെടു ത്താൻ. നിങ്ങൾക്കവനെ ഇഷ്ടമല്ല അല്ലേ?"

കാക്കാബാബു ചോദിച്ചു.

"ചന്തുവേട്ടന് എന്നെയത്ര ഇഷ്ടമല്ല. എന്നാൽ സത്യമായിട്ടും ഞാ നെന്റെ കുടുംബപരദേവതയെപ്പോലെയാണ് അദ്ദേഹത്തെ ആദരിക്കു ന്നത്. അക്കാര്യമവിടെ നിൽക്കട്ടെ. ഹേ മനുഷ്യാ." "ഞാൻ മീനാണ് കച്ചവടം ചെയ്യുന്നത്. അല്ലാതെ ആൺകുട്ടിളെയല്ല" ഗഗൻ പറഞ്ഞു. ആ ശബ്ദത്തിൽ ആത്മാർഥത തുടിച്ചു നിന്നു.

"നിങ്ങൾക്കുറപ്പാണല്ലോ സുകോമളിനെ ഈ വീട്ടിലൊന്നും ഒളിപ്പി ച്ചിട്ടില്ലെന്ന്?" കാക്കാബാബു ചോദിച്ചു.

"നിങ്ങൾക്കെന്റെ വീടും പരിസരവും പരിശോധിക്കണോ? നിങ്ങൾ പൊലീസുകാരനാണോ?" ഗഗൻ ചോദിച്ചു.

"അല്ല. ഞാൻ പൊലീസുകാരനൊന്നുമല്ല. ബലം പ്രയോഗിച്ച് അക ത്തു കടക്കാൻ എന്തായാലും എനിക്കിധികാരമില്ല. ഒരു സദുദ്ദേശ്യത്തോ ടെ മാത്രമാണ് ഞാനിതു നിങ്ങളോടു ചോദിച്ചത്?"

കാക്കാബാബുവിന്റെ സംസാരം കേട്ട് ഗഗൻ പൊട്ടിച്ചിരിച്ചു പോയി. എന്നിട്ടയാൾ പറഞ്ഞു:

"എന്റെ മനുഷ്യാ. നിങ്ങളുടെ നാടകം കുളമാക്കാൻ തുനിഞ്ഞാൽ എന്നോട് ഏറ്റവും കൂടുതൽ കലി തുള്ളുന്നത് ആരാണെന്നറിയാമോ? എന്റെ ഭാര്യ! അവളെന്നെ വീട്ടിൽ നിന്നടിച്ചു പുറത്താക്കും."

"നിങ്ങളുടെ ഭാര്യയ്ക്ക് നാടകങ്ങളിൽ വലിയ താൽപ്പര്യമാണവൾ ക്ക്. പിന്നെ എന്റെ കാര്യമാണെങ്കിൽ പറയണ്ട. നാടകങ്ങൾ ഞാൻ കാണാറേയില്ല. പക്ഷേ, എന്റെ മകന് നിങ്ങളുടെ നാടകത്തിൽ ഒരു വേഷ മുണ്ട്. ഇപ്പോൾ രാപകൽ എന്റെ ഭാര്യയുടെ ജോലി അവനെ സംഭാഷ ണം പഠിപ്പിക്കലാണ്. ഗഗൻ വിശദീകരിച്ചു.

"ബിൽറ്റൂ ബിൽറ്റൂ. ഈ ചെറുക്കൻ നേരത്തേ കിടന്നുറങ്ങിപ്പോ യോ?" ഗഗൻ ചോദിച്ചു.

ഉറക്കമേ വരാതെ ബിൽറ്റു വാതിലിനരികിൽ ഒളിച്ചു നിൽക്കുകയാ യിരുന്നു. വിളികേട്ടയുടനെ അവനിറങ്ങി വന്നു. പന്ത്രണ്ടോ പതിമൂന്നോ വയസു വരുന്ന ഒരു പയ്യൻ:

അവനെക്കണ്ട് അവർ അന്തം വിട്ടു പോയി.

"അയ്യോ ഇവനല്ലേ വാനര രാജാവ് സുഗ്രീവനായി അഭിനയിക്കു ന്നത്?"

ചെറിയമ്മാവനും അതിശയിച്ചു പോയി.

"ഇവൻ നിങ്ങളുടെ മകനാണോ? നിങ്ങളുടെ മൂത്ത മകനെ ഞാൻ മുൻപ് കണ്ടിട്ടുണ്ട്. പക്ഷേ, ഇവനെ ഇതുവരെ കണ്ടിട്ടേയില്ല."

"ഇവനാണ് ഏറ്റവും ഇളയ സന്തതി" ഗഗൻ പറഞ്ഞു.

"അകത്തുള്ളവൾ പറയുന്നതു കേട്ടു ഇവനേതോ കുരങ്ങൻ വേഷ മാണു കെട്ടുന്നതെന്ന്. അവനു പറ്റിയ വേഷം തന്നെ!"

അപ്പോൾ ഒരു മോട്ടോർ സൈക്കിളിന്റെ ശബ്ദം അവരുടെ കാതുക ളിലെത്തി.

അഞ്ച്

സുകോമളിന്റെ പിതാവ്, നിഖിൽ മഹാതോ അടുത്തദിവസം രാവി
ലെ അവരുടെ വീട്ടുപടിക്കലെത്തി. അയാൾ നല്ല ഉയരമുള്ള, വ്യായാമം
ചെയ്തു പുഷ്ടിപ്പെടുത്തിയ ദൃഢശരീരവും ഇരുണ്ട നിറവുമുള്ള ഒരാ
ളായിരുന്നു. അയാളുടെ മകനെപ്പോലെ തന്നെ നല്ല പെരുമാറ്റമുള്ള ഒരു
ലജ്ജാശീലൻ. ഒരു പൊലീസ്ഓഫീസറാണ് അയാളെന്ന് ആർക്കും
ഊഹിക്കാൻ പോലും കഴിയുമായിരുന്നില്ല.

അതിരാവിലെ ഉറക്കമുണർന്ന കാക്കാബാബു തന്റെ രണ്ടാമത്തെ
കപ്പ് ചായ കുടിക്കുകയായിരുന്നു. രാവിലത്തെ ആകാശം മേഘരഹിത
മായിരുന്നു. നിഖിൽ മഹാതോ ഒരു നമസ്കാരം പറഞ്ഞ് അഭിവാദ്യം
ചെയ്തശേഷം പറഞ്ഞു.

"സർ, താങ്കളെക്കുറിച്ച് ഒരുപാട് ഞാൻ കേട്ടിട്ടുണ്ട്. എന്നാലും ഇതു
വരെ ഇവിടെ വന്നൊന്നും കാണാനുള്ള ധൈര്യം എനിക്കില്ലായിരുന്നു."

"എന്തിനാണ് നിങ്ങൾ ഭയപ്പെട്ടത്?" കാക്കാബാബു ചോദിച്ചു.

ഉന്നത ഉദ്യോഗസ്ഥന്മാരുമായെല്ലാം താങ്കൾ അടുപ്പത്തിലാണ്. ഐ
ജി മാരും ഡി ഐ ജി മാരുമൊക്കെയാണ് താങ്കളുടെ സുഹൃത്തുക്കൾ.
ഞാനൊരു സാധാരണ പൊലീസ് ഓഫീസർ. ഇവിടെ വന്ന് താങ്കളുടെ
വിലപ്പെട്ട സമയം പാഴാക്കാൻ എനിക്കു തോന്നിയില്ല. പക്ഷേ, എന്തു
ചെയ്യാം? വിധിയുടെ വിളയാട്ടമെന്നല്ലാതെന്തു പറയാൻ? എനിക്കങ്ങയെ
നേരിട്ടു കാണേണ്ടതായിത്തന്നെ വന്നു."

അടുത്ത് ഒരു ഒഴിഞ്ഞ കസേര കിടന്നിരുന്നെങ്കിലും നിഖിൽ മഹാ
തോ ഇരുന്നില്ല.

"ഇരിക്കു. അതിലിരുക്കു. ഞാൻ ഒരു വെറും സാധാരണ മനുഷ്യ
ജീവിയാണ്." കാക്കാബാബു നിർബന്ധിച്ചു.

നിഖിൽ ഇരുന്നതിനു ശേഷം അയാളുടെ പോക്കറ്റിൽ നിന്നും ഒരു തുണ്ടു പേപ്പർ പുറത്തെടുത്തു.

"ഞാനൊരു പ്രത്യേക ആവശ്യം പ്രമാണിച്ച് ബറാസത്തിലായിരുന്നു ഇന്നലെ രാത്രി വളരെ വൈകിയാണ് മടങ്ങിയെത്തിയത്. പക്ഷേ, ഞാൻ വരുന്നതിനു മുൻപുതന്നെ ആരോ ഈ കടലാസ് എന്റെ ലറ്റർ ബോക്സി നകത്ത് നിക്ഷേപിച്ചതാണ്."

കാക്കാബാബു ആ കത്ത് കൈ നീട്ടി വാങ്ങി.

പേപ്പറിനുചുറ്റും ഒരു കറുത്ത ബോർഡർ വരച്ചിട്ടുണ്ട്. അതിന്റെ വലത്തേ കോണിൽ ഒരു തലയോട്ടിയുടെ പ്രതീകാത്മക ചിത്രം മുദ്രണം ചെയ്തിരുന്നു. അതിൽ വലിയ അക്ഷരങ്ങളിൽ ഇങ്ങനെയൊരു കുറിപ്പും!

"നിങ്ങളുടെ മകൻ സുകോമളിനെ ഉപദ്രവിക്കുകയില്ല. ഏഴാം തീയ തിക്കകം അഞ്ചുലക്ഷം രൂപ ഞങ്ങൾക്കു കൈമാറുകയാണെങ്കിൽ അവ നെ നിങ്ങൾക്കു തിരികെ ലഭിക്കും. ഒറ്റയ്ക്ക് ഒരാൾ ഈ പണവുമായി ഒരു തോണിയിൽ കയറി നദീ മധ്യത്തിലെത്തുക. പുഴയുടെ വളവിൽ നിർത്തിയിട്ടിരിക്കുന്ന ബോട്ടിൽ അടയാളം കിട്ടും. പണം നൽകാതിരിക്കു കയോ, പൊലീസിന്റെ കെണിയിൽ പെടുത്തുകയോ ചെയ്താൽ നിങ്ങ ളുടെ മകന് സംഭവിക്കുന്നതെന്തായാലും, വ്യക്തിപരമായി ഞങ്ങൾ അതി നുത്തരവാദികളായിരിക്കുന്നതല്ല. മറ്റൊരാളെയും മിടുക്കു കാണിക്കാ നോ, ഇതിൽ തലയിടാനോ അനുവദിക്കാൻ ശ്രമിക്കരുത്. ഞങ്ങൾ സദാ ജാഗരൂകരായിരിക്കും. പണം ഞങ്ങൾക്കു കൈമാറുക. നിങ്ങളുടെ മകൻ തിരികെയെത്തും. അല്ലെങ്കിൽ അവനെ മറന്നേക്കുക.

നിങ്ങളുടെ, രാജവെമ്പാല"

കാക്കാബാബു കത്തു മേശപ്പുറത്തു വച്ചിട്ടു പറഞ്ഞു.

"നല്ല വിവരമുള്ള ഒരു വ്യക്തിയാണ് വളരെ വികലമായരീതിയിൽ ഈ കത്തെഴുതിയുട്ടുള്ളതെന്നാണ് തോന്നുന്നത്. ഒരു പക്ഷെ നമ്മെ വഴി തെറ്റിക്കാനുള്ള ശ്രമവുമാകാം."

"തികഞ്ഞ നിരക്ഷരർ ഇത്തരം പൊല്ലാപ്പിനൊന്നും പോകാറില്ല. ഇരയുമായി വളരെ അടുപ്പമുള്ള വ്യക്തികൾ ഇത്തരം കേസുകളിൽ ഉൾ പ്പെടാറുണ്ട്. നമ്മുടെ മുൻകാല അനുഭവങ്ങളിൽ നിന്നു മനസിലായിട്ടുള്ള കാര്യമാണത്." നിഖിൽ മഹാതോ സമ്മതിച്ചു.

"സുകോമളിന്റെ തിരോധാനം അറിഞ്ഞ നിമിഷം തന്നെ ഗഗൻ സാഹ കത്തിനെപ്പറ്റി ചോദിച്ചിരുന്നു. കുറ്റവാളികളുമായി അവനു ബന്ധ മുണ്ടായിരിക്കും" കാക്കാബാബു ആശ്ചര്യപൂർവം അറിയിച്ചു.

നിഖിൽ മഹതോ അയാളുടെ മുഖം കൈത്തലം കൊണ്ടു താങ്ങി.

ഒരു പൊലീസ് ഉദ്യോഗസ്ഥൻ കണ്ണീർ വാർക്കുക! നിത്യ ജീവിത ത്തിൽ ഇത്തരമൊരു കാഴ്ച നിങ്ങൾക്കു കാണാനാവില്ല. എന്നാൽ നിഖിൽ മഹതോ ഈ നിമിഷം നിയമം പരിപാലിക്കുന്ന ഒരുദ്യോഗസ്ഥ നായിരുന്നില്ല. അയാൾ ഒരു മകന്റെ പിതാവായിരുന്നു.

മറ്റൊരാളിന്റെ ദുഃഖം കാണുമ്പോൾ കാക്കാബാബുവിന് ഒരിക്കലും കണ്ണീരടക്കാൻ കഴിയില്ല. അദ്ദേഹം കണ്ണുകൾ പിൻവലിച്ചുകളഞ്ഞു.

അൽപ്പംകഴിഞ്ഞ് നിഖിൽ മഹാതോ ഒരു കൈലേസെടുത്ത് കണ്ണു കൾ തുടച്ചു കൊണ്ട് വളരെ സാവധാനം പറഞ്ഞു.

"ക്ഷമിക്കണം. എനിയ്ക്കു സ്വയം നിയന്തിക്കാൻ കഴിഞ്ഞില്ല. ഞാ നിപ്പോൾ എന്തു ചെയ്യണം. സാർ? എന്റെ കൈവശം അഞ്ചുലക്ഷം രൂപ യില്ല. അതൊരു വലിയ തുകയാണ്. ഭാര്യയുടെ ആഭരണങ്ങൾ വിറ്റും ബന്ധുക്കളോടും സ്നേഹിതരോടുമൊക്കെ കടം വാങ്ങിച്ചും മറ്റും അത്ര യധികം പണം ഉണ്ടക്കിയാലും എനിക്കെന്റെ മകനെ രക്ഷിക്കാനാവില്ല. സർക്കാരിനുവേണ്ടി ജോലി നോക്കുന്ന ഒരുദ്യോഗസ്ഥനാണു ഞാൻ. മോചനദ്രവ്യം നൽകുന്നതിനു ഞങ്ങൾക്കു വിലക്കുണ്ട്. എന്റെ മേലുദ്യോ ഗസ്ഥരെ ഈ വിവരം എനിക്കറിയിക്കേണ്ടിവരും." കാക്കാ ബാബു അയാളെത്തന്നെ നോക്കിയിരുന്നു.

"എന്റെ ഭാര്യ ഒരു പ്രശ്നമാണ്. അവൾ ഹൃദയം പൊട്ടി വിലപി ക്കുകയാണ്. പൊലീസ് സേനയുടെ സഹായം തേടുന്നതിനോട് അവൾ ക്ക് അങ്ങേയറ്റം എതിർപ്പാണ്. മാസങ്ങൾക്കു മുമ്പ് ഇതു പോലൊരു സംഭവമുണ്ടായി. സങ്കേതത്തെപ്പറ്റി അറിവു കിട്ടിയ പൊലീസ് മുന്നേറി വീടു വളഞ്ഞു. എന്നാൽ അവർ കണ്ടത് കഴുത്തു ഞെരിച്ചു കൊലചെയ്യ പ്പെട്ട കുട്ടിയെയാണ്."

" ഈ പ്രായത്തിലുള്ള ഒരു കുട്ടിയെ തട്ടിക്കൊണ്ടു പോയി അവർ പുലിവാലു പിടിക്കുന്നതിനെപ്പറ്റി ചിന്തിച്ചപ്പോൾ വളരെ വിചിത്രമായി ട്ടാണ് എനിക്കു തോന്നുന്നത്. തട്ടിക്കൊണ്ടു പോകുന്നവർ സാധാരണ യായി കൊച്ചു കുട്ടികളെയാണ് അതിനു തെരെഞ്ഞടുക്കുന്നത്. ഈ കുട്ടികൾ തിരിച്ചുവന്നാലും, അവർ കഴിഞ്ഞ സങ്കേതത്തെപ്പറ്റിയുള്ള ഭീതി ദമായ ഓർമകൾ പോലും അവരെ വേട്ടയാടും.

പന്ത്രണ്ട് പതിമ്മൂന്നു വയസ്സ് പ്രായമുള്ള ഒരു കുട്ടിയെ ബന്ദിയാക്കി സൂക്ഷിക്കുന്നതും വളരെ ബുദ്ധിമുട്ടുള്ള കാര്യമാണ്. ശാന്തുവിനെ ഈ പ്രായത്തിൽ പലപ്രാവശ്യം തട്ടിക്കൊണ്ടു പോയിട്ടുണ്ടങ്കിലും അവൻ എല്ലായ്പ്പോഴും സ്വന്തം സാമർഥ്യം കൊണ്ടുതന്നെ തിരിച്ചു വന്നിട്ടിട്ടുണ്ട്." കാക്കാബാബു പറഞ്ഞു.

"താങ്കളുടെ അനന്തിരവന്റെ കാര്യം എല്ലാർക്കുമറിയാം. അവൻ അസാധാരണ ധൈര്യശാലി. എന്നാൽ എല്ലാപേരും അവനെപ്പോലാകി ല്ലല്ലോ. താങ്കളും ശ്രദ്ധിച്ചിട്ടുള്ളതല്ലേ എന്റെ മകനെ? അവൻ വളരെ ഒതു ങ്ങിക്കൂടുന്നവനും തൊട്ടാവാടിയുമാണ്. താങ്കളുടെ സഹായമില്ലാതെ അവനെ ഒരിക്കലും രക്ഷപ്പെടുത്താൻ കഴിയില്ല." നിഖിൽ മഹാതോ യാചനാ സ്വരത്തിൽ പറഞ്ഞു.

"ഞാനെങ്ങനെ നിങ്ങളെ സഹായിക്കാനാണ്? മലകളും പർവത ങ്ങളും കാടും മേടുമൊക്കെ കയറി അലഞ്ഞു നടക്കാനിഷ്ടപ്പെടുന്നൊ രാൾ മാത്രമാണ് ഞാൻ. കുറ്റാന്വേഷണത്തിൽ എനിക്കൊരു താൽപര്യ

വുമില്ല. അതു കൂടുതലും നിങ്ങളുടെ ഡിപ്പാർട്ടുമെന്റിൽപ്പെട്ടതല്ലേ?" കാക്കാബാബു ചോദിച്ചു.

"അസാധ്യമായതു സാധ്യമാക്കുന്നവനാണ് താങ്കൾ" നിഖിൽ മഹാ തോ ഉറച്ചു നിന്നു.

കാക്കാബാബു നിഷേധാർഥത്തിൽ തലയാട്ടി.

"അതു സത്യമല്ല. ആളുകൾ പെരുപ്പിച്ചു പറയുന്നതാണ്. മാത്രമല്ല ഈ കത്തിൽത്തന്നെ വ്യക്തമായ ഒരു സൂചനയുണ്ട്. നോക്കു ഈ കത്തി ലെഴുതിയ 'മറ്റൊരാളെയും' എന്നത് എന്നെത്തന്നെ ഉദ്ദേശിച്ചാണ്."

പെട്ടെന്ന് ദൂരത്തെവിടെയോ നിന്ന് ജോജോ അലറി വിളിക്കുന്നത് അവർ കേട്ടു.

"കാക്കാബാബു വേഗം കുളക്കടവിലേക്കു വരണേ."

ആ ശബ്ദത്തിൽ ഞെട്ടലും ഭയവുമെല്ലാം കലർന്നിരുന്നു.

വീട്ടിനു പിൻവശത്തായി ഒരു കുളമുണ്ടായിരുന്നു. തീരെ ചെറുതല്ലാ ത്ത ഒന്ന്. കുളക്കരയിൽ നിന്നും വെള്ളത്തിലേക്കിറങ്ങാൻ ഒരു കൽപ്പടവു മുണ്ടായിരുന്നു. കുളത്തിനും അങ്ങേക്കരയിൽ തലയാട്ടി കൊണ്ടു നിൽക്കുന്ന പനമരങ്ങളും.

നിഖിൽ മഹാതോയും കാക്കാബാബുവും കൂടി ജോജോയുടെ പിന്നാലെ ചെന്നപ്പോൾ കാണുന്നത്. കൽപ്പടവിൽ മലർന്നു കിടക്കുന്ന ശാന്തുവിനെയാണ്. കൈകാലുകൾ നിശ്ചലമായിരുന്നു. ആദ്യ നോട്ട ത്തിൽ അവനു ജീവനില്ലാത്തതുപോലെ തോന്നിച്ചു.

കാലുകൾ അനക്കാൻ കഴിയാതെ കാക്കാബാബു അവിടെ നിന്നു കൊണ്ട് വിളിച്ചു ചോദിച്ചു.

"അവനെന്തുപറ്റി ജോജോ?"

ജോജോ ആകെ വിളിറിപ്പോയിരുന്നു

"അവനെന്തു പറ്റിയെന്ന് എനിക്കു മനസിലാകുന്നില്ല. ഒരു ചുവന്ന പന്ത് കുളത്തിൽ പൊങ്ങിക്കിടക്കുന്നുണ്ടായിരുന്നു. ശാന്തു അതു പിടി ക്കാൻ വെള്ളത്തിലൂടെ നടന്നു ചെന്നു. ഞാൻ ആ മരത്തിൽ കയറി പുളിപ്പും മധുരവുമുള്ള അതിലെ പഴങ്ങൾ പറിച്ചെടുക്കുന്ന തിരക്കിലും. പെട്ടെന്നാണ് ഉച്ചത്തിലൊരു സ്ഫോടന ശബ്ദം കേട്ടത്. ഞാൻ ശാന്തു വിനെ വിളിച്ചെങ്കിലും അവൻ അനങ്ങിയതേയില്ല. ഞാൻ ഓടി വന്നു നോക്കുമ്പോൾ അവൻ ഇവിടെ കിടക്കുന്നു. അനക്കമേ ഇല്ലാതെ. ആരെ ങ്കിലും അവനെ വെടിവച്ചിട്ടതാണോ?"

കാക്കാ ബാബു ഒന്നു രണ്ടു പ്രവശ്യം ദീർഘമായ ശ്വാസമെടുത്തിട്ടു ചോദിച്ചു.

"എന്തോ അപരിചിതമായ ഒരു ഗന്ധം അനുഭവപ്പെടുന്നില്ലേ?"

നിഖിൽ മഹാതോയും സമ്മതിച്ചു.

"അതെ. ഏതോ ഒരു രാസവാതകത്തിന്റെ ഗന്ധം!"

"ഇവിടെ നിൽക്കൂ ഞാൻ പോയി ഒന്നു പരിശോധിക്കാം." കാക്കാ ബാബു അപായ മുന്നറിയിപ്പുപ്പോലെ പറഞ്ഞു. അദ്ദേഹം ഒരു കൈലേ സെടുത്ത് ജോജോയോടാവശ്യപ്പെട്ടു:

"പോയി ഇതൊന്നു നനച്ചുകൊണ്ടുവാ ആ പടിക്കെട്ടിനകത്തു പോകരുത്. മറ്റെവിടെയെങ്കിലും ചെന്നു നനച്ചാൽ മതി"

കൈലേസും നനച്ചുകൊണ്ട് ജോജോ നിമിഷങ്ങൾക്കകം മടങ്ങി വന്നു. കാക്കാബാബു നനഞ്ഞ തുണികൊണ്ട് മൂക്കും വായും മൂടിക്കെട്ടി. ഊന്നുവടികൾ നിലത്തു വച്ച് ശാന്തുവിനരികിൽ മുട്ടു കുത്തിയിരുന്നു.

അടിമുടി അവനെ പരിശോധിച്ചപ്പോൾ ഒരു കാര്യം മനസിലായി. അവന് മുറിവുകളോ, ചോരവാർന്ന അടയാളമോ. വെടിയുണ്ടയുടെ ഒരു പോറൽ പോലുമോ ഉണ്ടായിരുന്നില്ല. ശാന്തുവിനരികിൽ ഒരു ചുവന്ന പന്ത് പൊട്ടിത്തകർന്നു കിടന്നിരുന്നു.

"ശാന്തു ശാന്തു" എന്ന് കാക്കാബാബു വളരെ ആത്മവിശ്വാസ ത്തോടെ വിളിച്ചു.

എന്നാൽ ശാന്തുവിന്റെ കണ്ണുകൾ അടഞ്ഞു തന്നെയിരുന്നു.

കാക്കാബാബു   നനഞ്ഞ കൈലേസെടുത്ത് ശാന്തുവിന്റെ മുഖം തുടയ്ക്കാൻ തുടങ്ങി.

ജിജ്ഞാസ അടക്കാനാകാതെ ജോജോയും നിഖിൽ മഹതോയും ഇതിനകം അദ്ദേഹത്തിനരികിലെത്തിയിരുന്നു.

"ജോജോ പോയി ഇതൊന്നു കൂടി നനച്ചു കൊണ്ടു വാ" കാക്കാ ബാബു പറഞ്ഞു.

അദ്ദേഹം പുതിയതായി നനച്ചെടുത്ത കൈലേസുകൊണ്ട് വീണ്ടും വീണ്ടും ശാന്തുവിന്റെ മുഖം തുടച്ചിട്ട് ഉറക്കെ വിളിച്ചു:

"ശാന്തു, ശാന്തു," ശാന്തു കണ്ണുകൾ തുറന്നു.

"ഓ ദൈവത്തിനു സ്തുതി" അത്രമാത്രമേ ജോജോക്കു പറയാനാ യുള്ളൂ.

ശാന്തു പിടഞ്ഞെണീറ്റിട്ടു ചോദിച്ചു.

"എന്താണു സംഭവിച്ചത്?"

"എഴുന്നേൽക്കണ്ട. കുറച്ചുനേരം കൂടി അനങ്ങാതെ കിടക്ക്. ഈ കുളത്തിൽ നിന്ന് നീയൊരു ചുവന്ന പന്ത് പിടിച്ചെടുത്തോ?" കാക്കാ ബാബു ചോദിച്ചു.

"അതെ. അതു കൽപ്പടവിനു താഴെ വെള്ളത്തിൽ കിടക്കുകയായി രുന്നു

ഞാനെടുത്ത ഉടൻതന്നെ അത് ഒരുഗ്രശബ്ദത്തോടെ പൊട്ടിത്തെ റിച്ചു. എന്നിട്ടതിനകത്തു നിന്ന് ഒരു തരം മഞ്ഞനിറമുള്ള പുക പുറത്തു വരാൻ തുടങ്ങി." ശാന്തു മറുപടി പറഞ്ഞു.

"ആ പന്ത് തീർച്ചയായും ഏതോ വിഷവാതകം കൊണ്ട് നിറച്ചതാ യിരിക്കും. എന്നാലും ഇത്തരമൊരു പന്ത് എങ്ങനെയാണ് ഈ കുളത്തി നകത്തു വന്നത്?" നിഖിൽ മഹാതോവിന്റെ സംശയം അതായിരുന്നു.

ഇപ്രാവശ്യം ജോജോവിന്റെ അലർച്ച വീണ്ടും കേട്ടു.

"അവിടെ അതാ മറ്റൊന്ന്."

കാക്കാബാബു നോക്കുമ്പോൾ വെള്ളത്തിൽ മറ്റൊരു ചുവന്ന പന്ത് പൊങ്ങിക്കിടക്കുന്നു. അതിന് അഞ്ചാം നമ്പർ ഫുട്ബോളിന്റെയത്ര വലി പ്പമുണ്ട്. അതു പടിക്കെട്ടിൽ നിന്നകലെ കുളത്തിന്റെ ഏതാണ്ടു മധ്യഭാഗ ത്തായിട്ടാണ് കിടന്നത്.

"ഇവിടെക്കിടക്കുന്നതു പോലുള്ള പന്തു തന്നെയാണ് അതും?" ശാന്തു അമ്പരപ്പോടെ പറഞ്ഞു.

"ഞാൻ ഇതേപോലൊന്ന് ഇതിനുമുൻപ് കണ്ടിട്ടേയില്ല" നിഖിൽ മഹതോ ഉറപ്പിച്ചു പറഞ്ഞു.

"പക്ഷേ, വാതകം നിറച്ച ഒരു പന്ത് ഇങ്ങനെ ഒഴുകി നടക്കാൻ അനു വദിച്ചുകൂട. ഇതിന്മേൽ കണ്ണുടക്കിക്കഴിഞ്ഞാൽ ഉടൻ തന്നെ അവരതു കൈക്കലാക്കാൻ ശ്രമിക്കും. ഭാഗ്യത്തിന് പടിക്കെട്ടിൽ ശാന്തു കയറിക്ക ഴിഞ്ഞതിനു ശേഷമാണ് ആദ്യത്തെ ഒന്ന് പൊട്ടിത്തെറിച്ചത്. അതുകൊ ണ്ടുമാത്രമാണ് അവൻ രക്ഷപ്പെട്ടതും. ആരെങ്കിലും അതിനടുത്തേക്ക് നീന്തി എത്തുമ്പോഴാണ് പൊട്ടുന്നതെങ്കിൽ തീർച്ചയായും അയാൾ മുങ്ങി ച്ചാകും."

കാക്കാബാബു മുന്നറിയിപ്പു നൽകി.

"ഇപ്പോൾ തന്നെ നമുക്കതു പൊട്ടിച്ചുകളയാം" നിഖിൽ മഹാതോ പ്രഖ്യാപിച്ചു.

"അത് ഒരു നിമിഷം കൊണ്ട് ഞാൻ പൊട്ടിച്ചു തരാം" ജോജോ ഉത്സാഹത്തോടെ പറഞ്ഞു.

അവൻ ഉന്നം പിടിച്ച് ഒരു ഇഷ്ടികക്കഷണം എടുത്തെറിഞ്ഞു. പക്ഷേ, അതു പന്തിനു മുകളിൽ കൂടിച്ചെന്ന് കുളത്തിൽ വീണു.

അടുത്തതായി നിഖിൽ മഹാതോ ശ്രമിച്ചു. അതും പരാജയപ്പെട്ടു.

"ഇവിടെങ്ങും നല്ല പാറക്കഷണങ്ങൾ കിട്ടാനില്ല. എന്റെ തെറ്റാടി കൈയിലുണ്ടായിരുന്നെങ്കിൽ ഒരു സെക്കന്റ് കൊണ്ട് ഞാനീ ജോലി തീർത്തേനേ."

ജോജോ പറഞ്ഞുകൊണ്ടേയിരുന്നു.

കാക്കാബാബു നിഖിൽ മഹാതോവിനോട് ചോദിച്ചു: "നിങ്ങളുടെ കൈയിൽ തോക്കുണ്ടോ?"

"ഇല്ല സർ, ഞാൻ കൊണ്ടുവന്നിട്ടില്ല" നിഖിൽ മഹാതോ ക്ഷമാപണ സ്വരത്തിൽ പറഞ്ഞു.

"ജോജോ, അകത്തേക്ക് പാഞ്ഞു പോയി. ശാന്തു എഴുന്നേറ്റിരുന്ന് സമനില തെറ്റിയ തന്റെ ശിരസ്സ് കൈകൾ കൊണ്ട് താങ്ങി. അവൻ അപ്പോഴും തലചുറ്റുന്നുണ്ടായിരുന്നു.

പന്ത് അപ്പോഴും പൊങ്ങിക്കിടന്ന് ഓളങ്ങൾക്കൊത്തു നൃത്തം ചെയ്യു കയാണ്. ഒരുജോടി പുൽച്ചാടികൾ അതിനു മുകളിലൂടെ പറക്കുകയും കൂടെക്കൂടെ അതിനെ സ്പർശിക്കുകയും ചെയ്യുന്നുണ്ട്.

ജോജോ പെട്ടെന്നു തന്നെ റിവോൾവറുമായി മടങ്ങിയെത്തി.

കാക്കാബാബു അതു കൈയിലെടുത്ത് ഉന്നം പിടിച്ചു കാഞ്ചി വലിക്കാൻ തയാറായി.

പെട്ടെന്ന് പന്തു പൊട്ടി പുക പുറത്തുചാടി. നിഖിൽ മഹാതോ തികഞ്ഞ മതിപ്പോടെ കാക്കാബാബുവിനെത്തന്നെ തുറിച്ചു നോക്കിക്കൊണ്ടിരുന്നു.

"ഉഗ്രൻ! ആദ്യ വെടിക്കുതന്നെ ലക്ഷ്യം കണ്ടു."

പക്ഷേ, കാക്കാബാബു അന്തം വിട്ടുപോയി. എന്തണിത്? ഞാൻ കാഞ്ചി വലിച്ചതേയില്ല. അത് സ്വയം പൊട്ടുകയായിരുന്നു!"

"അത് ശരിയായ സമയത്ത് സ്വയം പൊട്ടുകയായിരുന്നോ?" നിഖിൽ മഹാതോ അവിശ്വസനീയതയോടെ ചോദിച്ചു പോയി.

കുളത്തിന്റെ അങ്ങേക്കരയിൽ വളർന്നു നിന്ന ചെടിപ്പടർപ്പുകൾക്കുള്ളിൽ നിന്നും ഭയാനകമായൊരട്ടഹാസം മാറ്റൊലിക്കൊണ്ടു.

അതിനെത്തുടർന്ന് ഒരു മോട്ടോർസൈക്കിളിന്റെ അലർച്ചയും പെട്ടെന്ന് കേട്ടു.

അവരുടെ കൺമുന്നിലൂടെ ഒരു മിന്നൽപിണർ പോലെ കറുത്ത കുപ്പായമിട്ട ഒരാൾ കുളത്തിനപ്പുറത്തുള്ള റോഡിലൂടെ തെന്നിമറഞ്ഞു.

ജോജോയും നിഖിൽ മഹാതോയും കൂടി ആ മനുഷ്യനെ കാണാനായി കുറച്ചുദൂരം ഓടിയെങ്കിലും വിജയിച്ചില്ല.

കാക്കാബാബുവിന്റെ കൈകളിൽ റിവോൾവറുണ്ടായിരുന്നു. വേണമെങ്കിൽ അദ്ദേഹത്തിന് ആ മനുഷ്യനെ വെടിവയ്ക്കാനും കഴിഞ്ഞേനെ. പക്ഷേ, വിചിത്രമായി ചിരിച്ചു എന്നതു കൊണ്ടുമാത്രം അദ്ദേഹത്തിനൊരു മനുഷ്യനെ എങ്ങിനെ വെടിവയ്ക്കാൻ കഴിയൂ?

അദ്ദേഹം ശാന്തുവിനെ പിടിച്ചഴുന്നേൽപ്പിച്ചിട്ടു ചോദിച്ചു: "നിനക്കു സുഖം തോന്നുന്നുണ്ടോ?" ശാന്തു തലയാട്ടി.

"ഉണ്ട്. എനിക്ക് കുഴപ്പമൊന്നുമില്ല. ഈ ഓക്കാനമാണു മാറാത്തത്."

"അകത്തുപോയി ധാരാളം വെള്ളം കുടിക്ക്. ഓക്കാനം നിൽക്കുന്നില്ലെങ്കിൽ ഒന്നു ഛർദിച്ചോളൂ. അതു ഗുണം ചെയ്യും."

പോകുന്ന പോക്കിന് പൊട്ടിയ ബോളും കൂടി അവനെടുത്തു.

"ഇതിനകത്ത് ഏതു വാതകമാണെന്ന് പരിശോധിച്ചിട്ടുതന്നെ കാര്യം."

നിഖിൽ മഹാതോ അവർക്കരികിലെത്തി അതിശയത്തോടെ പറഞ്ഞു:

"അക്കരെ ഒളിച്ചിരുന്ന ആ മനുഷ്യൻ എന്താണവിടെ ചെയ്തതെന്ന് എനിക്കൊരു പിടിയും കിട്ടുന്നില്ല."

"അയാൾ ഒരു മുഖം മൂടി ധരിച്ചിരുന്നു." ജോജോ വെളിപ്പെടുത്തി.

"മുഖം മൂടിയോ? പക്ഷേ, നമ്മളയാളുടെ പിറകുവശം മാത്രമല്ലേ കണ്ടുള്ളു!" നിഖിൽ മഹാതോക്ക് വീണ്ടും അത്ഭുതമായി.

"അയാൾ ഒരാവർത്തി മുഖമൊന്നു തിരിച്ചു. അയാളുടെ കൈയിൽ ഒരു മൊബൈൽ ഫോണുമുണ്ടായിരുന്നു." ജോജോ കൂട്ടിച്ചേർത്തു.

"ഒരു മൊബൈൽ ഫോണോ? ഉറപ്പാണോ നിനക്ക്?" കാക്കാ ബാബു ചോദിച്ചു.

"എനിക്കൊരിക്കലും തെറ്റാറില്ല." ജോജോ ഉടൻ തന്നെ മറുപടി കൊടുത്തു.

കാക്കാബാബു, നിഖിൽ മഹാതോയുടെ നേർക്കു തിരിഞ്ഞു കൊണ്ടു പറഞ്ഞു:

"ഇന്നലെ മുതൽ ഒരു മോട്ടോർ സൈക്കിൾ നമ്മെ പിൻതുടരുന്നുണ്ട്. ഈ ഭാഗത്ത് മോട്ടോർ സൈക്കിൾ സ്വന്തമായുള്ളവരുടെ ലിസ്റ്റ് എനി ക്കൊന്നു തരാമോ? ഗഗൻ സാഹയ്ക്ക് ഒന്നുണ്ടെന്ന വിവരം എനിക്കറി യാം."

മറ്റൊരുപാട് പേർക്കുണ്ട്. ഈ ഭാഗത്തെ പുത്തൻ പണക്കാർ കാറു വാങ്ങുന്നതിനുമുൻപ് മോട്ടോർ സൈക്കിളാണു വാങ്ങുന്നത്. മോട്ടോർ സൈക്കിളാകുമ്പോൾ ഭീകരമായ ശബ്ദമുണ്ടാക്കി ഈ പ്രദേശമാകെ പിടിച്ചു കുലുക്കാം. അവർ ആഗ്രഹിക്കുന്നത്ര ശ്രദ്ധപിടിച്ചുപറ്റാൻ ഇതിനേ ക്കൾ മറ്റൊന്നില്ല. ഗഗൻ സാഹയെ താങ്കൾ കണ്ടോ?"

"കണ്ടു. ഇന്നലെ രാത്രി ഞാനയാളെ കണ്ടിരുന്നു."

"ഗഗൻ സാഹ ഇന്നു രാവിലെ പൊലീസ് സ്റ്റേഷനിൽ വന്നിരുന്നു. ഒരു പരാതി നൽകാൻ. അയാളുടെ മോട്ടോർ സൈക്കിൾ ഇന്നലെ രാത്രി മോഷണം പോയത്രെ." നിഖിൽ മഹാതോ പറഞ്ഞു.

ആറ്

സന്ധ്യയ്ക്ക് മുൻപുതന്നെ മേഘങ്ങൾ ഉരുണ്ടു കൂടുന്നുണ്ടായി രുന്നു. മാനം കറുക്കുകയും ഇരുട്ടു പരക്കുകയും ചെയ്തു.

സുകോമളിനെപ്പറ്റി ഇനിയും ഒന്നും അറിയാൻ കഴിഞ്ഞിട്ടില്ല. ഉച്ച യ്ക്കു ശേഷം കാക്കാബാബുവിനെ കാണാൻ ഒന്നു രണ്ട് ഉന്നതരായ പൊലീസ് ഉദ്യോഗസ്ഥന്മാർ എത്തിയിരുന്നു. കുട്ടിയെ ആരോ ബംഗ്ലാദേശ് അതിർത്തി കടത്തിക്കൊണ്ടു പോയിട്ടുണ്ടാകുമെന്നാണ് അവരുടെ വിശ്വാസം. അതിർത്തി കടക്കാൻ ഇവിടെ നിന്നുള്ള പൊലീസുകാരെ അനുവദിച്ചിരുന്നില്ല.

ഇത്തരം കാര്യങ്ങൾ വളരെയധികം മുൻ കരുതലോടെ മാത്രമേ പൊലീസുകാർക്ക് കൈകാര്യം ചെയ്യാനാകു. അവർ കുട്ടിയെ കൊല പ്പെടുത്തിയേക്കാം. അളവില്ലാത്ത ക്രൂരത കാട്ടാൻ കഴിവുള്ള വരാണവർ. ചുരുക്കം ചില സന്ദർഭങ്ങളിൽ അവരതു ചെയ്തിട്ടുമുണ്ട്. "കാര്യങ്ങൾ ഇങ്ങിനെയൊക്കെയാകുമ്പോൾ കാക്കാബാബുവിനു മാത്രമേ കുഴപ്പ ങ്ങളിൽ നിന്നും നമ്മെ രക്ഷപ്പെടുത്താനാകു" പൊലീസുദ്യോഗസ്ഥർ തുറന്നു പറഞ്ഞു.

എന്നാൽ കാക്കാബാബു നിഷേധാർത്ഥത്തിൽ തല കുലുക്കി.

"ഞാനെങ്ങിനെ നിങ്ങളെ സഹായിക്കാനാണ്? കുട്ടിയുടെ ജീവൻ അപകടത്തിലാണ്. ഞാൻ കാരണം ആ കുട്ടിയുടെ ജീവൻ നഷ്ടപ്പെട്ടാൽ ആരു സമാധാനം പറയും? എനിയ്ക്കുപോലും സ്വയം മാപ്പുകൊടുക്കാൻ കഴിയില്ല. ഒരു കാലത്തും."

പൊലീസ് സൂപ്രണ്ട് പറഞ്ഞു: "കുട്ടിയെ വീണ്ടെടുക്കുന്നതിന് നമ്മൾ മോചനദ്രവ്യം കൊടുക്കുകയാണെങ്കിൽ അവന്മാരിതു കുറ്റകൃത്യം തുടരാനുള്ള പച്ചക്കൊടിയായി കരുതും. പിന്നെ ഇത് പരക്കെ ആവർത്തി ക്കപ്പെടുകയും ചെയ്യും."

"വളരെ ശരിയാണ്!"

ഇക്കാര്യങ്ങൾ പലരീതിയിൽ വിശകലനം ചെയ്തുകൊണ്ട് കാക്കാ ബാബു ഉച്ച കഴിഞ്ഞുള്ള ബാക്കി സമയം മുഴുവൻ കിടക്കയിൽ കഴിച്ചു കൂട്ടി.

ജോജോയ്ക്കും ശാന്തുവിനും സംസാരശേഷി തന്നെ നഷ്ടപ്പെട്ടതു പോലെയാണു കാണപ്പെട്ടത്. നാടകാവതരണം തുടങ്ങിയേടത്തു തന്നെ കിടന്നു. സുകോമളിനെ എങ്ങനെ തിരികെ കിട്ടുമെന്നതു മാത്രമായി ഇപ്പോഴത്തെ ചിന്ത.

അധികനേരം മിണ്ടാതിരിക്കാൻ ജോജോയ്ക്ക് എപ്പോഴും ബുദ്ധി മുട്ടാണ്.

അവൻ വിളിച്ചു പറഞ്ഞു: "നമുക്ക് മറ്റൊരു സൂത്രം ഒന്നു ശ്രമിച്ചു നോക്കരുതോ? ഉദാഹരണത്തിന് എന്തുകൊണ്ട് നമുക്ക് അഞ്ചുലക്ഷം രൂപ കൊടുത്ത് സുകോമളിനെ തിരികെ കെണ്ടുവന്നുകൂട? അങ്ങിനെ യാണെങ്കിൽ അവന്മാരുടെ പത്തിനോക്കിത്തന്നെ ഒന്നു കൊടുക്കാ മായിരുന്നു."

"അഞ്ചുലക്ഷം രൂപ നിനക്കെവിടെ നിന്നു കിട്ടും? മാത്രമല്ല ആ കാട്ടു കള്ളന്മാരെ എങ്ങനെ പിടിക്കാനാണ് നിന്റെ പദ്ധതി?" ശാന്തു ചോദിച്ചു.

"നമുക്കു മാന്ത്രികൻ പി സി സർക്കാറിനെ വിളിക്കാം. അദ്ദേഹത്തി നു ശൂന്യതയിൽ നിന്നു പണമെടുക്കുന്ന വിദ്യയറിയാം. മോചനത്തിനുള്ള പണം അദ്ദേഹം ജാലവിദ്യകൊണ്ട് നമ്മുടെ കൈയിൽ തരും. നമ്മൾ അതു കൈമാറിക്കഴിഞ്ഞാലുടൻ തന്നെ നോട്ടുകൾ അപ്രത്യക്ഷ മാവു കയും ചെയ്യും." ജോജോ തന്റെ പദ്ധതി വിശദീകരിച്ചു.

"അതു തരക്കേടില്ലാത്ത ആശയം തന്നെ. പക്ഷേ, ഈയിടെ ഞാൻ പത്രത്തിൽ വായിച്ചത് പി സി സർക്കാറും സംഘവും റഷ്യയിൽ മായാ ജാല പ്രകടനം നടത്തുകയാണെന്നാണ്."

ശാന്തുവിന്റെ ഈ വാക്കുകൾ ജോജോയുടെ ഉത്സാഹം കെടുത്തി.

"ഹയ്യോ! അതൊരു പ്രശ്നമുണ്ടല്ലോ!" അവൻ നിരാശയോടെ പറഞ്ഞു.

"എന്നാലും ഞാനൊന്നു ചോദിച്ചോട്ടെ. പണം കൊടുത്തു കഴി ഞ്ഞാൽ പിന്നെ നീ ആ കൊള്ളക്കാരെ എങ്ങിനെ പിടിക്കാനാണ്?" ശാന്തു ചോദിച്ചു.

"അതെളുപ്പമാണ്. എനിക്കൊരു രഹസ്യമന്ത്രമറിയാം. അതു പറ ഞ്ഞു കഴിഞ്ഞാലുടൻ അവന്മാരുടെ കള്ളി വെളിച്ചത്താവും. നിനക്കതു കേൾക്കാൻ ആഗ്രഹമുണ്ടോ?"

"ശരി കേൾക്കട്ടെ"

"എന്നാൽ കേട്ടോളൂ:

അത്തള പിത്തള തവളാച്ചി
ചുക്കുമ്മലിരിക്കുന്ന ചുള്ളാപ്പ്
മറിയം വന്നു വിളക്കൂതി
ഭൂ ഭൂ ഭൂ"

"ഇതിനെയാണോ നീ മന്ത്രമെന്നു പറയുന്നത്?" ശാന്തു അത്ഭുത ത്തോടെ അവനെ നോക്കി.

"നീ തന്നത്താനൊന്നു പറയാൻ നോക്ക്. ഒറ്റ പ്രാവശ്യമൊന്നു ശ്രമി ച്ചാൽ മതി"

ശാന്തു പറഞ്ഞു നോക്കി

"അത്തള പിത്തള തവളാച്ചി

ചുക്കുമ്മലിരിക്കുന്ന ചൂളാപ്പ്

മറിയം വന്നു വിളക്കൂതി

ഭൂ ഭൂ ഭൂ ദാ ഞാൻ പറഞ്ഞു."

എന്നാൽ ഇതിനു നമ്മളെ എങ്ങനെ സഹായിക്കാൻ കഴിയും?"

നീയിപ്പോൾ ഒരു പ്രാവശ്യമതു പറഞ്ഞു.

ഇനിയിതൊന്നു മറക്കാൻ നോക്കിക്കേ. നിനക്കതിനു പറ്റില്ല. നീ വീണ്ടും അതു തന്നെ മുറുമുറുത്തുകൊണ്ടിരിക്കും. പിന്നെയതുച്ചത്തിൽ വിളിച്ചു കൂവും. അവസാനം പെരുവഴിയേ അലറി വിളിച്ചുകൊണ്ടു നടക്കും.

അത്തള പിത്തള........

പൊതു സ്ഥലത്ത് ഇങ്ങനെ വിളിച്ചു കൂവിക്കൊണ്ട് നടക്കുന്നവനെ എളുപ്പത്തിൽ പൊലീസിനു തൂക്കാനും പറ്റും." ജോജോ വിശദീകരിച്ചു.

"അയ്യോ ഇതാണോ എനിക്കിപ്പോൾ സംഭവിക്കാൻ പോകുന്നത്?" ശാന്തുവിനാകെ ഭയമായി.

"ഇതിന് ഒരു മറുമരുന്നുണ്ട്. അതു വച്ച് നിന്നെ ഞാൻ സുഖ പ്പെടുത്തും" ജോജോ പറഞ്ഞു.

"ഈ തട്ടിപ്പുകൾ പെരുവഴിയിൽ കൂടി ഇങ്ങനെ വിളിച്ചുകൊണ്ടു നടക്കുമ്പോൾ അതു കേട്ടു പഠിക്കുന്നു മറ്റുള്ളവർക്കു കൂടി ഈ ഗതി വരില്ലേ?" ശാന്തു ചോദിച്ചു.

"അതിന് ഒരു ചാൻസുമില്ല. ഞാൻ നിന്റെ കൈയിൽ വിരലുകൊണ്ടു കുത്തിയത് ഓർക്കുന്നില്ലേ. ഞാൻ ആരെയെങ്കിലും തൊട്ടുകൊണ്ട് ഈ മന്ത്രം പറഞ്ഞു കൊടുത്താലേ മന്ത്രം ഫലിക്കൂ." ജോജോ വ്യക്തമാക്കി ക്കൊടുത്തു.

"അപ്പോൾ നമുക്കിനി ആവശ്യമുള്ളത് അഞ്ചുലക്ഷം രൂപ മാത്രം." ശാന്തു പറഞ്ഞു. പൂന്തോട്ടത്തിലൊന്നിരിക്കാൻ അവർക്കു കഴിഞ്ഞില്ല. കാരണം ഒരു ചാറ്റമഴ പെയ്യുന്നുണ്ട്. കാക്കാബാബു വരാന്തയിലിരുന്ന് ചായ കുടിക്കുന്നു.

ശാന്തു വീട്ടിനകത്തു കയറി ഒരു ടിൻ ബിസ്കെറ്റെടുത്തു കൊണ്ടു വന്നു. പെട്ടെന്ന് അവന്റെ കൈയിൽ നിന്നതു നിലത്തു വീണു. അതു പെറുക്കിയെടുക്കാൻ കുനിഞ്ഞപ്പോൾ അവന്റെ കൈ ഒന്നറച്ചു.

"ഹേയ് ഇതെന്താണ്. മുൻപ് ഇതിവിടെ ഉണ്ടായിരുന്നില്ലല്ലോ!"

വരാന്തയിൽ ചെടിച്ചട്ടികൾ നിരത്തി വച്ചിട്ടുണ്ടായിരുന്നു. അവയ്ക്കിട യിൽ ഒരു കൊച്ചു പ്രതിമയിരിക്കുന്നു. അത് തടിയോ ഫൈബർ ഗ്ലാസ്സോ

കൊണ്ടുണ്ടാക്കിയതായിരുന്നു. ഒന്നൊന്നരയടി പൊക്കം വരും അതിന്. മൊത്തം കറുപ്പാണെങ്കിലും മുഖം മാത്രം ചുവന്നിരുക്കുന്നു.

ഒരിക്കലും അവരതിനെ കണ്ടിരുന്നില്ല.

തീർച്ചയായും വരാന്തയിൽ അങ്ങിനെയൊരു വസ്തുവേ ഉണ്ടാ യിരുന്നില്ല.

ജോജോ അതിനെ ചെന്നെടുക്കാനാഞ്ഞപ്പോൾത്തന്നെ ശാന്തു ഉച്ചത്തിൽ വിലക്കി.

"ഹേ ഹേ അതിനെ തൊടരുത്."

"നീ പറഞ്ഞതു ശരിയാണ്. ഇതിനു മുൻപ് ഇവിടെ ഇല്ലാതിരുന്ന ഒരു വസ്തുവിലും തൊട്ടു പോകരുത്. ഇന്നു രാവിലെ നടന്ന സംഭവവും നിനക്കോർമയില്ലേ? ആ ചുവന്ന പന്തിന്റെ കാര്യം? പക്ഷേ, ഈ സാധനം എങ്ങനെ ഇവിടെ വന്നു!" കാക്കാബാബുവിന്റെ സ്വരത്തിൽ ഭീതി കലർന്നിരുന്നു.

ശാന്തു അകത്തു പോയി ഒരു ടോർച്ചുമായി തിരിച്ചു വന്നു. അതിന്റെ വെളിച്ചത്തിൽ ആ പ്രതിമ അവർ പരിശോധിച്ചു. അതിന്റെ മുഖം ഭീകര മായിരുന്നു. ഒരു പിശാചിന്റേതുപോലെ. താഴോട്ടു തൂങ്ങിക്കിടന്ന അതിന്റെ കൈകൾ അതിന്റെ രൂപവുമായി ഒരു പൊരുത്തവും ഇല്ലാത്തവിധം നീളമുള്ളവയായിരുന്നു.

"ഇത് വീട്ടിനകത്തുനിന്നും ആരെങ്കിലും എടുത്തു പുറത്തെറി ഞ്ഞതാണോ? രഘുവിനെ വിളിക്ക്."

രഘു ഉടൻ തന്നെ അവിടെയെത്തി കൂടെ ചെറിയമ്മാവനും

അവൻ ഒറ്റനോട്ടത്തിൽത്തന്നെ പറഞ്ഞു:

"ഇത് ഈ വീട്ടിലേതല്ല. ഞാനിതു മുൻപ് കണ്ടിട്ടേയില്ല. ആരാണ് ഈ വൃത്തികെട്ട പാവയെ ഇവിടെ കൊണ്ടുവച്ചത്?"

"അതിന്റെ ഉള്ളു കള്ളികളൊന്നും നമുക്കറിയില്ല. പക്ഷേ, ഇതിനെ തൊടുന്നത് അപകടകരമായിരിക്കുമെന്ന് എനിക്കു തോന്നുന്നു." കാക്കാ ബാബു മുന്നറിയിപ്പു കൊടുത്തു.

ഇതേ സമയത്ത് അതിശയകരമായ ഒന്നു സംഭവിച്ചു. പ്രതിമ ഒരു ശബ്ദത്തോടെ നിലത്തു വീണു. എന്നിട്ടതു താനേ നിവർന്നുനിന്നു.

"എന്റെ ദൈവമേ അതിനു ജീവനുണ്ടെന്നു തോന്നുന്നു." ജോജോ സ്തബ്ധനായിപ്പോയി.

ഈ വാക്കുകൾ കേട്ട ഉടൻ ആ പ്രതിമ ജീവൻ വച്ചതുപോലെ മുന്നോട്ട് ഒന്നു രണ്ട് ചുവടുകൾ വച്ചു. ടപ്പ്, ടപ്പ്, ടപ്പ് എന്ന ശബ്ദത്തോടെ.

അത് നിലത്തു കൂടി നടക്കുകയാണ്. കാക്കാബാബു ഒഴികെ മറ്റെല്ലാ പേരും പിന്നോട്ടുമാറി. കാക്കാബാബു സാകൂതം അതിനെ തന്നെ നോക്കി നിന്നു. പിന്നീടതു നൃത്തമാരംഭിച്ചു. ഒരു നൃത്തം ചെയ്യുന്ന പാവക്കുട്ടിയെ പ്പോലെ. പക്ഷേ, അതിനെ നിയന്തിക്കുന്ന ചരടുകളൊന്നും കാണാനില്ലാ യിരുന്നു.

പെട്ടന്നത് ആകാശത്തേക്കു കുതിച്ചു. അത് കഴിഞ്ഞ് അവുരടെ തലയ്ക്ക് മുകളിലൂടെ വട്ടം ചുറ്റാൻ തുടങ്ങി.

കാക്കാബാബു ഒഴികെ മറ്റെല്ലാപേരും അവരവരുടെ തലകൾ സംര
ക്ഷിച്ചെടുക്കുന്ന വെപ്രാളത്തിലായിരുന്നു.

"ഒരു വടിയെടുത്ത് ഞാനതിനെ അടിച്ചിടട്ടേ?" രഘു ചോദിച്ചു.

"വേണ്ട. അതിന്റെ ആവശ്യമില്ല"

കാക്കാബാബു പറഞ്ഞു.

കുറേ വട്ടം ചുറ്റിയ ശേഷം അതു വരാന്തയിലേക്കു നീങ്ങി. പൂന്തോട്ട
ലെത്തിയതിനുശേഷം അത് ദുരെ റോഡിലേക്കു പറന്നുപോയി.

ആ സമയം ഒരു മോട്ടോർ സൈക്കിളിന്റെ ഇരമ്പം പുറത്തു കേട്ടു.

"ഇതിന്റെയൊക്കെ അർഥമെന്താണ്?"

ഞെട്ടിത്തെറിച്ചുകൊണ്ട് ചെറിയമ്മാവൻ ചോദിച്ചു.

"കുട്ടിക്കളി" കാക്കാബാബു ഉത്തരം നൽകി.

"നിങ്ങളെന്താണുദ്ദേശിക്കുന്നത്? ഒരു മരപ്പാവ സ്വയം പറക്കുന്നത്
നമ്മൾ നമ്മുടെ സ്വന്തം കണ്ണുകൾ കൊണ്ടു കണ്ടതാണ്! അതോ അതൊ
രു മതിഭ്രമമായിരുന്നോ?" ചെറിയമ്മാവൻ ചോദിച്ചു.

"നിങ്ങളുടെ കണ്ണുകളൊക്കെ ശരിയായിത്തന്നെ പ്രവർത്തിച്ചു.
എന്നാൽ ഇത് വലിയ അത്ഭുതമൊന്നുമല്ല. റിമോട്ട് കൺട്രോൾ ഉപയോഗി
ച്ചു നമ്മളെ പറ്റിച്ചതാണ്. കളിപ്പാട്ടങ്ങളോ, തീവണ്ടിയോ എന്തിന് വിമാന
ങ്ങൾ പോലും റിമോട്ട് കൺട്രോൾ കൊണ്ടു നിയന്ത്രിക്കാം. ഇത് പുറത്തു
നിന്നാരോ അങ്ങനെ നിയന്ത്രിച്ചതാകണം. എടാ ജോജോ. നീ ഇന്നു
രാവിലെ മോട്ടോർ സൈക്കിളിൽ പാഞ്ഞു പോയവന്റെ കൈയിൽ കണ്ടത്
മൊബൈൽ ഫോണായിരുന്നില്ല. അതൊരു റിമോട്ട് കൺട്രോൾ ഉപക
രണമായിരുന്നു." കാക്കാബാബു വിശദീകരിച്ചു കൊടുത്തു.

"അവർ നമ്മളെ ശരിക്കും അതിശയിപ്പിച്ചിരുക്കുന്നു!" ജോജോ
ആശ്ചര്യപ്പെട്ടു.

"പക്ഷേ, എന്തിനാണ് നമ്മളോട് ഇത്തരം സൂത്രപ്പണികൾ?" കാക്കാ
ബാബു തന്റെ ആശങ്ക മറച്ചു വച്ചില്ല.

"അതു പൊലീസിനു മാത്രമേ കണ്ടെത്താനാകൂ" കാക്കാബാബു
പറഞ്ഞു.

"മോട്ടോർ സൈക്കിളിൽ പറന്നു നടക്കുന്നവനെ നമ്മൾ പിടിക്കുക
തന്നെ വേണം" ശാന്തു പറഞ്ഞു.

"ശാന്തു നിനക്ക് മോട്ടോർ സൈക്കിൾ ഓടിക്കനറിയാമോ?" ജോജോ
ചോദിച്ചു.

"ഇല്ല. ഞാനിതുവരെ ശ്രമിച്ചിട്ടില്ല" ശാന്തു സത്യസന്ധമായി മറുപടി
നൽകി.

"ഞാനതിൽ വിദഗ്ദനാണ് എന്റെ കൈവശമൊരു മോട്ടോർ സൈ
ക്കിൾ ഉണ്ടായിരുന്നെങ്കിൽ അവനെ എപ്പോൾ പിടിച്ചെന്നു ചോദിച്ചാൽ
മതി. സിഡ്നിയിൽ വച്ച് ഒരുത്തൻ ഒരു സ്ത്രീയുടെ ബാഗും തട്ടിയെടുത്ത്
മോട്ടോർ സൈക്കിളിൽ കടന്നു കളഞ്ഞു. അവർ സഹായിക്കണേ എന്ന്
നിലവിളിച്ചു. എനിക്കത് വെറുതേ കൈയും കെട്ടി നോക്കിനിൽക്കാൻ
കഴിഞ്ഞില്ല. അടുത്തൊരു മോട്ടോർസൈക്കിളുണ്ടായിരുന്നു. ഞാനതിൽ

കയറി ഒറ്റവിടലാണ്. അവൻ എത്ര വേഗതയിലോടിച്ചിട്ടും കാര്യമുണ്ടാ
യില്ല. കാരണം സിഡ്നിയിലെ റോഡെന്നു പറഞ്ഞാൽ ഇതുപോലെ വള
ഞ്ഞു പുളഞ്ഞു കിടക്കുകയൊന്നുമല്ല. അവനെത്ര സ്പീഡിലോടിച്ചിട്ടും
കാര്യമുണ്ടായില്ല. ഞാൻ അവന്റെ ഒപ്പത്തിനൊപ്പമെത്തി. ട്രാഫിക് സിഗ്ന
ലൊന്നുമനുസരിക്കാതെയാണ് അവനോടിച്ചത്. ഞാനോ എല്ലാം അനു
സരിച്ചും! ജനം മൊത്തം നമ്മളെ നോക്കി നിൽക്കുകയാണ്."

"ഹോ. ഒരു സിനിമ കാണും പോലെയുണ്ട്." ശാന്തു അതിശയ
ത്തോടെ പറഞ്ഞു പോയി.

"പക്ഷേ, ഞാനവനെ എന്റെ കൺവെട്ടത്തു നിന്നു മാറാൻ അനുവ
ദിച്ചില്ല. സിഡ്നിയിലിതു പോലെ ചെറിയ ഇടവഴികളോ കൊടും വളവു
കളെ ഒന്നുമില്ല. നിരപ്പായ റോഡുകളേയുള്ളൂ. അതു കാരണം അവനൊരു
സ്ഥലത്തും ഒളിക്കാൻ പറ്റിയില്ല. അവസാനം റോഡ് കുത്തനെ കടലി
ലേക്കു ചെന്നു ചേരുന്ന ഒരു സ്ഥലത്തെത്തി. ഇന്ത്യൻ മഹാസമുദ്രം!"

"സിഡ്നിയിൽ ഇന്ത്യൻ സമുദ്രം ഉണ്ടാവാൻ ഒരു വഴിയുമില്ല. ശാന്ത
സമുദ്രമായിരിക്കും." കാക്കാബാബു തിരുത്തി.

"ആയിരിക്കും. എല്ലാ സമുദ്രോം ഒരു പോലേയല്ലേ കിടക്കുന്നത്"
ജോജോ പറഞ്ഞു.

"പിന്നെന്തു സംഭവിച്ചു? രണ്ടുപേരുംകൂടി കടലിൽ വീണോ?" ശാന്തു
ശ്വാസം വിടാതെ ചോദിച്ചു.

"പെട്ടെന്നു വണ്ടി നിർത്താൻ ഞാൻ ഒരു വഴിയും കണ്ടില്ല. അത്ര
യ്ക്കു സ്പീഡിലല്ലേ എന്റെ പോക്ക്! കടലിൽ വീണു പോയേനേ. അവി
ടെയിട്ട് കള്ളനെ പിടിക്കാനാകുമെന്ന് എനിക്കറിയാമായിരുന്നു. എന്നാൽ
ബാഗ് നഷ്ടപ്പെട്ടാൽ എന്തു ചെയ്യും? ബാഗിനു വേണ്ടിയായിരുന്നല്ലോ
അവന്റെ പിന്നാലെ പാഞ്ഞത്? അവസാനം ഞാൻ വണ്ടിയിലെഴുന്നേറ്റു
നിന്നിട്ട് അവന്റെ കഴുത്തു ലക്ഷ്യമാക്കി ചാടി. കടപ്പുറം നിറയെ ആളാണ്.
അവരെല്ലാം കൂടി ഓടിയിങ്ങെത്തി." ജോജോ കത്തിക്കയറുകയായിരുന്നു.

"കടലിൽ വീണിരുന്നെങ്കിൽ നീ വളരെ കഷ്ടപ്പെട്ടുപോയേനേ.
കാരണം നിനക്കു നീന്തലറിയില്ലല്ലോ." ശാന്തു അഭിപ്രായപ്പെട്ടു.

"എത്ര മനോഹരമായ കഥ. നോക്ക് എനിക്കൊന്നു കൊൽക്കത്ത
യിലേക്കു പോയാലേ പറ്റൂ." കാക്കാബാബു പറഞ്ഞു.

"നമ്മളും വരാം" ശാന്തു കെഞ്ചി.

"നിങ്ങൾ രണ്ടുപേരും ഇവിടെ നിന്നാൽ മതി. ഞാൻ ഉടൻ തിരിച്ചെ
ത്തും. എനിക്ക് പൊലീസ് സേനയിലെ ഉന്നതരായ ചിലരുമായി കുറച്ചു
സംസാരിക്കാനുണ്ട്. ചിലപ്പോൾ ബംഗ്ലാദേശ് പൊലീസുമായും ബന്ധ
പ്പെടേണ്ടി വരും." കാക്കാബാബു പറഞ്ഞു.

പെട്ടെന്ന് ഒരു കാർ വന്ന് വീട്ടിനു മുന്നിൽ നിന്നു.

"അതാരായിരിക്കുമെന്ന് വേണമെങ്കിൽ കണ്ണടച്ചു കൊണ്ടു ഞാൻ
പറയാം. അതു ദെബോലിനയായിരിക്കും." ജോജോ പറഞ്ഞു.

അവൻ പറഞ്ഞത് ശരിയായിരുന്നു. ദെബോലിന വാതിൽതുറന്ന്
ഓടിവന്നു. അവൾ ജീൻസും ഷർട്ടുമാണ് ധരിച്ചിരുന്നത്. അവൾ തലയി

ലൊരു സ്കാർഫ് കെട്ടിയിരുന്നു. തോളിലൂടെ ഒരു ബാഗും തൂക്കിയിട്ടി രുന്നു.

"കൊള്ളാം റിഹേഴ്സലൊക്കെ എങ്ങനെയുണ്ട്?" വരാന്തയിലെ ത്തിയപ്പോഴെ അവൾ വിളിച്ചു ചോദിച്ചു.

ജോജോയും ശാന്തുവും പരസ്പരം നോക്കിമിണ്ടാതെ നിന്നു.

"ഒരു റിഹേഴ്സലുമില്ല. അതെല്ലാം മാറ്റി വച്ചു." കാക്കാബാബുവാണ് മറുപടി പറഞ്ഞത്.

"അതു നന്നായി. ആ നാടകം മാറ്റുന്നതായിരുക്കും ഉത്തമം." അവൾ പറഞ്ഞു.

എന്നിട്ടവൾ ഹാൻഡ് ബാഗ് തുറന്ന് ഒരു പുസ്തകം പുറത്തെടുത്തു.

"ഞാനൊരു പുതിയ നാടകം കൊണ്ടു വന്നിട്ടുണ്ട്. സുൽത്താന റസിയ. ഞാനായിരിക്കും നാടകത്തിന്റെ പേരിട്ടിരിക്കുന്ന നായികാവേഷം കൈകാര്യം ചെയ്തിരിക്കുന്നത്."

"വൗ. റസിയ ചക്രവർത്തിനിയുടെ റോളിൽ നീ ഗംഭീരമായിരിക്കും!" ശാന്തു പറഞ്ഞു.

"ഇത്തരം നായക കഥാപാത്രങ്ങളുടെ പേരിട്ടിരിക്കുന്ന കാവിക്കൊടി, ചെങ്കോട്ട എന്നീ നാടകങ്ങളുടെ പ്രധാന കഥാപാത്രങ്ങളേയും ഇവൾ നന്നായി അവതരിപ്പിക്കും." ജോജോ കളിയാക്കി.

"ഒരു പക്ഷെ ബംഗാളിലെ കൊള്ളക്കാരികൾ എന്ന നാടകത്തിലും ഇവൾ മിന്നും. ദെബോളിനക്ക് ഒരു കൊള്ളക്കാരിയെ മനോഹരമായി അവതരിപ്പിക്കാൻ കഴിയും" ശാന്തുവും ജോജോയെ പിൻതാങ്ങി.

രണ്ടു പേരും ആരെയാണ് തോണ്ടുന്നതെന്ന് കുറച്ചുനേരത്തെ കുലങ്കഷമായ ചിന്തയ്ക്ക് ശേഷമാണ് ദെബോളിനയ്ക്ക് പിടികിട്ടിയത്. അവൾ കുപിതയായി ചോദിച്ചു:

"എന്നെ കളിയാക്കുകയാണ് അല്ലേ?"

"അത്തള പിത്തള തവളാച്ചി
ചുക്കുമ്മെലിരിക്കുന്ന ചുളാപ്പ്
മറിയം വന്നു വിളക്കൂതി
ഭൂ ഭൂ ഭൂ" ശാന്തു മറുപടിയായി പാടി.

"ഇതെന്തോന്ന്? ദെബോളിന തെല്ലതിശയത്തോടെ ചോദിച്ചു.

"ഇതു നിനക്ക് കാണാപ്പാഠം പഠിക്കാമോ? ഒന്നു ശ്രമിച്ചു നോക്ക്" ശാന്തു വെല്ലുവിളിച്ചു.

"ഇത്തരം വൃത്തികെട്ടതൊന്നും ആവർത്തിച്ചു പറയാൻ എനിക്കു താൽപ്പര്യമില്ല." ദെബോളിന പ്രഖ്യാപിച്ചു.

ഇതെല്ലാം കേട്ടുനിന്ന കാക്കാബാബു അകമേ പുഞ്ചിരിക്കുകയാ യിരുന്നു. ദെബോളിന അദ്ദേഹത്തിനു നേരെ തിരിഞ്ഞു.

"കാക്കാബാബു ഈ രണ്ടു കോന്തന്മാരെയും ലാളിച്ചു വഷളാക്കു കയാണ്.

താങ്കൾ സുൽത്താന റസിയ സംവിധാനം ചെയ്യുമോ ഇല്ലയോ?"

"ഇല്ല. ചെങ്കോട്ട" ജോജോ കൂവിയാർത്തു.

"ബംഗാളിലെ കൊള്ളക്കാരികൾ"ശാന്തു വിളിച്ചു പറഞ്ഞു.

"ഹേയ്. അവളെയിങ്ങനെ ശല്യപ്പെടുത്താതെ. നോക്കൂ ദെബോ ളിനാ. എനിക്കറിയാം നീ ഏതു നാടകത്തിലെ ഏതു റോളെടുത്താലും മനോഹരമായിരിക്കും. എന്നാൽ എനിക്കു നിന്നെ അറിയിക്കാനുള്ളത് ഒരു മോശപ്പെട്ട വാർത്തയാണ്. അതായത് നമ്മൾ ഇപ്പോൾ ഒരു നാട കവും അവതരിപ്പിക്കുന്നില്ല. ഞാൻ ഉടൻ കൊൽക്കത്തയിലേക്കു പോവു കയാണ്. അതും നിന്നോടൊത്ത്." കാക്കാബാബു പറഞ്ഞു.

"ഈ രണ്ടു തെമ്മാടികളും കൂടി വരുന്നുണ്ടോ?" ദെബോളിന ചോദിച്ചു.

"ഇല്ല. ശാന്തുവും ജോജോയും ഇവിടെ നിൽക്കും. ഞാൻ പോയിട്ട് ഉടൻ തന്നെ മടങ്ങി വരികയും ചെയ്യും." കാക്കാബാബു മറുപടി പറഞ്ഞു.

"അതു ശരിയായ തീരുമാനം. ഇവന്മാർ എങ്ങോട്ടും പോകാനാ കാതെ ഇവിടത്തന്നെ കിടന്ന് ചുറ്റിത്തിരിയയട്ടെ. കൊടുംമഴ തുടങ്ങിയാൽ പ്പിന്നെ ഇവർക്ക് പുറത്തേക്കൊന്നിറങ്ങാൻ പോലും പറ്റില്ല." ദെബോളിന പ്രവചിച്ചു.

"പുഴയിൽ നിന്ന് നല്ല ഒന്നാംതരം തിരുതമത്സ്യം പിടിച്ചിട്ടുണ്ട്. ചീനച്ചട്ടിയിൽ നിന്നു ചൂടോടെ വറുത്തെടുത്ത തിരുതയും ചോറും കൂട്ടി നമ്മൾ കുശാലായി ഭക്ഷണം കഴിക്കും." ജോജോ പറഞ്ഞു.

"പിന്നെ ഒരു കുട്ട നിറച്ച് തടിയൻ കൊഞ്ചും വാങ്ങിവെച്ചിട്ടുണ്ട്. അതു നീയറിഞ്ഞില്ലേ?" ശാന്തു കൂട്ടിച്ചേർത്തു.

"ഇവിടത്തേക്കാളും നല്ല ഒന്നാം തരം തിരുതയും കൊഞ്ചും അങ്ങ് കൊൽക്കത്തയിൽ കിട്ടും." ദെബോളിന തിരിച്ചടിച്ചു.

മിനിട്ടുകൾക്കകം കാക്കാബാബു യാത്രയ്ക്കൊരുങ്ങി.

"വരൂ നമുക്കിപ്പോൾ തന്നെ ഇറങ്ങാം അല്ലെങ്കിൽ പാതിരാത്രി വരെ നമുക്ക് വണ്ടി ഓടിക്കേണ്ടി വരും." കാക്കാബാബു തിരക്കു കൂട്ടി.

ദോബോളിന ശാന്തുവും ജോജോയും തമ്മിലുള്ള വാക്കേറ്റത്തിൽ മുഴുകിയിരിക്കുകയാണ്. പെട്ടെന്നവൾ എഴുന്നേറ്റു. എന്നിട്ടവൾ രണ്ടു വലിയ ചോക്കലേറ്റുകൾ പുറത്തെടുത്തു.

"നിങ്ങൾക്കു രണ്ടിനും വേണ്ടിയാണ് ഈ ചോക്കലേറ്റുകൾ കൊണ്ടു വന്നത്. എന്നാലിപ്പോൾ ഇതൊന്നും നിനക്കൊക്കെ തരാനേ എനിക്കു തോന്നുന്നില്ല."

ജോജോ മുഖം ചുളിച്ചു കൊണ്ടു പറഞ്ഞു: "ചോക്ക്ലേറ്റോ? അയ്യേ ഈ ചോക്കലേറ്റെന്നു പറയുന്ന സാധനമേ നമുക്കിഷ്ടമല്ല. അല്ലേടാ ശാന്തു?"

ദെബോളിന ഇതു കേട്ട് പൊട്ടിച്ചിരിച്ചു കൊണ്ട് അവ അവരുടെ കൈകളിൽ പിടിപ്പിച്ചു.

ജോജോ ദെബോളിനയുടെ കരം ഗ്രഹിച്ച് വീർപ്പുമുട്ടി ഇങ്ങനെ പറഞ്ഞു പോയി: "വളരെ നന്ദി."

"അത്തള പിത്തള തവളാച്ചീ.
ചുക്കുമ്മലിരിക്കുന്ന ചൂളാപ്പ്

മറിയം വന്നു വിളക്കൂതി

ഭൂ ഭൂ ഭൂ"

"മതി. നമുക്ക് പോകാം." കാക്കാബാബു തിരക്കുകൂട്ടി. ദെബോ
ളിനയുടെ കാറോടിക്കുന്നയാൾ വർഷങ്ങളായി അവരുടെ കുടുംബത്തിൽ
ത്തന്നെ ജോലി ചെയ്യുന്ന ആളാണ്. അയാളുടെ പേര് ലക്ഷ്മൺസിംഗ്
അവരുടെ വീട്ടിൽ കൂടെയാണ് ലക്ഷ്മൺ സിംങ് താമസിക്കുന്നതും.
ദെബോളിന അയാളുടെ മുന്നിൽ കിടന്നു വളർന്നു വലുതായ കുട്ടിയാണ്.
അതു കാരണം പ്രിയങ്കരിയായ ബാലിക എന്നർഥം വരുന്ന "തങ്കമണി"
എന്നു വിളിക്കാനാണ് അയാൾക്ക് ഏറെ ഇഷ്ടം.

കാക്കാബാബുവിനെ കണ്ട നിമിഷം തന്നെ ലക്ഷ്മൺ അദ്ദേഹത്തെ
കൈകൂപ്പി അഭിവാദ്യം ചെയ്തു.

"നിങ്ങൾക്കു സുഖമല്ലേ സർ?"

"അതെ ലക്ഷ്മൺ. നിനക്കെങ്ങനെയുണ്ട്? കഴിഞ്ഞ കുറേ ദിവസ
ങ്ങളായി മഴയാണ്. റോഡൊക്കെ എങ്ങിനെയുണ്ടോ ആവോ?"

കാക്കാബാബു ചോദിച്ചു.

"അയ്യോ റോഡുകളൊക്കെ മഹാകഷ്ടത്തിലാണ്. ഇങ്ങോട്ടു
പോരുമ്പോൾ വൃത്തികെട്ടൊരു വാഹന കുരുക്കിൽപ്പെട്ട് നമ്മൾ വലഞ്ഞു
പോയി."

കാർ സ്റ്റാർട്ടുചെയ്ത് ഹൈവേയിൽ എത്തുന്നതിനിടയിൽ ഒരു
മോട്ടോർ സൈക്കിൾ വല്ലാത്തൊരു ശബ്ദത്തോടെ കടന്നു പോയി.

കാക്കാബാബു അതു ശ്രദ്ധിച്ചു. അദ്ദേഹത്തിന്റെ മുഖം കഠിനമായി.
എന്നാൽ വണ്ടിയോടിച്ചവന്റെ മുഖം അദ്ദേഹത്തെ ആത്മനിയന്ത്രണം
പാലിക്കാൻ പ്രേരിപ്പിച്ചു.

"അത്തള പിത്തള തവളാച്ചി

ചുക്കുമ്മലിരിക്കുന്ന ചൂളാപ്പ്

മറിയം വന്നു വിളക്കൂതി

ഭൂ ഭൂ ഭൂ" എന്നു ജപിച്ചു കൊണ്ടിരിക്കുകയാണ് ദെബോളിന. അവൾ
ചോദിച്ചു.

"കാക്കാബാബു ഇതിന്റെ അർഥമെന്താണ്?"

"അർഥമോ? അതിന് പ്രത്യേക അർഥമോന്നുമില്ല. ജോജോയുടെ
വിചിത്രമായ ഓരോ സൂത്രങ്ങൾ." കാക്കാബാബു പുഞ്ചിരിച്ചു.

"അത്തള പിത്തള .... ഇല്ല ഇതു ഞാനിനി ആവർത്തിക്കുകയേയില്ല.
പക്ഷേ, അതു കാണാപ്പാഠം പഠിച്ചു പോയി" ദെബോളിന ചിണുങ്ങി.

"മറ്റേതെങ്കിലും ഒരു പദ്യം ഓർത്താൽ മതി. ഇതു നീ താനേ മറ
ന്നോളും." കാക്കാബാബു ഉപദേശിച്ചു.

ദെബോളിന തലപുകച്ച് ഒരു പദ്യശകലം കണ്ടെത്തി ഉറക്കെ
പറഞ്ഞു:

രണ്ടും മൂന്നും തവണ കൃഷിയേറ്റുന്ന

കണ്ടങ്ങളേയും

തണ്ടും കെട്ടിത്തരമൊടു ചരിക്കുന്ന

വള്ളങ്ങളേയും

കണ്ടും കൊണ്ടാ ചെറുപുഴകൾ തൻ....

ചെറു പുഴകൾ തൻ.... ചേ! ഓർമ വരുന്നില്ലല്ലോ. ബാക്കി വരികൾ ഏതാ?"

കാക്കാബാബു മറ്റേതോ ആലോചനയിലായിരുന്നതു കൊണ്ട് മറുപടി ഒന്നും പറഞ്ഞില്ല. അദ്ദേഹം വീണ്ടും ആ മോട്ടോർ സൈക്കിളിന്റെ ശബ്ദം കേട്ടു. ആ ശബ്ദം അദ്ദേഹത്തെ അലോസരപ്പെടുത്തി. വീടു നിരീക്ഷിച്ചു കൊണ്ടു നിന്നവനായിരുക്കമോ ഈ വാഹനമോടിക്കുന്ന യാൾ?

"അത്തള പിത്തള..... ഓ നാശം പിന്നെയും ഓർമ വരുന്നത് ആ ന ശൂലം പിടിച്ച വരികൾ തന്നെ. കാക്കാബാബൂ, ദയവായി എന്റെ മനസ്സിനെ ഇതിൽ നിന്നും ഒന്നു രക്ഷപ്പെടുത്തിത്തരുമോ?"

"ഒരു പാട്ട് പാട്. എന്നാൽ ഇതു പെട്ടെന്നു മറന്നോളും." കാക്കാ ബാബു പറഞ്ഞു.

"അയ്യട! താങ്കൾക്കറിയാമല്ലേ എനിക്ക് പാടാൻ കഴിയില്ലെന്ന്" ദെബോളിന ഈർഷ്യയോടെ പറഞ്ഞു.

"ശരി ഇതൊന്നു ശ്രമിച്ചു നോക്കൂ. ജോജോ കൺവെട്ടത്തെങ്ങാനും വന്നാൽ പാടാനും കൊള്ളാം. കേട്ടോളൂ

മമ സഖേ മാരുതാ

ശ്രദ്ധിച്ചു കേൾക്ക നീ

എന്റെ യീ വാക്കുകൾ

പുച്ഛിച്ചു കളയായ്ക

നീയൊരു വാനരൻ

അസ്ഥി മാത്രൻ, കൃശൻ

കഠിനമാം ദൗത്യങ്ങൾ

കഴിയില്ല നിശ്ചയം"

ഓരിയിടും പോലെ ദെബോളിന ഈ വരികൾ ഉരുവിടാൻ തുടങ്ങി.

കാർ അവിടവിടെ വേഗത കുറച്ചു കൊണ്ടാണ് യാത്ര തുടർന്നത്. വളരെ വലിയ ട്രക്കുകൾ വഴിമുടക്കിക്കിടക്കുകയാണ്. മിക്കവാറും ഇരു ട്ടായി. ഒരു ചാറ്റമഴയും തുടങ്ങി.

ഒരു സ്ഥലത്തെത്തിയപ്പോൾ കാർ പൂർണമായി നിന്നു. മുൻവശ ത്തുള്ള ഒരു ഗതാഗത കുരുക്ക്, യാത്ര തീർത്തും നിശ്ചലമാക്കി. ലക്ഷ്മ ൺ ഇറങ്ങിച്ചെന്ന് അന്വേഷിച്ചു വന്നു പറഞ്ഞു.

"നമ്മൾ ഒരു ലവൽക്രോസിനു മുൻപിലാണ്. താകിയിലേക്കുള്ള താണ് ഈ വഴി. എനിക്കിപ്പോൾ ഓർമ വരുന്നു. ഒരുപാട് സമയം നമുക്കി വിടെ കിടക്കേണ്ടി വരും. നമ്മുടെ മുൻപിൽ കിടക്കുന്ന ഈ ലോറി കാരണം നമുക്ക് മുൻപേ കയറിപ്പോകാനും കഴിയില്ല."

അയാൾ പല പ്രാവശ്യം ഹോൺ മുഴക്കി നോക്കി. കാക്കാബാബു അതു തടഞ്ഞിട്ടു പറഞ്ഞു:

"ഹോൺ ഇങ്ങിനെ മുഴക്കിയിട്ടെന്തു കാര്യം? അതുകൊണ്ട് എന്തെ ങ്കിലും പ്രയോജനമുണ്ടോ!"

മഴ കാരണം കാറിന്റെ ചില്ലുകൾ എല്ലാം ഉയർത്തി വച്ചിരിക്കുക യാണ്. ഒരു കൊച്ചു പയ്യൻ വെളിയിൽ നിന്നും യാചനാ സ്വരത്തിൽ അ വന്റെ കൈയിലിരിക്കുന്ന സാമ്പ്രാണിത്തിരികൾ വാങ്ങാൻ അവരെ പ്രേരി പ്പിക്കുകയാണ്.

ദെബോളിന അവനെ ആട്ടിപ്പായിക്കാൻ നോക്കി.

"നമുക്കു വേണ്ട. വേണ്ടെന്നല്ലേ പറഞ്ഞത്?"

പക്ഷേ പയ്യൻ വിടാൻ ഭാവമില്ല.

ലക്ഷ്മൺ സൈഡു നോക്കാനായി ഗ്ലാസ് അൽപ്പം താഴ്ത്തി. പയ്യൻ ഈ തക്കംനോക്കി ഓടിവന്ന് അവന്റെ കൈ കാറിനകത്തേക്കു നീട്ടി.

"ചേച്ചി ഒരെണ്ണം വാങ്ങി നോക്കണം ചേച്ചീ. നല്ല ഒന്നാം തരം തിരി യാണിത്. ഇന്നു രാവിലെ മുതൽ ഒന്നും കഴിച്ചിട്ടില്ല ചേച്ചീ."

ദെബോളിന അവളുടെ ഹാൻഡ് ബാഗ് വലിച്ചു തുറന്ന് ചില്ലറത്തുട്ടു കൾ വല്ലതുമുണ്ടോ എന്ന് പരതി.

കൃത്യം ഇതേ നിമിഷം തന്നെ ആരോ ഒരാൾ പയ്യനെ തള്ളിമാറ്റി. കാറിന്റെ താഴ്ത്തിയ ഗ്ലാസ് ഉയർത്താൻ സമ്മതിക്കാതെ നിന്നു. അയാ ളുടെ കൈവശം ചെറിയ ഗ്ലാസ് സിലിണ്ടർ പോലെ എന്തോ ഒരു വസ്തു വുണ്ടായിരുന്നു.

അയാളത് കാറിനകത്തേക്കിട്ട് എന്തോ സ്പ്രേ ചെയ്തു. "ഹേയ് നീ എന്താണീ ചെയ്യുന്നത്. എന്തിനാണ് നിന്റെ ഭാവം?" കാക്കാബാബു രോഷത്തോടെ ചോദിച്ചു.

എന്നാൽ എതോ വാതകത്തിന്റെ ഗന്ധം അദ്ദേഹത്തിന്റെ നാസാ ദ്വാരത്തിൽ ഇതിനകം പ്രവേശിച്ചു കഴിഞ്ഞിരുന്നു. ഉടൻ തന്നെ അദ്ദേഹം മുന്നറിയിപ്പു കൊടുത്തു.:

"ദെബോളിന വേഗം നീ ഒരു കർച്ചീഫെടുത്തു മുഖം പൊത്തു."

പക്ഷേ, അദ്ദേഹത്തിനു സ്വന്തം കൈലേസു പോലും പുറത്തെടു ക്കാൻ കഴിഞ്ഞില്ല. അപ്പോഴേക്കും ബോധം നഷ്ടപ്പെട്ടു. ഈ സമയം തന്നെ ദെബോളിനയും ലക്ഷ്മണും കൂടി അബോധവസ്ഥയിലായിക്ക ഴിഞ്ഞു.

വെളിയിൽ നിന്നും ഒരാൾ കാറിന്റെ ഡോർ വലിച്ചുതുറന്നു. ലക്ഷ്മണിനെ നീക്കി മാറ്റി സ്റ്റിയറിങ് സ്വയം നിയന്ത്രിച്ചു.

മറ്റൊരാൾ പിറകുവശത്തു കയറി കാക്കാബാബുവിന്റെ കൈകൾ ഒരിരുമ്പു ചങ്ങല കൊണ്ട് ബന്ധിച്ചു.

അയാൾ മറ്റേയാളിനോടു ചോദിച്ചു. "ഈ പെണ്ണിനെ നാമെന്തു ചെയ്യും?"

"അവളും കൂടി ഇരിക്കട്ടെ." അയാൾ പറഞ്ഞു. എന്നിട്ട് കാർ സ്റ്റാർട്ട് ചെയ്തു പാടങ്ങൾക്കു നടുവിലേക്ക് വിട്ടു. താണും പൊങ്ങിയും ആ കാർ രാത്രിയുടെ മറവിൽ അപ്രത്യക്ഷമായി.

ഏഴ്

ഏതോ കഥാ പുസ്തകം വായിച്ചുകൊണ്ട് ജോജോ കട്ടിലിൽ കിട ക്കുകയായിരുന്നു. സമയത്തെക്കുറിച്ചുള്ള ബോധം അവനു നഷ്ടപ്പെട്ടിട്ട് കുറേ സമയം കഴിഞ്ഞിരിക്കുന്നു.

ഒരു പാത്രം നിറയെ വറുത്ത ഉള്ളിയും മസാലപ്പൊടിയും വിതറിയ അരിപ്പൊടി കട്ടിലിനരികിലെ ഒരു ചെറിയ ടീപ്പോയിൽ വച്ചിട്ടുണ്ട്. അതിൽ നിന്നും കൂടെക്കൂടെ ഒരോ പിടിവാരി അവൻ അകത്താക്കുന്നുമുണ്ട്.

പുസ്തകം വായിച്ചു തീർന്നില്ലെങ്കിലും അരിപ്പൊടി മൊത്തം വളരെ പെട്ടെന്നു തന്നെ തീർന്നു. അപ്പോൾ മാത്രമാണ് ശാന്തുവിനെ കണ്ടിട്ട് ഒരു പാട് നേരമായല്ലോ എന്ന ബോധം അവനിൽ ഉദിച്ചത്. അവൻ എവിടെ പോയിരിക്കും?

അവൻ കട്ടിലിൽ നിന്നിറങ്ങി. ഏതോ ജോലിയിൽ സ്വയം മുഴുകി അടുത്ത മുറിയിൽ ശാന്തു നിൽക്കുന്നതവൻ കണ്ടു. നിലത്തു മുഴുവൻ പഴയ പത്രക്കടലാസുകൾ ചിതറിക്കിടക്കുന്നുണ്ട്. ഒരു കത്രിക കൊണ്ട് അവൻ അതു മുഴുവൻ മുറിച്ചെടുക്കുകയാണ്.

"ഹേയ് നീ അവിടെ എന്തു ചെയ്യുകയാണ്? കൗതുകത്തോടെ ജോജോ ചോദിച്ചു.

"അത്തള പിത്തള തവളാച്ചി" ശാന്തു ഉത്തരം കൊടുത്തു.

"നീ ഈ പഴഞ്ചൻ പത്രക്കടലാസുകൾ മുറിച്ചെടുക്കുന്നതെന്തിന്?" ശാന്തുവിന്റെ അരുകിലിരുന്നു കൊണ്ട് ജോജോ ചോദിച്ചു.

"ഞാൻ പണമുണ്ടാക്കുകയാണ്. സന്ധ്യയ്ക്കു മുൻപ് അഞ്ചുലക്ഷം രൂപയുണ്ടാക്കണം" ശാന്തു മറുപടി പറഞ്ഞു.

മുന്നൂറു രൂപയുടെ കറൻസി നോട്ടുകൾ അവന്റെ സമീപത്തു

കിടക്കുന്നുണ്ട്. ആ കറൻസി നോട്ടുകളുടെ അതേ അളവിലാണ് ശാന്തു പത്രക്കടലാസുകൾ വെട്ടുന്നത്.

"ഈ വ്യാജ നോട്ടുകൾ കൊണ്ട് ആ തട്ടിപ്പുകാരുടെ കണ്ണുകൾ കെട്ടാമെന്നാണോ നീ ഉദ്ദേശിക്കുന്നത്? അത്രയ്ക്ക് എളുപ്പമുള്ള പണി യാണെന്നാണോ നിന്റെ വിചാരം?" ജോജോ ചോദിച്ചു.

"അല്ല. തീർച്ചയായും അതു ലഘുവായൊരു കാര്യമായിരിക്കില്ല. എന്നു മാത്രമല്ല അതികഠിനമായൊരു ദൗത്യമായിരിക്കുമെന്നുമറിയാം. പക്ഷേ, എനിക്കിതൊന്നു പരീക്ഷിച്ചു നോക്കാതെ പറ്റില്ല. രാജവെമ്പാല മറ്റൊരു ഭീഷണിക്കത്തയച്ചിരിക്കുകയാണ്. കാശ് ഇന്നു രാത്രി തന്നെ ബോട്ടിനുള്ളിൽ എത്തിച്ചു കൊടുക്കണമെന്ന്. ജീവനോടെ സുകോമൾ തിരിച്ചുവരാനുള്ള സാധ്യത തീരെ കുറവാണ്. ഞാനായിരിക്കും പണം കൊണ്ടു പോകുന്നത്. സുകോമളിന്റെ അച്ഛനുമായി ഞാനിക്കാര്യം സംസാരിച്ചുകഴിഞ്ഞു."

"പക്ഷേ, അവർ ബാഗു തുറന്നു പരിശോധിച്ചു നോക്കില്ലേ?"
"അവരതു ചെയ്യും. മുകളിലുള്ള ആദ്യത്തെ മൂന്നു കെട്ടുകൾ ഈ മുന്നൂറു രൂപയായിരിക്കും. ചെറിയമ്മാവന്റെ കൈയിൽ നിന്നും ഞാൻ കടം വാ ങ്ങിയതാണ്. ഈ മുന്നൂറ് രൂപ. അവരിതുകൊണ്ട് തൃപ്തിപ്പെട്ടു കൊള്ളു മെന്നാണ് എന്റെ പ്രതീക്ഷ." ശാന്തു പറഞ്ഞു.

ഓരോ കെട്ടും പ്രത്യേകം പ്രത്യേകം അവർ എണ്ണി പരിശോധിക്കു യാണെങ്കിലെന്തു ചെയ്യും? ജോജോ ചോദിച്ചും.

"അപ്പോഴെനിക്ക് മറ്റേതെങ്കിലും വഴിയെപ്പറ്റി ആലോചിക്കേണ്ടി വരും." ശാന്തു പറഞ്ഞു.

"അതെന്തു വഴി?" ജോജോ വീണ്ടും ചോദിച്ചു.

"പാലം കടക്കുന്നതു പാലത്തിൽ ചെന്നിട്ടു മതിയല്ലോ? ലക്ഷ്യത്തി ലെത്താൻ വഴികൾ ഒത്തുവന്നാലേ പറ്റൂ."

ജോജോ ശാന്തുവിനെ കുറച്ചു നിമിഷം തറച്ചുനോക്കിയിട്ട് കർക്കശ സ്വരത്തിൽ ചോദിച്ചു:

"നീ ഒറ്റയ്ക്ക് പോകാനാണോ പദ്ധതിയിടുന്നത്?

"നിനക്ക് എന്റെ കൂടെ വരാൻ പറ്റില്ലല്ലോ? കാരണം നിനക്ക് നീന്തലറിയില്ല. അഥവാ വള്ളം മുങ്ങിയാൽ നീ എന്തു ചെയ്യും?"

"പക്ഷേ, കാക്കാബാബു തിരിച്ചു വന്നിട്ടില്ല."

"വന്നിട്ടില്ല. മാത്രമല്ല അദ്ദേഹം ഒരു വാക്കു പോലും എഴുതി അറി യിച്ചിട്ടുമില്ല. ഒരുപക്ഷെ വളരെ പ്രധാനപ്പെട്ട ഏതെങ്കിലും കാര്യത്തിൽ കുടുങ്ങിപ്പോയതായിരിക്കും. ഇത്തരം പരിതസ്ഥിതികൾ കൈകാര്യം ചെ യ്യാൻ നാം നമ്മുടെ സ്വന്തം തലച്ചോർ ഉപയോഗിക്കണം." ശാന്തു അഭി പ്രായപ്പെട്ടു.

"ഇപ്പോൾ തന്നെ അഞ്ചുലക്ഷം രൂപയുടെ നോട്ടുകൾ വെട്ടിയെടു ക്കാനാണോ നിന്റെ പദ്ധതി?" ജോജോ ചോദിച്ചു.

"എന്തുകൊണ്ട് പാടില്ല? അഞ്ചുലക്ഷം രൂപ എന്നാൽ അയ്യായിരം നൂറു രൂപ നോട്ടുകൾ!"

"ഈ സ്പീഡിൽ നിന്റെ കത്രിക ഉപയോഗിച്ചു കൊണ്ടിരുന്നാൽ ഇന്നു വൈകുന്നതിനുമുൻപ് അഞ്ചു ലക്ഷം രൂപയുടെ നോട്ടുകൾ വെട്ടി യുണ്ടാക്കാനേ കഴയില്ല" ജോജോ ചൂണ്ടിക്കാട്ടി.

"ഒരു കത്രികയെടുത്തു കൊണ്ട് വന്ന് നീ കൂടി സഹായിക്ക്"

"ശരി. ഒറ്റവെട്ടിന് പത്തു നോട്ടുകൾ ഉണ്ടാക്കുന്ന വിദ്യ ഞാൻ നിന ക്കു കാണിച്ചു തരാം" ജോജോ പറഞ്ഞു.

മനോഹരമായ ആകൃതികളിൽ തുണി വെട്ടിയെടുക്കുന്ന തയ്യൽ ക്കാ രെപ്പോലെ അടുത്ത ഒരു മണിക്കൂർ അവർ ന്യൂസ് പേപ്പർ മുറിച്ചെടു ക്കുന്ന ജോലിയിൽ മുഴുകി.

അതിനുശേഷം പെരോട്ടയും കറിയും കഴിക്കുന്നതിന് ഒരു ചെറിയ ഇടവേള.

ചെറിയമ്മവൻ അവിടെ പ്രത്യക്ഷപ്പെട്ടു പറഞ്ഞു.

"ഗഗൻ പുറത്തു കാത്തു നിൽക്കുകയാണ്. അയാൾ രാജേട്ടനെ കാണാനാണ് വന്നത്. അദ്ദേഹം തിരിച്ചെത്തിയിട്ടില്ലെന്നു പറഞ്ഞപ്പോൾ നിങ്ങൾ രണ്ടു പേരോടും സംസാരിക്കണമെന്നാണയാൾ ആവശ്യപ്പെടു ന്നത്.

ശാന്തുവും ജോജോയും വരാന്തയിലേക്കിറങ്ങിച്ചെന്നു.

ഗഗൻ ഒരു കാക്കിക്കാലുറയും മഞ്ഞ ഷർട്ടുമാണു ധരിച്ചിരുക്കുന്നത്. കൈയിൽ ഒരു പത്രം ചുരുട്ടിപ്പിടിച്ചിട്ടുണ്ട്. അയാൾ ഇരിക്കാതെ മുഖത്തൊ രസ്വസ്ഥ ഭാവവുമായി പുറത്തൊരു കോണിൽ നിൽക്കുകയാണ്.

"നിങ്ങൾ എന്തു ചെയ്യുകയാണ്? കാക്കാബാബു കൊൽക്കത്തയ്ക്കു പോയെന്നു കേട്ടു. അദ്ദേഹം എപ്പോൾ തിരിച്ചു വരും?" ഗഗൻ ചോദിച്ചു.

"അത് ഞങ്ങൾക്കുറപ്പിച്ചു പറയാൻ കഴിയില്ല." ശാന്തു പറഞ്ഞു.

"അതിനർഥം നിങ്ങൾ നാടകം മാറ്റിവച്ചെന്നാണോ?"

"സുകോമളിനെ എത്രയും പെട്ടെന്നു കണ്ടു പിടിച്ചാൽ നാടകം നീണ്ടു പോകില്ല."

"എന്റെ മോൻ ബിൽറ്റു ആകെ നിരാശയിലാണ്."

"അവനോട് അവന്റെ സംഭാഷണങ്ങൾ സ്വയം പ്രാക്ടീസ് ചെയ്യാൻ പറയൂ"

"അതവൻ ചെയ്യുന്നുണ്ട്. രാപകൽ നാടകത്തിന്റെ സംഭാഷണങ്ങൾ ഉരുവിട്ടുകൊണ്ടാണ് അവന്റെ നടപ്പ്."

എന്നിട്ടയാൾ ചെറിയമ്മാവനോടു ചോദിച്ചു: "ചന്തുവേട്ടാ നിഖിൽ മഹാതോവിന്റെ മകനെപ്പറ്റി എന്തെങ്കിലും വിവരമുണ്ടോ?"

"ഇല്ല. മോചനദ്രവ്യം ആവശ്യപ്പെട്ടുകൊണ്ട് രണ്ടാമതൊരു കത്തു കൂടി കിട്ടിയിട്ടുണ്ട്."

"പക്ഷേ, നിഖിൽ മഹാതോ തുക കൊടുക്കേണ്ടന്നാണ് തീരുമാനി ച്ചിരിക്കുന്നത്."

"അതു വളരെ ഗുരുതരമായ ആപത്തായിരിക്കും വരുത്തുക." ഗഗൻ മുന്നറിയിപ്പ് നൽകി.

"അവർ പണമുണ്ടാക്കാനുള്ള ശ്രമത്തിലാണെന്നാണ് ഞാൻ കേ ട്ടത്" ചെറിയമ്മാവൻ പറഞ്ഞു.

"അതു വളരെ നല്ല കാര്യം, അതിരിക്കട്ടെ ഞാൻ വന്നകാര്യം പറ യാം. എന്റെ ഭാര്യ നിങ്ങളെ എല്ലാപേരെയും ഇന്നുരാത്രി ഒരു അത്താഴ വിരുന്നിനു ക്ഷണിച്ചിരുക്കുകയാണ്. രാജാറോയ് ചൗധരിയാണ് ഞങ്ങ ളുടെ വിശിഷ്ടാതിഥി. അന്ന് ഞങ്ങളുടെ വീട്ടിൽ വന്നപ്പോൾ അദ്ദേഹ ത്തിന് ഒന്നും കൊടുക്കാൻ കഴിഞ്ഞില്ല.

എന്റെ സ്വന്തം മീൻ വളർത്തൽ കേന്ദ്രത്തിൽ നിന്നും കുറച്ചു വലിയ കൊഞ്ച്കൊണ്ടുവരാൻ ഞാൻ ആവശ്യപ്പെട്ടിട്ടുണ്ട്. അത്താഴത്തിന് അതു മുണ്ടാകും." ഗഗൻ പറഞ്ഞു.

"രാജേട്ടൻ തിരിച്ചെത്തുമോ എന്ന് നമുക്കറിയില്ല. വിരുന്നൊരുക്കി യിരുക്കുന്നത് പ്രധാനമായും അദ്ദേഹത്തിനു വേണ്ടിയായിരിക്കണം. ശരിയല്ലേ?" ചെറിയമ്മാവൻ ചോദിച്ചു.

"തീർച്ചയായും. ഇതിനിടയിൽ അദ്ദേഹം മടങ്ങിയെത്തും. ഈ കുട്ടി കളെ ഇവിടെ നിർത്തിയിട്ടല്ലേ അദ്ദേഹം പോയിരിക്കുന്നത്? ശരി. ഇന്നു രാത്രി നമുക്കു വീണ്ടും കാണാം. എന്റെ ഭാര്യ ഇന്നു രാവിലെ മുതൽ അടുക്കളയിൽ പൊരിഞ്ഞ അധാനത്തിലാണ്." ഗഗൻ പറഞ്ഞു.

ഒരു പടി താഴെ ഇറങ്ങി നിന്ന് അയാൾ ഇതു കൂടി പറഞ്ഞു:

"ഈ പൊലീസുകാർ ഒരുപയോഗവുമില്ലാത്തവരാണ്. ആരോ എന്റെ ബൈക്ക് മോഷ്ടിച്ചു. ഇതുവരെ അവന്മാർക്ക് കള്ളനെ കണ്ടെത്താൻ കഴിഞ്ഞിട്ടില്ല!"

പുറത്തു നിർത്തിയിരുന്ന ഒരു സൈക്കിൾ റിക്ഷയിൽക്കയറി ഗഗൻ സ്ഥലംവിട്ടു.

"നോക്കൂ, അയാൾ ഈ പത്രം ഇവിടെ മറന്നുവച്ചിട്ടാണു പോയിരി ക്കുന്നത്." ജോജോ പറഞ്ഞു.

ചുരുട്ടി വച്ച ന്യൂസ് പേപ്പർ വരാന്തയിലിരിക്കുന്നു.

സൈക്കിൾറിക്ഷ അപ്പോഴേക്കും അകലെ എത്തിക്കഴിഞ്ഞു.

"ഞാൻ ഓടിച്ചെന്ന് ഇതു കൊടുത്തിട്ടു വരട്ടേ" ശാന്തു ചോദിച്ചു.

ജോജോ പത്രം നിവർത്തി നോക്കിയിട്ട് അമ്പരപ്പോടെ പറഞ്ഞു: "ഓ ഇതു വാർത്തയാണല്ലോ."

അത് ബാസിൽഹട്ട് ന്യൂസ് എന്ന ഒരു പ്രാദേശിക പത്രമായിരുന്നു. അല്ലാതെ കൊൽക്കത്തയിൽ നിന്നുള്ള പത്രമല്ല. വളരെ എളുപ്പം ഊറി പ്പിടിക്കുന്ന വില കുറഞ്ഞ മഷി കൊണ്ടാണ് അച്ചടി നടത്തി യിരിക്കുന്നത്. കൈകൊണ്ടു വരച്ചു ചേർത്തു ഒരു കൂറ്റൻ പാമ്പിന്റെ ചിത്രം താഴത്തെ മൂലയിലുണ്ട്. വാല് താഴോട്ടു ചുരുട്ടി വച്ച്, പത്തി വിടർത്തി ആരെയോ കൊത്താനാഞ്ഞു നിൽക്കുന്ന രീതിയിലാണ് പാമ്പിനെ വരച്ചിട്ടുള്ളത്.

അതിനു താഴെ രാജവെമ്പാല എന്ന് അച്ചടിച്ചിട്ടുണ്ട്. വലിയ അക്ഷര ത്തിൽ. അതിനു താഴെ കൊടുത്തിരിക്കുന്നതിങ്ങനെ:-

"സുകോമൾ മഹാതോവിനെ രക്ഷപ്പെടുത്താനുള്ള യത്നത്തിന്റെ അന്ത്യദിനമാണിന്ന്. തട്ടിക്കൊണ്ടു പോയവർക്ക് പണം കൊടുക്കാതിരു ന്നാൽ ലോകത്തിലൊരാൾക്കും അവനെ രാജവെമ്പാലയുടെ മാരകമായ ദംശനത്തിൽ നിന്നും മോചിപ്പിക്കാനാവില്ല. അവരുടെ കണ്ണുകൾ എല്ലാ യിടത്തുമുണ്ട്. പൊലീസോ മറ്റേതെങ്കിലും സാഹസികരോ ബലപ്രയോ ഗത്തിനു മുതിർന്നാൽ കുട്ടിയുടെ ശരീരം നദിയിൽ ഒഴുകി നടക്കുന്നതു കാണാം. ഓർക്കുക! നദിയുടെ വളവിൽ കൃത്യം ഒൻപതു മണിക്ക്."

അവർ ആ കുറിപ്പ് വായിച്ച് പരസ്പരം നോക്കി.

"ഗഗൻ ഇതു മനഃപൂർവം ഇവിടെ ഉപേക്ഷിച്ചു പോയതാ ണെ ന്നാണോ നീ കരുതുന്നത്?" ചെറിയമ്മാവൻ ചോദിച്ചു.

"അതെനിക്ക് തീർച്ചയില്ല" ശാന്തു പറഞ്ഞു.

"നിനക്കൊരിക്കലും അറിയില്ല അവനെ. അവൻ വലിയ കൗശല ക്കാരനാണ്. നല്ല പുഞ്ചിരിയോടെയാണയാൾ നമ്മളെ ക്ഷണിച്ചത്. അതേ സമയം നമ്മളെ ഭയപ്പെടുത്താനും കൂടി ഒരുദ്ദേശമുണ്ടായിരുന്നില്ലേ എന്നു സംശയം" ചെറിയമ്മാവൻ പറഞ്ഞു.

എട്ട്

ചന്ത ദിവസമൊഴിച്ച് മറ്റെല്ലായ്പ്പോഴും ഇരുട്ടിക്കഴിഞ്ഞാൽ ഈ കരയിൽ നിന്ന് വളരെ കുറച്ചു വള്ളങ്ങളേ പുറപ്പെടൂ. കടത്തുവള്ളങ്ങൾ പോലും സേവനം മതിയാക്കിയിരുന്നു. വളരെ കുറച്ചു ചായപ്പീടികകളേ ഉണ്ടായിരുന്നുള്ളെങ്കിലും അവയെല്ലാം നേരത്തേ അടച്ചിരുന്നു.

അന്ന് നിലാവില്ലാത്ത ഒരു രാത്രിയാണ്. പൂർണമായ ഇരുട്ട്.

ഒരു കടത്തുവള്ളത്തിൽ മാത്രം വള്ളക്കാരൻ പുകയും വലിച്ചിരി ക്കുന്നുണ്ട്. അയാൾക്കരികിൽ ഒരു ചിമ്മിനി വിളക്ക് മുനിഞ്ഞു കത്തുന്നു.

ഒൻപതിനു പതിനഞ്ചുമിനിട്ടുള്ളപ്പോൾ ശാന്തു ഒരു റിക്ഷയിൽ അവി ടെയെത്തി. റിക്ഷ നിർത്തുന്നതിന് മുമ്പ് ശാന്തു ചാടിയിറങ്ങുകയായി രുന്നു.

അവന്റെ കൈയിൽ വീർത്തിരിക്കുന്ന ഒരു പരുക്കൻ ബാഗുമുണ്ട്. കടവിനടുത്ത് ചെളിയായിരുന്നു. ശാന്തു തള്ളവിരലൂന്നി മെല്ലെ വള്ള ത്തിൽ ചെന്നുകയറി.

ചെളിയുണ്ടാകുമെന്ന് നേരത്തേ ഊഹിച്ചിരുന്നതിനാൽ ചെരിപ്പില്ലാ തെയാണ് അവൻ വന്നത്. കോളേജിൽ ചേർന്നതു മുതൽ നീളൻ പൈ ജാമ ധരിക്കുന്ന ശീലമാണെങ്കിലും ഇപ്പോൾ നിക്കറും ടീഷർട്ടുമാണ് വേഷം.

വള്ളക്കാരൻ ഒരക്ഷരം ഉരിയാടാതെ വള്ളമിറക്കി. എവിടെയാണ് പോകേണ്ടതെന്ന് നേരത്തേ അറിയാവുന്നതുപോലെ.

ഇടവിട്ടിടവിട്ട് ആകാശത്തിൽ കൊള്ളിയാൻ മിന്നുന്നുണ്ടായിരുന്നു. എതു നിമിഷവും മഴ ചൊരിയാൻ സാധ്യതയുണ്ട്. വള്ളത്തിനു മേൽക്കുര യുണ്ടായിരുന്നില്ല. മഴ പെയ്താൽ അവർ നനഞ്ഞു കുതിരും.

ഏറ്റവും പ്രധാനം, മഴവെള്ളം വീണ് നോട്ടുകെട്ടുകൾ കുതിരുകയും അതൊരു വലിയ ദുരന്തത്തിൽ കലാശിക്കുകയും ചെയ്യുമെന്നതാണ്.

ഓളങ്ങളുടെ ശബ്ദം മാത്രമാണ് ഇരുട്ടിൽ മുഴങ്ങിക്കേട്ടത്.

വള്ളം പുഴയുടെ വളവിലെത്തിയപ്പോൾ വള്ളക്കാരൻ ചോദിച്ചു.

"ഇനി എന്ത്?"

"നിങ്ങളിനി തുഴയണ്ട. നമുക്കിവിടെ കാത്തു നിൽക്കാം."

വളരെ വലിയ ചുഴിയല്ലാത്തതിനാൽ വള്ളം അൽപ്പം ചാഞ്ഞും ചരിഞ്ഞും നിന്നു. വള്ളക്കാരൻ കൂടെക്കൂടെ തുഴയുന്നി. വള്ളം പുഴയുടെ മധ്യത്തിൽ തന്നെ നിർത്തി.

മഴക്കാലമായതിനാൽ പുഴ പൂർണ ശക്തിയോടെ ഒഴുകുകയാണ്.

ആകപ്പാടെ അവർക്കു ചെയ്യാവുന്നത് കാത്തു നിൽക്കുക മാത്രമായി രുന്നു.

ശാന്തുവിനു കാര്യങ്ങൾ കുറേശ്ശേ മനസിലായിത്തുടങ്ങി.

ചെറിയമ്മാവൻ പെട്ടെന്നു തന്നെ അനുമതി പിൻവലിച്ചിരുന്നു. ഒറ്റ യ്ക്കൊരപകടം ശാന്തു നേരിടുന്നത് അദ്ദേഹത്തിനു സമ്മതിക്കാനായില്ല. ശാന്തു നേരിടാൻ പോകുന്ന ഭീകരമായ വിധിയെയോർത്ത് ജോജോ ക ണ്ണീർ വാർത്തു.

സ്വന്തം മകനെ രക്ഷിക്കാൻ മറ്റൊരാളിന്റെ മകനെ മരണത്തിന്റെ വായിലേക്കയയ്ക്കുന്നത് തനിക്കു സഹിക്കാൻ കഴിയുന്നില്ലെന്ന് നിഖിൽ മഹാതോയും പറയുന്നുണ്ടായിരുന്നു. അവർ ശാന്തുവിനെ കൊല്ലുക യാണെങ്കിൽ സ്വന്തം മനസാക്ഷിയോടു നീതി പുലർത്തിക്കൊണ്ട് തനിക്കു ജീവിക്കാനാവില്ല.

എന്നാൽ തന്റെ കർമ പദ്ധതിയിൽ തന്നെ ശാന്തു സുദൃഢം ഉറച്ചു നിന്നു.

കാക്കാബാബു തിരികെ വന്നിരുന്നില്ല. അവരുമായി ബന്ധപ്പെടു കയും ചെയ്തിരുന്നില്ല. എന്നാൽ ശാന്തുവിനറിയാമായിരുന്നു, കാക്കാ ബാബു, തട്ടിക്കൊണ്ടു പോയവരുമായി ചർച്ചയ്ക്കു ശ്രമിക്കുമെന്നും അതിന്റെ പേരിൽ ഒരു ചില്ലിക്കാശുപോലും കൊടുക്കുകല്ലെന്നും.

ഈ നിമിഷം ഇരുളിന്റെ മറവിലെവിടെയെങ്കിലും കാക്കാബാബു ഒളിച്ചിരിക്കുകയാവുമെന്നുപോലും അവനു തോന്നി.

വള്ളക്കാരന് ക്ഷമനശിച്ച് ചോദിച്ചു: "സാറേ, നിങ്ങൾക്ക് ചെറുപ്പ മാണ്. ഇവിടങ്ങളിലെ കൊള്ളക്കാരും തെമ്മാടികളുമൊക്കെ നല്ല സമർഥ രാണ്. അവരുടെ കൈകളിൽ എപ്പോഴുമുണ്ടാകും വെട്ടു കത്തിയും തോക്കുമൊക്കെ. അവരെ ഒറ്റയ്ക്കങ്ങു നേരിട്ടുകളയാമെന്ന് ഏതടിസ്ഥാ നത്തിലാണ് തോന്നിയത്?"

"നമുക്കു നോക്കാം"

"പാവം. ഒരമ്മയുടെ അരുമ മോനാണ് നിങ്ങൾ. എന്തിനാണ് മരണ ത്തിലേക്കു ചെന്നു ചാടുന്നത്?" അയാൾ യാചനാ സ്വരത്തിൽ ചോദിച്ചു.

പിരിമുറുക്കം അനുഭവപ്പെടുന്നുണ്ടെങ്കിലും ഇതു കേട്ട് ശാന്തുവിനു ചിരിക്കാതിരിക്കാൻ കഴിഞ്ഞില്ല. "കൊച്ചു സാറേ" എന്ന വിളി അവൻ സാരമാക്കിയില്ല. കാരണം നിക്കറാണല്ലോ ധരിച്ചിരിക്കുന്നത്. എന്നാൽ "അമ്മയുടെ പുന്നാരമോൻ" എന്ന പ്രയോഗം കുറച്ചു കൂടിപ്പോയില്ലേ?

ഒരു മോട്ടോർ ബോട്ടിന്റെ ഇരമ്പൽ ദൂരെ നിന്നു കേട്ടു. ഭുട്ട് ഭുട്ട് എന്ന സ്ഥിരം ശബ്ദവും കേൾപ്പിച്ച്, ഡീസലിലോടുന്ന ബോട്ടു കളാണി പ്പോൾ കൂടുതലും. ഇത്തരം ബോട്ടുകൾക്ക് സാർവലൗകികമായൊരു ഇരട്ടപ്പേരാണ് ഭുട്ട് ഭുട്ടിയ.

അക്കരെ നിന്നാണ് ശബ്ദം കേട്ടത്. പെട്ടെന്ന് ടോർച്ച്‌ലൈറ്റിന്റെ തീ ക്ഷ്ണമായ വെളിച്ചം ഇരുട്ടത്ത് ഇടവിട്ടിടവിട്ട് കത്തുന്നത് അവർക്കു കാ ണാൻ കഴിഞ്ഞു.

ശാന്തുവിന്റെ കൈയിൽ ടോർച്ചില്ലായിരുന്നു. അതുകൊണ്ടവൻ ഇരുട്ടിൽ മിണ്ടാതെ നിന്നു. വെളിച്ചം അവന്റെ മുഖത്തു വീണു.

അവന്റെ വള്ളത്തിനരികിൽ ഭുട്ട് ഭുട്ടിയ വന്നു നിന്നു. ആരോ കർ ക്കശ സ്വരത്തിൽ ചോദിച്ചു: "പണം കൊണ്ടു വന്നോ?"

"അതെ. എന്റെ കൈവശമുണ്ട്."ശാന്തു പറഞ്ഞു.

"എല്ലാം പണമായിട്ടാണല്ലോ? നമ്മൾ കടം അനുവദിക്കാറില്ല." ശാന്തുധൈര്യം ചോർന്നു പോകാതെ മറുപടി പറഞ്ഞു.

"അതെ. അഞ്ചുലക്ഷം മുഴുവനുമുണ്ട്.

"നിന്റെ കൂടെയുള്ളതാരാണ്?"

"ആരുമില്ല" ശാന്തു ഉറപ്പുകൊടുത്തു. ആരോ വള്ളക്കാരന്റെ മുഖ ത്തു ടോർച്ചടിച്ചു. ഒരു ശബ്ദം ആശ്ചര്യത്തോടെ പുറത്തു വന്നു.

"ഇതു ബദരു ഷേഖാണല്ലോ" എന്നിട്ടയാൾ തന്റെ കൂട്ടാളിയോടു പറഞ്ഞു.

"അവന്മാർ ഇത്ര ഭീരുക്കളായിപ്പോയല്ലോ. നമ്മളുമായി സന്ധി ക്കാനവർ അയച്ചിരിക്കുന്നത് പിച്ച നടക്കുന്നൊരു കൊച്ചനെ!"

"എടാ തെമ്മാടീ ബാഗ് ഇങ്ങോട്ടെറിഞ്ഞു താ"വേറൊരാൾ പറഞ്ഞു.

"ഇല്ല. ആദ്യം ഞാൻ സുകോമളിനെ കാണട്ടെ. നമ്മൾ തമ്മിലുള്ള ഇടപാട് സത്യസന്ധമായിരിക്കണം." ശാന്തു കടുപ്പിച്ചു പറഞ്ഞു.

"നമ്മൾ വാക്കു പാലിക്കും. നീ കൈകളുയർത്തി അനങ്ങാതെ നിൽക്ക്" ഒരാൾ വിളിച്ചു പറഞ്ഞു.

ശാന്തു അനുസരണയോടെ കൈകളുയർത്തി. കൈയിലൊരു തോ ക്കും പിടിച്ചൊരാൾ വള്ളത്തിലേക്കു ചാടിക്കയറി ശാന്തുവിന്റെ ശരീരം ആകമാനം പരിശോധിച്ചു. ആയുധങ്ങളുണ്ടോ എന്നറിയാൻ. അപ്പോൾ ആയുധങ്ങളൊന്നും കൊണ്ടുവന്നിട്ടില്ല അല്ലേ? ഒരു പേനാക്കത്തിപോലും? ശരി ബോട്ടിലേക്കിറങ്ങിവാ. കാശുവച്ചിരിക്കുന്ന ബാഗ് എടുക്കാൻ മറക്കണ്ട" അയാൾ ഉത്തരവിട്ടു.

"ശാന്തു ഭുട്ട് ഭുട്ടിയയിലേക്ക് കാലെടുത്തു വച്ചപ്പോൾ ആ മനുഷ്യൻ ആജ്ഞാപിച്ചു.

"ബദരു കടവിലേക്കു പോ. നമ്മൾ ഇവനെ അവിടെ എത്തി ച്ചേക്കാം."

ശാന്തു ബാഗ് അവന്റെ നെഞ്ചോടു ചേർത്ത് അമർത്തിപ്പിടിച്ചു.

ബോട്ടോടിച്ചയാളിനെ കൂടാതെ അതിനകത്ത് രണ്ടുപേരുണ്ടായി രുന്നു. സുകോമളും അതിനകത്തുണ്ടായിരുന്നു. അവൻ താടി കാൽമുട്ടു കളിൽ താങ്ങി നിശ്ശബ്ദനായി ഇരിക്കുകയാണ്. ശാന്തു അതിനകത്തു കയറിയപ്പോൾ തലയുയർത്തിയെന്നു നോക്കാൻ പോലും അവൻ തുനി ഞ്ഞില്ല. ഒരു ഉറക്കത്തിലായിരിക്കുമോ അവൻ?

അവരിൽ ഒരാൾക്കു മാത്രമേ തോക്കുണ്ടായിരുന്നുള്ളു.

അയാൾ കൈയെത്തി ബാഗെടുത്തു അതുതുറന്ന് അതിനകം പരി ശോധിച്ചു.

"ശരി നമ്മൾ നിന്നെ പുളിനിൽക്കുന്ന ഭാഗത്ത് ഇറക്കി വിടാം" മറ്റേ യാൾ ചോദിച്ചു:

"നീ നോട്ടുകെട്ടുകൾ എണ്ണി നോക്കുന്നില്ലേ?"

"അതു നമ്മൾ താവളത്തിലെത്തിയ ശേഷം ചെയ്യാം. ഇനി ബോട്ട് വിടൂ." അയാൾ ആജ്ഞാപിച്ചു.

"എന്തുകൊണ്ട് അതിവിടെ വച്ച് എണ്ണിക്കൂടാ? യജമാനൻ പിന്നീട് നമ്മളെ കുറ്റപ്പെടുത്തിയേക്കും."

തോക്കേന്തിയ ആൾ വീണ്ടും ബാഗിന്റെ സിപ്പു തുറക്കാനാരംഭിച്ചു.

തോക്കു നിലത്തു വച്ചിട്ട് അയാൾ നോട്ടുകെട്ടുകൾ ഓരോന്നായി പുറത്തെടുക്കാൻ തുടങ്ങി. അതിന്റെയെല്ലാം മുകളിൽ യഥാർഥ നൂറു രൂപ നോട്ടുകളായിരുന്നു.

നാലാമത്തെ നോട്ടുകെട്ട് പുറത്തെടുത്ത ഉടൻ ശാന്തു ചാടിയെണീറ്റ് ഒരു കൈകൊണ്ട് സുകോമളിനെയും പിടിച്ച് നദിയിലേക്ക് ഊളിയിട്ടു.

അവന്റെ ചലനങ്ങൾ ബോട്ടിനെ വല്ലാതെ ഉലച്ചു. അതു മറിയാൻ പോവുകയാണെന്നു തോന്നിച്ചു.

സംഭവങ്ങളുടെ പെട്ടെന്നുള്ള ഗതിമാറ്റം ബോട്ടിലുള്ള രണ്ടു പേരെ യും സ്തബ്ധരാക്കി. അൽപ്പ നിമിഷങ്ങൾക്കുള്ളിൽ അവർ പൂർവസ്ഥി തിയിലാകുമ്പോഴേക്കും ശാന്തു നദിയുടെ ആഴങ്ങളിലേക്കു താഴ്ന്നു പോയിരുന്നു.

ഭയന്നു പോയ സുകോമൾ ശാന്തുവിനെ ഇറുകെ പിടിച്ചു.

ശാന്തു ഒരു നീന്തൽ വിദഗ്ധനായിരുന്നു. ബംഗാൾ സംസ്ഥാന നീന്തൽ മത്സരത്തിൽ രണ്ടു വർഷം തുടർച്ചയായി വിജയിച്ചു ചാമ്പ്യ നായവൻ. ജീവൻ രക്ഷാ പ്രവർത്തനങ്ങളിലും അവനു മതിയായ പരിശീ ലനം കിട്ടിയിരുന്നു. അന്നു രാത്രി നീന്തേണ്ടി വരുമെന്ന് അറിയാമായിരു ന്നതുകൊണ്ടാണ് പൈജാമയ്ക്ക് പകരം നിക്കറിട്ട് ചെരിപ്പുപോലുമില്ലാതെ ഈ ഉദ്യമത്തിനിറങ്ങിയത്.

ശ്വാസമെടുക്കാൻ ജലോപരിതലത്തിലെത്തിയപ്പോൾ അവൻ. ആശ്വസിപ്പിച്ചു.

"സുകോമൾ നീ ഒട്ടും പേടിക്കരുത്. നമ്മളുടനെ സുരക്ഷിതരായി കരയിലെത്തും."

വർഷകാലത്തെ കരകവിഞ്ഞൊഴുകുന്ന പുഴയിലേക്കു കുതിച്ചു ചാടാൻ ഈ ഇളം പ്രായത്തിലുള്ള പയ്യൻ ധൈര്യപ്പെടുമെന്ന് ബോട്ടിലു ള്ള രണ്ടുപേരും സ്വപ്നത്തിൽ പോലും കരുതിയിരുന്നില്ല. കൈകാലുകൾ കടിച്ചു പറിക്കുന്നതിൽ പ്രത്യേക കഴിവുള്ള വർഗത്തിൽപ്പെടുന്ന ഒരു തരം ചെറുസ്രാവുകൾ നിറഞ്ഞ ഈ പുഴയിൽ ആളുകൾ നീന്താറേയില്ല. മാത്രമല്ല മുതലകളുടെയും ആവാസ കേന്ദ്രമാണ് ഈ പുഴ.

ശാന്തു വെള്ളത്തിനു മുകളിൽ രണ്ടാമതു പൊങ്ങിവന്നപ്പോൾ കൊള്ളക്കാർ അവനു നേരെ വെടിയുതിർത്തു.

ഇതിനു മറുപടിയായി കരയിൽ നിന്ന് വെടിയുണ്ടകളുടെ ശരവർഷം തന്നെയുണ്ടായി. വെടിയുണ്ടകൾ ബോട്ടിനെത്തന്നെ ലക്ഷ്യം വച്ചാ യിരുന്നു.

കാക്കാബാബു അടുത്തെവിടെയോ ഉണ്ടെന്ന് ശാന്തുവിനുറപ്പായി രുന്നു. അതിനർഥം താൻ അപകടത്തിൽ നിന്നും ഉടനെ രക്ഷപ്പെടും എന്നാണെന്ന് അവനു തോന്നി.

വെടിയുണ്ടകളുടെ പരസ്പര വർഷം രാത്രിയുടെ നിശ്ശബ്ദതയെ പ്രകമ്പനം കൊള്ളിച്ചു. ഒരു വെടിയുണ്ട ബോട്ട് ഡ്രൈവറെ അനുഗ്രഹി ച്ചെന്നു തോന്നുന്നു. കാരണം അയാളുടെ വേദന കൊണ്ടുള്ള ഉച്ചത്തി ലുള്ള നിലവിളികേട്ടു. അതിലൊരാൾ ഭുട്ട് ഭുട്ടിയ റീസ്റ്റാർട്ടു ചെയ്ത് ഇരുളിലേക്കു പലായനം ചെയ്തു. വെടിയുണ്ടകളുടെ പെരുമഴ അവരെ പിൻതുടർന്നു.

ശാന്തു സുകോമളിനെ കരയിലെത്തിച്ചു. അവിടെ പടവുകളൊന്നു മുണ്ടായിരുന്നില്ല. വഴുതുന്ന ചെളിമാത്രം അവൻ സുകോമളിനെ വലി ച്ചിഴയ്ക്കും പോലെ എടുത്തു കരയിലെത്തിച്ചു.

എന്നിട്ടവൻ കാക്കാബാബുവിനെ ഉറക്കെ വിളിച്ചു.

എന്നാൽ ഓടി വന്നത് കാക്കാബാബുവായിരുന്നില്ല. അത് നിഖിൽ മഹാതോ ആയിരുന്നു. കൈയിൽ റിവോൾവറും

സുകോമളിനെ നോക്കുക പോലും ചെയ്യാതെ ചെളിയിൽ കുളിച്ചു വീണ ശാന്തുവിനെ അദ്ദേഹം കെട്ടിപുണരുകയും പൊട്ടിക്കരയുകയും ചെയ്തു.

"ശാന്തു, ശാന്തു നീ എന്റെ മകനെ രക്ഷിച്ചു. എനിക്കെന്നെങ്കിലും ഈ കടം വീട്ടാൻ കഴിയുമോ?" അദ്ദേഹം ഉറക്കെ നിലവിളിക്കുകയും വികാരത്തള്ളിച്ചയാൽ ശബ്ദം ഇടറുകയും ചെയ്തു.

ശാന്തുവിന് ഒരിക്കലും സഹിക്കാത്തത് ഈ പുകഴ്ത്തലാണ്. അതിൽ അസ്വസ്ഥനായി അവൻ ഒരു വിധം നിഖിൽ മഹാതോവിന്റെ പിടിവിടുവിച്ചിട്ടു പറഞ്ഞു.

"താങ്കളെന്താണ് സുകോമളിനോട് ഒന്നും സംസാരിക്കാത്തത്? നോക്കൂ. അവൻ നിശ്ശബ്ദനാണ്."

"അവൻ ഒരുപാട് വെള്ളം കുടിച്ചോ?" നിഖിൽ മഹാതോ മകന്റെ യരികിൽ മുട്ടുകുത്തി നിന്നു കൊണ്ടു ചോദിച്ചു.

"സുകു, നിനക്കു കുഴപ്പമൊന്നുമില്ലല്ലോ? അവർ നിന്നെ ഒരുപാട് ഉപദ്രവിച്ചോ?"

അവനുടൻ എഴുന്നേറ്റ് നിന്ന് അലമുറയിടാൻ തുടങ്ങി.

"ഇതെന്താണ്? ഇത് ആരാണ്?"

ശാന്തു ഞെട്ടിത്തെറിച്ചു. അവൻ രക്ഷപ്പെടുത്തിയത് സുകോമളി നെയല്ല. അതു മറ്റാരോ ആയിരുന്നു. ഒരജ്ഞാത ബാലൻ.

ശാന്തു അവന്റെയരികിൽ ചെന്നു ചോദിച്ചു: നീ ആര്?"

നിരാശനായ കുട്ടി പറഞ്ഞു: "ഞാൻ ലുത്ഫർ!

"ലുത്ഫറോ? നീ ആ ബോട്ടിൽ എന്തു ചെയ്യുകയായിരുന്നു? നീയും അവർക്കൊപ്പം പ്രവർത്തിക്കുന്നവനാണോ?"

നിഖിൽ മഹാതോ ചോദിച്ചു.

"എനിയ്ക്കൊന്നും അറിയില്ല സർ. ഞാൻ പുഴയിൽ നിന്നു മീൻ പിടിക്കുകയായിരുന്നു. അപ്പോഴാണ് രണ്ടു കരുത്തന്മാർ വന്ന് എന്നെ പിടിച്ചത്. അവരെന്നെ വലിച്ചെടുത്ത് ബോട്ടിൽ കൊണ്ടിരുത്തിയതിനു ശേഷം കഴിക്കാൻ മധുര പലഹാരങ്ങൾ തന്നു. തിന്ന് തിന്ന്. എന്നും പറ ഞ്ഞ് നിർബന്ധിച്ച് തീറ്റുകയായിരുന്നു. തിന്നതു മാത്രമേ എനിക്കോർമ യുള്ളൂ. അതുകഴിഞ്ഞ് ഞാൻ ഉറങ്ങിപ്പോയി. പിന്നെന്താണു സംഭവിച്ച തെന്ന് എനിക്കറിയില്ല." ആ കുട്ടി വിശദീകരിച്ചു.

"ഓ വേണ്ട. അവർ ഒരാളെ നമ്മുടെ തോളിലുമാക്കി" നിഖിൽ മഹാ തോ നിരാശനായി ദീർഘനിശ്വാസം ചെയ്തു.

ഒൻപത്

കാക്കാബാബുവിന് തന്റെ കണ്ണുകൾ തുറക്കാൻ വലിയ പ്രയാസം തോന്നി. ഒരു മൂടൽ മഞ്ഞിൽപ്പെട്ടതു പോലെ.

നേരിയ രീതിയിൽ കണ്ണുകൾ തുറക്കാനായപ്പോൾ അൽപ്പാൽപ്പം ബോധം തിരികെ ലഭിച്ചതു പോലെ. ഒരു നിമിഷം അദ്ദേഹത്തിനു തോന്നി ആരോ തന്റെ മുൻപിൽ നിൽക്കുന്നുണ്ടെന്ന്. തന്റെ തന്നെ സ്വന്തം പ്രതി രൂപത്തിലൊരാൾ! മറ്റൊരു രാജാറോയ് ചൗധരി! അതേ മേൽമീശയും, കൈകൾക്കിടയിൽ അതേ ഊന്നുവടികളും.

തനിക്കൊരിക്കലും ഒരിരട്ട സഹോദരൻ ഉണ്ടായിരുന്നില്ലെന്ന് കാക്കാ ബാബു ഓർത്തു. എവിടെ നിന്നാണ് ഈ തൽസ്വരൂപം പ്രത്യക്ഷപ്പെട്ടത്?

ആ മനുഷ്യൻ പെട്ടെന്ന് ചുരുങ്ങി കാഴ്ചയിൽ നിന്നു മറഞ്ഞു.

എല്ലാം വീണ്ടും ഇരുളിലായി. ഇരുളിന്റെ ആഴങ്ങളിൽ നിന്നും ഒരു മനുഷ്യശബ്ദം ഒഴുകിയെത്തി.

"ഉണരൂ. ഉണർന്നെഴുന്നേൽക്കു മിസ്റ്റർ റോയ് ചൗധരി. നിങ്ങൾ ആവശ്യത്തിന് ഉറങ്ങിക്കഴിഞ്ഞു. ഇനി ഉണരൂ."

പെട്ടെന്ന് വെളിച്ചം വന്നു. ആരോ അദ്ദേഹത്തിന്റെ മുഖത്ത് വെള്ളം കുടഞ്ഞു. ശരീരം മരവിപ്പിക്കുന്ന തണുപ്പായിരുന്നു അതിന്. അദ്ദേഹം ശക്തിയായി തല കുടഞ്ഞു. പിന്നീട് കണ്ണുകൾ സാവധാനം തുറന്നു.

മറ്റു വിളക്കുകളെല്ലാം അണഞ്ഞു. ഒരു സ്പോട്ട് ലൈറ്റ് മാത്രം തെളിഞ്ഞു. അതിന്റെ വെളിച്ചം ഒരു സർപ്പത്തിന്റെ ഫണത്തിൽ ചെന്നു വീണു. സർപ്പം ഒരു ചീറ്റൽ ശബ്ദം പുറപ്പെടുവിച്ചു കൊണ്ട് രണ്ടു വശ ങ്ങളിലേക്കും ആടിക്കൊണ്ടിരുന്നു.

അത് പെട്ടെന്ന് മനുഷ്യശബ്ദത്തിൽ സംസാരിക്കാൻ തുടങ്ങി. അതും ശുദ്ധമായ ഇംഗ്ലീഷിൽ!

"മിസ്റ്റർ ചൗധരീ. രാജവെമ്പാലയെ കാണുക."

കാക്കാബാബു കൈകൾ ഉയർത്താൻ ശ്രമിച്ചപ്പോഴാണ് തന്റെ രണ്ടുകൈകളും പിറകിലേക്ക് പിടിച്ചു കെട്ടിയിരിക്കുകയാണെന്നു മനസിലായത്.

അടുത്ത ഏതാനും നിമിഷങ്ങളിൽ അവിടെ കനത്ത പ്രകാശം പതിച്ചു. താനൊരു വിശാലമായ മുറിയിലാണെന്ന് അദ്ദേഹത്തിനറിയാൻ കഴിഞ്ഞു. ഭിത്തിയിലുള്ള അറകൾ കമ്പ്യൂട്ടറുകളും യന്ത്രസാമഗ്രികളും കൊണ്ടു നിറച്ചിരുന്നു. മുറിയുടെ മധ്യത്തിലുള്ള ഇരിപ്പിടത്തിൽ ഭീമാകാര നായൊരു സർപ്പം ഉപവിഷ്ടനായിരുന്നു.

അതൊരു യഥാർഥ സർപ്പമല്ലെന്നും മുഖം മൂടി ധരിച്ച ഒരു മനുഷ്യ നാണെന്നും കാക്കാബാബുവിന് ഉറപ്പായിരുന്നു.

യഥാർഥത്തിൽ അദ്ദേഹത്തെ ചിന്താകുഴപ്പത്തിലാക്കിയത് ഇപ്പോൾ പൂർണമായും അപ്രത്യക്ഷമായതും, തന്റെ തന്നെ പ്രതിരൂപമായി തോന്നി ച്ചതുമായ മറ്റൊരു രാജാറോയ് ചൗധരിയായിരുന്നു. അത് ഒരു മതിഭ്രമം മാത്രമായിരുന്നോ?

മേശയ്ക്കപ്പുറത്തിരുന്ന മനുഷ്യൻ പാമ്പിന്റെ പത്തി വലിച്ചൂരി മേശയിലേക്കിട്ടു. പിന്നീടയാൾ തന്റെ മുടി ചീകാൻ തുടങ്ങി.

ആ മനുഷ്യന് നാൽപ്പതിനും നാൽപ്പത്തിയഞ്ചിനും ഇടയ്ക്ക് പ്രായം തോന്നിക്കും, കാണാൻ സുന്ദരൻ. അയാളുടെ ഇരുവശത്തെയും കൃതാ വിനോളം ഇടതൂർന്നതായിരുന്നു കൺപോളകളും. മീശ രോമങ്ങളാകട്ടെ കുടിലഹൃദയത്തിന്റെ ധാരാളിത്തം പോലെ വളർത്തിയ താടി രോമങ്ങ ളുമായി ഇടകലർന്നു കാണപ്പട്ടു. തലമുടി നീണ്ട് ചുരുണ്ട്. കൃഷ്ണമണി കൾക്ക് നീല നിറവും.

തീർച്ചയായും അയാളൊരു ബംഗാളിയെപ്പോലെ തോന്നിച്ചതേയില്ല. മുടി കോതിയതിനുശേഷം അയാൾ പുരികവും മീശരോമങ്ങളും ചീകാൻ തുടങ്ങി.

പിന്നീടയാൾ പല്ലുകൾ പൂറത്തു കാട്ടി ഒന്നു ചിരിച്ചു.

"താങ്കളുടെ ചിലവിലൊരൽപ്പം നേരമ്പോക്കെനിക്കു ലഭിച്ചു. താങ്ക ളും ഇതാസ്വദിച്ചെന്നു ഞാൻ പ്രതീക്ഷിക്കട്ടെ. ഞാൻ ചിലപ്പോഴൊക്കെ ഇത്തരം തമാശകൾ ഒപ്പിക്കാറുണ്ട്."

കാക്കാബാബുവിന് അതിവേഗം സുബോധം തെളിഞ്ഞു വരികയാ യിരുന്നു. ഒറ്റ വാക്കുപോലും ഉച്ചരിക്കാതെ അദ്ദേഹം അയാളെ തുറിച്ചു നോക്കി.

"മി രാജറോയ് ചൗധരി, എനിക്കറിയാം താങ്കളാരെന്ന്. പക്ഷേ, ഞാ നാരെന്ന് നിങ്ങൾക്ക് ഒരു പിടിയും കാണില്ല. എന്നെപ്പറ്റി ചെറിയൊരു മുഖവുര നൽകാം. എനിക്കൊരു പാട് വിളിപ്പേരുകളുണ്ട്. രാജവെമ്പാല, കാർലോവ്, റസ്റ്റം മഹാവീർസിംഗ്, ചോരകുടിയൻ, പിശാച്, ഹൊളാകു, ഇങ്ങനെ ഒരു പിടി പേരുകൾ. ഇപ്പോൾ ഞാൻ രാജവെമ്പാലയാണ്.

കുറച്ചു ദിവസങ്ങൾക്ക് മുമ്പ് ഞാൻ ഹൊളാകുവായിരുന്നു. താങ്കൾ ക്കെന്നെ ഇതിൽ ഏതു പേരു ചൊല്ലിയും വിളിക്കാം.

ആ മനുഷ്യൻ തന്റെ ഇടതുകരം മേശപ്പുറത്തു വച്ചു. തള്ളവിര ലൊ ഴിച്ച് ബാക്കി എല്ലാ വിരലുകളും മോതിരങ്ങൾ കൊണ്ടലങ്കരിച്ചിരിക്കുന്നത് കാക്കാബാബു കണ്ടു.

അയാൾ തന്റെ മുഖം മൂടി വലിച്ചു മാറ്റിയിരുന്നെങ്കിലും ഇപ്പോഴും വേഷ പ്രച്ഛന്നനായിരുന്നുവെന്ന് കാക്കാബാബുവിനു മനസിലായി. അയാ ളുടെ പുരികങ്ങൾ, മീശ, ഒരു പക്ഷെ മുടി പോലും വ്യാജമാണെന്നു തോന്നിച്ചു. കോൺടാക്സ് ലെൻസുകൾ പിടിപ്പിച്ചതിനാലാവണം കണ്ണു കൾക്ക് ഈ നീലനിറം.

"അവർ താങ്കളെ വേണ്ടതിലധികം ഗ്യാസ് സ്പ്രേ ചെയ്തു. എത്ര നേരം കിടന്നുറങ്ങിയെന്ന് വല്ല ബോധവുമുണ്ടോ? പൂർണമായും ഇരുപ ത്തിനാലു മണിക്കൂർ!"

അയാൾ കാക്കാബാബുവിനെ അറിയിച്ചു.

എന്നിട്ടയാൾ ഒരു ബട്ടൺ അമർത്തി. അപ്പോൾ പിന്നിലൊരു വാതിൽ പ്രത്യക്ഷപ്പെട്ടു. നീല മുഖംമൂടി ധരിച്ചൊരാൾ മുറിയിൽ പ്രവേശിച്ചു.

"രാജാറോയ് ചൗധരി കഴിഞ്ഞ ഇരുപത്തിനാല് മണിക്കൂറായി ഉറക്ക ത്തിലായിരുന്നു. ഒറ്റവക അദ്ദേഹം കഴിച്ചിട്ടില്ല. അദ്ദേഹത്തിനു കുറച്ചു ഭക്ഷണം നൽകിക്കൂടേ? നമ്മൾ അതിഥി സൽക്കാര പ്രിയരല്ലെന്ന് അദ്ദേ ഹം പറഞ്ഞു പരത്തും. ഇപ്പോൾത്തന്നെ പോയി ബിസ്കറ്റോ മറ്റെന്തെ ങ്കിലും ലഘുവായ ഭക്ഷണമോ കൊണ്ടു വാ"

നീല മുഖം മൂടിയോട് അയാൾ ആജ്ഞാപിച്ചു. പിംഗ്, പിംഗ്, പിംഗ് എന്ന് കമ്പ്യൂട്ടർ ശബ്ദമുണ്ടാക്കിയപ്പോൾ രാജവെമ്പാല ധൃതിയിലെ ഴുന്നറ്റു പോയി കീബോർഡിലെ ചില ബട്ടണുകളമർത്തി.

രണ്ടുമിനിട്ടിനകം നീല മുഖം മൂടി തിരിച്ചെത്തി. കൈയിൽ കൊണ്ടു വന്ന ട്രേ മേശപ്പുറത്തു വച്ചു. അതിൽ രണ്ടു കപ്പ് കാപ്പിയും ഒരു പ്ലേറ്റിൽ എന്തോ ലഘു ഭക്ഷണവുമായിരുന്നു.

രാജവെമ്പാല "ചീറി." എടാ, കഴുതേ, കൈ പിറകേ പിടിച്ചു കെട്ടി വച്ചിട്ട് അദ്ദേഹം എങ്ങിനെ ഭക്ഷണം കഴിക്കും? കെട്ടഴിക്കു."

നീല മുഖംമൂടി കാക്കാബാബുവിന്റെ കൈകളുടെ കെട്ടഴിച്ചു. ചങ്ങല മുറുകിപ്പോയതിനാൽ കൈകളിൽ രക്തം കട്ട പിടിച്ചു കിടന്നു. അവിടെ സ്പർശനശക്തിയും നഷ്ടപ്പെട്ടിരുന്നു. അദ്ദേഹം തന്റെ കൈകൾ മെല്ലെ തിരുമ്മാൻ തുടങ്ങി.

രാജവെമ്പാല പഴയതു പോലെ വീണ്ടും മേശയ്ക്കരികിലെത്തിയിട്ടു പറഞ്ഞു:

"താങ്കൾക്കെന്നോട് ബംഗാളി, ഇംഗ്ലീഷ്, സ്പാനിഷ്, അറബിക്, ഫ്രെഞ്ച് ഇതിലേതു ഭാഷ വേണമെങ്കിലും സംസാരിക്കാം. എന്റെ ബംഗാളി സംഭാഷണമെങ്ങിനെയുണ്ട്? താങ്കളുടെ അത്ര ഉച്ചാരണശുദ്ധിയോടെ എനിക്കു സംസാരിക്കാനാവില്ല. നിശ്ചയം."

കാക്കാബാബു ഒന്നും ഉരിയാടിയില്ല. "ഭക്ഷണം കഴിക്കൂ" രാജ വെമ്പാല നിർബന്ധിച്ചു. എന്നിട്ടയാൾ ഒരു നീളൻ ചുരുട്ടു കൊളുത്തി.

അപ്പോൾ മാത്രമാണ് കാക്കാബാബു സംസാരിക്കാൻ വായ തുറ ന്നത്.

"അത് അണച്ചു കളയൂ. അതിന്റെ ഗന്ധം എനിക്കു സഹിക്കാനാ വില്ല"

രാജവെമ്പാല അന്തം വിട്ട് അദ്ദേഹത്തെ തുറിച്ചു നോക്കി. എന്നിട്ട യാൾ പൊട്ടിച്ചിരിക്കാൻ തുടങ്ങി.

"നിങ്ങളൊരു വിചിത്ര മനുഷ്യൻ തന്നെ. എന്റെ ഒളിത്താവളത്തിൽ വന്ന് എന്നോട് കൽപ്പിക്കാൻ ധൈര്യപ്പെടുക!"

"ഇത് കൽപ്പനയെന്നുമല്ല. അഭ്യർഥന മാത്രം. പറയുന്നതിനു മുമ്പ് "ദയവായി" എന്ന വാക്കുകൂടി ചേർക്കേണ്ടതായിരുന്നു. ഞാനും ധാരാളം പുകയിലച്ചുരുട്ടുകൾ വലിച്ചു തള്ളിയ ഒരു കാലമുണ്ടായിരുന്നു. എന്നാൽ ഞാൻ ആ ദുസ്വഭാവം എന്നേ മാറ്റി. ഇപ്പോൾ ഇതിന്റെ ഗന്ധം പോലും എനിക്കു താങ്ങാനാവില്ല."

കാക്കാബാബു വിശദീകരിച്ചു. ആ മനുഷ്യൻ കസേരയിൽ നിന്നെ ഴുന്നേറ്റ് കാക്കാബാബുവിനരികിൽ വന്നിട്ടു ചോദിച്ചു:

"താങ്കളുടെ കൈകൾ വീണ്ടും കെട്ടിയിട്ട് മൂക്കിനുള്ളിലേക്ക് പുകയൂ തിവിടുന്നതു കാണാൻ നല്ല രസമായിരിക്കും അല്ലേ?"

"അത് രസമൊന്നുമായിരിക്കില്ല. തികഞ്ഞ മര്യാദക്കേട്." കാക്കാ ബാബു ശാന്തനായി മറുപടി പറഞ്ഞു.

"എന്റെ പേരു രാജവെമ്പാല എന്നാണ്. എനിക്ക് എത്രത്തോളം മര്യാദ കെട്ടവനും ക്രൂരനുമാകാമെന്ന് നിങ്ങൾക്ക് ഊഹിക്കാൻ പോലും കഴിയില്ല. അതിരിക്കട്ടെ. ഇനി നമുക്ക് നേരിട്ടു കാര്യത്തിലേക്കു കടക്കാം. കാപ്പികുടിക്കൂ"

കാക്കാബാബു ഒരു കവിൾ കുടിച്ചു. മി റോയ് ചൗധരി, എനിയ്ക്കു നിങ്ങളോട് പകയെന്നുമില്ല. ഞാൻ തികച്ചും പ്രൊഫഷണൽ ആണ്. കാശിനു പണിചെയ്യുന്നവൻ. അത്തരമൊരു ദൗത്യവുമായി ബന്ധപ്പെ ട്ടാണ് ഞാൻ......."

കാക്കാബാബു ഇടയ്ക്ക് കയറിപ്പറഞ്ഞു:

"കാറിലൊരു പെൺകുട്ടിയുണ്ടായിരുന്നു അവളെവിടെ?"

"ഒരു ചെറുപ്പക്കാരി കുട്ടിയോ? കാറിനകത്തോ? ഉടനെ വേണോ?" രാജവെമ്പാല നെറ്റിചുളിച്ചു കൊണ്ടു ചോദിച്ചു.

"അവളെ മറന്നേക്കൂ. നിങ്ങളതേപ്പറ്റി തലപുണ്ണാക്കണ്ട. ഒരു പ്രത്യേക ഉദ്ദേശലക്ഷ്യത്തോടെയാണ് താങ്കളെ ഇവിടെ കൊണ്ടു വന്നിരിക്കുന്നത്. ഞാൻ ആസൂത്രണം ചെയ്ത ഒരു പദ്ധതി പ്രകാരം താങ്കൾ പ്രവർത്തി ക്കേണ്ടി വരും."

"ആരുടെയെങ്കിലും ആജ്ഞയനുസരിച്ചു പ്രവർത്തിച്ചു ശീലമുള്ള വനല്ല ഞാൻ." കാക്കാബാബു ഉടൻ തിരിച്ചടിച്ചു.

"നോക്കു ഈ കേസിൽ താങ്കൾ പ്രവർത്തിക്കുക തന്നെ വേണം. രക്ഷപ്പെടാനുള്ള ഒരേ ഒരുപാധി അതുമാത്രമേയുള്ളു."

"കൊല്ലുമെന്നു ഭീഷണിപ്പെടുത്തുന്ന ആദ്യത്തെ ആളൊന്നുമല്ല നിങ്ങൾ. പക്ഷെ ആരും അതിൽ ഇന്നേവരെ വിജയിച്ചിട്ടില്ല." കാക്കാ ബാബു പറഞ്ഞു.

"ഓ, അപ്പോൾ എന്റെ ശക്തിയെപ്പറ്റി ഇതുവരെ നിങ്ങൾ മനസി ലാക്കിയിട്ടില്ല. മറ്റേവനെയെങ്കിലുമായി താരതമ്യപ്പെടുത്താൻ എങ്ങനെ ധൈര്യം വന്നു നിങ്ങൾക്ക്? ഞാൻ ആരെന്നാണു നിങ്ങൾ വിചാരിക്കു ന്നത്?"

"വാടകയ്ക്ക് ജോലി ചെയ്യുന്ന ഒരു പ്രൊഫഷണലാണെന്ന്, നിങ്ങൾ തന്നെ പറഞ്ഞു കഴിഞ്ഞല്ലോ. കൂലിക്കു ജോലി ചെയ്യുന്ന ഒരാൾ. അതു തന്നെയല്ലേ വാടകക്കൊലയാളി?" കാക്കാബാബു ചോദിച്ചു.

"അല്ല. അങ്ങിനെയല്ല ഒരു വാടകപ്പോരാളിയായി മാത്രം എന്നെ കാണരുത്. ഏതു രാജ്യത്തിനെതിരെയും യുദ്ധം ചെയ്യാൻ കഴിവുള്ളവൻ. ഞാനങ്ങിനെ യുദ്ധത്തിനു പോവുകയൊന്നുമില്ല. അതിനേക്കാൾ എത്ര യോ വലിയ ദൗത്യങ്ങൾ ഏറ്റെടുക്കാൻ എനിക്കു കഴിയും. ഉദാഹരണ ത്തിന്, പ്രതിഫലം തന്നാൽ എനിക്കു നിങ്ങളുടെ വിലപ്പെട്ട ഹൗറപ്പാലം തവിടുപൊടിയാക്കാൻ കഴിയും, അല്ലെങ്കിൽ ഒരു വിമാനം തകർക്കാൻ, അതുമല്ലെങ്കിൽ ഒരു പ്രധാനമന്ത്രിയെയോ പ്രസിഡണ്ടിനെയോ വധി ക്കാൻ... ഇത്തരം കാര്യങ്ങൾ. ഇത് അതിനേക്കാളൊക്കെ ഗുരുതരമായ ഒന്നാണ്. ഇത് ദശലക്ഷങ്ങൾ വിലമതിക്കുന്ന ഒരു പദ്ധതിയാണ്. ഒരു ചെറിയ ഉടക്ക്, വിജയകരമായിത്തീരാവുന്ന ഈ പദ്ധതിയെ പ്രതികൂല മായി ബാധിച്ചു. ആ ഉടക്ക് മാറ്റിക്കാൻ ഞാൻ താങ്കളെയാണ് കരുവാ ക്കാൻ പോകുന്നത്. ഒരു മുള്ളുകൊണ്ട് മറ്റൊരു മുള്ള് എടുക്കാറില്ലേ? ഏതാണ്ടതു പോലെ ഒരിടപാട്!"

"അതിൽ എന്റെ സഹകരണം കിട്ടിക്കഴിഞ്ഞതുപോലെയാണല്ലോ, നിങ്ങൾ സംസാരിക്കുന്നതു?" കാക്കാബാബു ചുണ്ടിക്കാട്ടി.

"അതു ഞാൻ പറഞ്ഞു കഴിഞ്ഞല്ലോ. അതല്ലാതെ നിങ്ങൾക്കു മറ്റു നിവൃത്തിയൊന്നുമില്ല. ഇതു തുടങ്ങുന്നതിനു മുമ്പുതന്നെ നിങ്ങളുടെ ഭൂതകാലത്തെക്കുറിച്ച് സമഗ്രമായൊരു പഠനം ഞാൻ നടത്തിക്കഴിഞ്ഞു. നോക്കൂ."

ഇതും പറഞ്ഞ് രാജവെമ്പാല ഒരു ബട്ടൺ അമർത്തിയതും കമ്പ്യൂട്ടർ സ്ക്രീനിൽ കാക്കാബാബുവിന്റെ പല പല ചിത്രങ്ങൾ വരാൻ തുടങ്ങി. ശാന്തുവിന്റെയും ജോജോയുടെയും ചിത്രങ്ങൾക്കൂടി കൂട്ടത്തിലുണ്ടായു രുന്നു.

"ശത്രു പാളയത്തിനുള്ളിൽ കടന്നു കയറുന്ന ഒരു സ്വഭാവം നിങ്ങൾ ക്കുള്ളത് എന്റെ ശ്രദ്ധയിൽപ്പെട്ടിട്ടുണ്ട്. ഒന്നുകിൽ ശത്രുക്കൾ തന്നെ പിടിച്ച് അകത്തു കൊണ്ടുപോകും. അല്ലെങ്കിൽ നിഗൂഢമായ ലക്ഷ്യങ്ങ ളോടെ നിങ്ങൾ തന്നെ അകത്തേക്കു നുഴഞ്ഞു കയറും. എന്നിട്ടു നിങ്ങൾ

അവിടെ നിന്നും പുറത്തു കടക്കാനുള്ള ബുദ്ധിപരമായ തന്ത്രങ്ങൾ ആവിഷ്കരിക്കുകയും ശത്രുക്കളെ കൈയോടെ പിടി കൂടുകയും ചെയ്യും. അതല്ലേ നിങ്ങൾ പരീക്ഷിച്ച വിജയം കണ്ടെത്തിയിട്ടുള്ള തന്ത്രം? എന്നാൽ ഈപ്രാവശ്യം ഇത്തരം ബുദ്ധിയും ശക്തിയുമൊന്നും വിജയിക്കാൻ പോ കുന്നില്ല." രാജവെമ്പാല അറിയിച്ചു.

"ഇവിടെ നിന്നും എനിക്ക് പുറത്തു കടക്കാൻ കഴിയില്ലെന്നാണോ നിങ്ങൾ പറയാൻ ശ്രമിക്കുന്നത്?" കാക്കാബാബു വെല്ലുവിളിയുടെ സ്വര ത്തിൽ ചോദിച്ചു.

"അല്ലല്ല. ഞാൻ തന്നെ നിങ്ങളെ സ്വതന്ത്രനാക്കും." രാജവെമ്പാല വിശാലമായൊരു ചിരി ചിരിച്ചു.

"നിങ്ങൾ ഈ സ്ഥലത്തു നിന്നും സുരക്ഷിതനായി തിരിച്ചും പോ കും. നിങ്ങളുടെ കൈകാലുകൾ എല്ലാ ബന്ധനങ്ങളിൽ നിന്നും സ്വന്ത മാകും. എന്നാൽ നിങ്ങൾക്കു സ്വതന്ത്രനായി പ്രവർത്തിക്കാൻ കഴിയില്ല. എന്റെ ആഗ്രഹങ്ങൾക്കൊത്ത് നിങ്ങൾക്ക് അനുസരിക്കേണ്ടി വരും!"

"എങ്ങിനെ, മാന്ത്രികവിദ്യ കൊണ്ടോ? അതോ നിങ്ങൾ എന്നെ ഹിപ്നോട്ടൈസ് ചെയ്യുമോ? ഞാൻ തുറന്നു തന്നെ നിങ്ങൾക്ക് മുന്നറി യിപ്പുതരുന്നു, ഇത്തരം കാര്യങ്ങൾക്കൊന്നിനും എന്റെമേൽ ഒന്നും ചെയ്യാ നാവില്ല." കാക്കാബാബു പറഞ്ഞു.

"അത്തരം മയക്കുവിദ്യകളൊന്നും ഞാൻ പ്രയോഗിക്കില്ല. ഇത് സയൻസിന്റെ-ശുദ്ധമായ ശാസ്ത്രത്തിന്റെ സഹായത്താൽ. അതെങ്ങനെ പ്രവർത്തിക്കുമെന്ന് ഞാൻ നിങ്ങൾക്കു കാണിച്ചുതരാം" രാജവെമ്പാല പറഞ്ഞു.

മേശയുടെ മറുവശത്തു നിന്നും അയാളൊരു പ്രതിമ എടുത്തു കൊണ്ടുവന്നു. കാക്കാബാബു അതുകണ്ട് അന്തംവിട്ടുപോയി. അത് അടിമുടി തന്നെപ്പോലെ തന്നെയിരിക്കുന്നൊരു പ്രതിമയായിരുന്നു. അതേ മീശ. ഭുജങ്ങൾക്കിടയിലെ അതേ ഊന്നുവടികൾ! പൂർണബോധം തിരി കെ വരുന്നതിനു മുൻപുള്ള മയക്കത്തിൽ താനാണെന്നു തെറ്റിധരിച്ചത് ഈ പ്രതിമയാണെന്നു കാക്കാബാബുവിനു മനസിലായി.

ആ പ്രതിമയ്ക്ക് രണ്ടടിയോളം ഉയരം വരും. ഫൈബർ ഗ്ലാസ് പോലുള്ള ഏതോ വസ്തു കൊണ്ടാണതു നിർമിച്ചിട്ടുള്ളത്. അത്രയ്ക്ക് ഭാരമില്ലാത്തതായിരുന്നു ആ വസ്തു.

രാജവെമ്പാല മുറിയുടെ ഒരു കോണിൽ, വാതിലിനരികിൽ അതു സ്ഥാപിച്ചു. കാക്കാബാബു ഇരിക്കുന്ന കസേര അയാൾ തന്നെ തള്ളി മറുവശത്തേക്കു നീക്കി. കസേര ചക്രങ്ങൾ പിടിപ്പിച്ചതായിരുന്നു.

"ഇത് രാജാറോയ് ചൗധരിയുടെ തന്നെ പ്രതിമയാണ്. ഞാൻ എന്തു പറഞ്ഞാലും അത് കൃത്യമായിത്തന്നെ അനുസരിക്കും. അങ്ങിനെ ചെയ്തില്ലെങ്കിൽ എന്തു സംഭവിക്കുമെന്നു കാണൂ. ശ്രദ്ധിച്ചു നോക്കണം." രാജവെമ്പാല ചീറ്റുന്ന സ്വരത്തിൽ പറഞ്ഞു.

അയാൾ കമ്പ്യൂട്ടറിനരികിലെത്തി. അതിൽ ഒന്നു രണ്ടു ബട്ടണുകൾ അമർത്തി.

പെട്ടന്ന് ഒരു സ്ഫോടനമുണ്ടായി. പ്രതിമ ചീളുകളായി തെറിക്കുകയും മുറി നിറയെ പുകച്ചുരുളുകളുയുരുകയും ചെയ്തു.

പെട്ടെന്നുള്ള സ്ഫോടനം കാക്കാബാബുവിനെ ഒന്നു ഞെട്ടിച്ചെങ്കിലും, ഭയത്തിന്റെ ഒരു ലാഞ്ഛനയും അദ്ദേഹം പുറമേ കാണിച്ചില്ല.

"എന്റെ ആജ്ഞകളനുസരിച്ചില്ലെങ്കിൽ സംഭവിക്കുന്നതെന്താണെന്ന് ഇപ്പോൾ മനസിലായിക്കാണുമെന്ന് പ്രതീക്ഷിക്കുന്നു." രാജവെമ്പാല പറഞ്ഞു.

"അതൊരു പ്രതിമയല്ലേ? ഒരു ബലൂണോ പ്രതിമയോ നിങ്ങൾക്ക് ഊതിപ്പൊട്ടിക്കാം. എന്നാൽ ഞാൻ ഒരു മനുഷ്യജീവിയാണ്. അല്ലേ? നിങ്ങളുടെ കൺട്രോൾ കൊണ്ട് എന്തപകടമാണ എന്നിലുണ്ടാക്കാൻ കഴിയുക? കാക്കാബാബു ചോദിച്ചു.

രാജവെമ്പാല പല്ലുകൾ ഞെരിച്ചു കൊണ്ട് അമരുന്ന സ്വരത്തിൽ അറിയിച്ചു: "രാജാറോയ് ചൗധരി, നിങ്ങൾ ഈ നിമിഷം മുതൽ എന്റെ കൈകളിലെ വെറും ഒരു പാവമാത്രമാണ്."

പത്ത്

ലുത്ഫറിനെ അറസ്റ്റു ചെയ്തതു കൊണ്ട് ഒരു കാര്യവുമുണ്ടായില്ല. അവനെ നിശിതമായി ചോദ്യം ചെയ്തെങ്കിലും തട്ടിക്കൊണ്ടു പോകലിനു പിന്നിലെ രഹസ്യങ്ങളൊന്നും തന്നെ അവനറിയില്ലെന്നു വ്യക്തമായി. അവൻ നദിയുടെ അക്കരയാണു താമസിക്കുന്നത്. ഹംസ്ഖാലി എന്ന ഗ്രാമത്തിൽ കൊള്ളക്കാർ ഭീഷണിപ്പെടുത്തി ബോട്ടിനകത്ത് ഇരുത്തുക യായിരുന്നെന്ന് അവൻ പറഞ്ഞതു സത്യമായിരുന്നു.

നല്ല ഭക്ഷണവും വിശ്രമവും നൽകിയതിനു ശേഷം പിറ്റേന്നു തന്നെ ലുത്ഫറിനെ മോചിപ്പിച്ചു.

എന്നാൽ സുകോമൾ എവിടെയാണ്? യഥാർഥ കറൻസി നോട്ടുകൾ തന്നെ നൽകിയിരുന്നെങ്കിലും തട്ടിക്കൊണ്ടുപ്പോയവർ അവനെ വിടുമായിരുന്നില്ലന്നും തോന്നി.

സുകോമളിന്റെ അമ്മ ഭ്രാന്തിന്റെ വക്കോളമെത്തി. നിഖിൽ മഹാതോ വിളറി വെളുത്ത മുഖവുമായി ചുറ്റി നടന്നു. രക്ഷപ്പെടുത്താൻ ശ്രമിച്ച തിനാൽ രാജവെമ്പാല കുപിതനാണെന്നും അയാൾ ഒരുപക്ഷേ, സുകോ മളിനെ കൊലചെയ്തേക്കാനും സാധ്യതയുണ്ടെന്നാണ് മിക്ക ആളുക ളുടേയും അഭിപ്രായം.

ആരും നേരിട്ടു പറഞ്ഞില്ലെങ്കിൽ പോലും താനാണ് ഈ ദുരന്ത ത്തിനുത്തുരവാദിയെന്ന പൊതു ജനവികാരമാണുണ്ടായിട്ടുള്ളതെന്ന് ശാന്തുവിനു മനസിലാക്കാൻ കഴിഞ്ഞു. താൻ ഒരൽപ്പം കടന്നകൈയാണു ചെയ്തതെന്നാണ് ജനസംസാരം. പരിണത പ്രജ്ഞരായ ഇത്തരം കൊ ള്ളക്കരെ കുറച്ചു ന്യൂസ് പേപ്പർ കഷണങ്ങൾ കൊണ്ട് കബളിപ്പിക്കാൻ ഇവനെങ്ങനെ ധൈര്യപ്പെട്ടു?

പൊലീസുകാർക്ക് രാജവെമ്പാലയുടെ താവളം കണ്ടെത്താൻ കഴിഞ്ഞില്ലെന്നതാണ് വസ്തുത. അതുകൊണ്ട് തന്നെ ശാന്തുവിന് ഇതല്ലാതെ മറ്റു മാർഗങ്ങളില്ലായിരുന്നു. നിഖിൽ മഹാതോയ്ക്കെങ്കിലും ശാന്തുവിനെ ഇതിനു കുറ്റപ്പെടുത്താനാവില്ല. ശാന്തുവിന്റെ നിസ്വാർഥമായ ധീരതയിൽ അത്ഭുതപ്പെട്ടുപോയ അയാൾ ഇതു തന്നെ ആളുകളോട് വീണ്ടും വീണ്ടും ആവർത്തിച്ചു കൊണ്ടിരുന്നു.

മാത്രമല്ല, ചെറിയമ്മാവന്റെ വാസസ്ഥലത്തിനു ചുറ്റും രാപ്പകൽ അയാൾ കാവലേർപ്പെടുത്തുകയും ചെയ്തു.

അതേസമയം ശാന്തു വീട്ടിനു വെളിയിൽ ഇറങ്ങിപ്പോകരുതെന്ന് ചെറിയമ്മാവൻ ഉത്തരവും നൽകി. രാജവെമ്പാലയുടെ ആൾക്കാർ ഇപ്പോൾ കോപം കൊണ്ട് ഭ്രാന്തെടുത്തു നടക്കുകയായിരുക്കുമെന്നുറപ്പാണ്. അവരിതിന് തീർച്ചയായും പകരം വീട്ടും. അവരുടെ മുഖ്യ ലക്ഷ്യം ശാന്തു വായിരിക്കും.

കാക്കാബാബുവിന്റെ തിരോധാനത്തെപ്പറ്റിയുള്ള വാർത്തയും ഇതിനകം താകിയിലെത്തിയിരുന്നു.

ബറാസത്തിനടുത്തുള്ള പാടശേഖരത്തിൽ ദെബോളിനയുടെ കാർ കണ്ടെത്തി. ദെബോളിനയുടെ ഡ്രൈവറും കാറിനകത്ത് അബോധാ വസ്ഥയിൽ കിടക്കുകയായിരുന്നു. എന്നാൽ കാക്കാബാബുവിന്റെ ഒരട യാളം പോലും അവിടെ ഉണ്ടായിരുന്നില്ല.

ഇത്തരം ഒരവസ്ഥയിൽ കാക്കാബാബു ദെബോളിനയെ ഉപേക്ഷി ക്കുകയില്ല. ആരോ അദ്ദേഹത്തെ ബലം പ്രയോഗിച്ചു കൊണ്ടു പോയ താണ്.

എന്തായാലും ശാന്തുവിനെ ഇത് ഒട്ടും അലോസരപ്പെടുത്തിയില്ല. കാക്കാബാബുവിനെ അധികനാൾ ബന്ദിയാക്കി വയ്ക്കാനാവില്ലെന്ന് അവനുറപ്പായിരുന്നു. അവനെ ഏറ്റവും ദുഃഖിപ്പിച്ചത് സുകോമളിന്റെ കാര്യമായിരുന്നു.

"ശാന്തു, നമുക്ക് കൊൽക്കത്തക്ക് തിരിച്ചു പോകാം. ഇവിടെ അധികനാൾ നിന്നിട്ടെന്തു പ്രയോജനമാണ്?" ജോജോ ചോദിച്ചു.

"നമ്മൾ ഇവിടെ നിൽക്കാനാണ് കാക്കാബാബു പറഞ്ഞിട്ടുള്ളത്" ശാന്തു പറഞ്ഞു.

"എന്നാൽ അതേ കാക്കാബാബു തന്നെ പറഞ്ഞിട്ടു പോയത്. ഒരു ദിവസത്തിനകം തിരിച്ചുവരുമെന്നാണ്. അതിനെപ്പറ്റി എന്തു പറയുന്നു? നമുക്ക് കൊൽക്കത്തയിൽ ചെന്ന് ദെബോളിനയോട് നേരിട്ടു തന്നെ ചോദിക്കാമല്ലോ കാർ എങ്ങിനെ വയലിലെത്തിയെന്ന്." ജോജോ യാചനാ പൂർവം പറഞ്ഞു.

"അതു പൊലീസുകാർ തന്നെ ഇതിനകം അന്വേഷിച്ചു കാണും. നീ വേണമെങ്കിൽ തിരിച്ചുപൊയ്ക്കോ. ഇതിന്റെ അന്ത്യം എന്താകുമെ ന്നറിയുംവരെ ഞാൻ ഇവിടെത്തന്നെ തങ്ങും."

"നമ്മൾ ലാറലും ഹാർഡിയും പോലെയാണ്. ഒരാളില്ലാതെ മറ്റൊ രാൾക്ക് ഒന്നും ചെയ്യാനാവില്ല. നമ്മൾ ഒറ്റക്കെട്ടാണെങ്കിൽ ആർക്കും പരാജയപ്പെടുത്താനും കഴിയില്ല." ജോജോ പറഞ്ഞു.

"വാ നമുക്കു പുഴയിലൊന്നു പോയി നീന്താം" ശാന്തു ആവശ്യപ്പെട്ടു.

"അയ്യോ വേണ്ട. പുഴയിൽ പോയി നീന്താനോ? അതിൽ സ്രാവും മുതലയുമൊക്കെയുണ്ടെന്ന് നിനക്കറിഞ്ഞുകൂടേ? കഴിഞ്ഞ പ്രാവശ്യം നീ ഭാഗ്യത്തിനു രക്ഷപ്പെട്ടു. നിനക്കെങ്ങിനെ തോന്നി അതു ചെയ്യാൻ? സ്രാവും മുതലയുമൊക്കെ രാത്രി കിടന്നുറങ്ങുമെന്നാണോ നീ കരുതിയത്?" ജോജോ ചോദിച്ചു.

"നിനക്കു സ്രാവിനെപ്പേടിയാണോ? അതോ നീന്തലറിയില്ലേ? ഇതു സൂചിപ്പിക്കുന്നത് എല്ലാ കാര്യത്തിലും നമുക്ക് ഒന്നിച്ചു പ്രവർത്തിക്കാനാ വില്ലെന്നാണ്."

"ഹേയ്, എല്ലാത്തിലുമെന്നു വച്ചാൽ ഒന്നിലും നമുക്കൊന്നിച്ചു പ്രവർത്തിക്കാൻ കഴിയില്ലെന്നാണോ നീ അർഥമാക്കുന്നത്?"

ഉദാഹരണത്തിന് നീ കാൽതെറ്റി വീണാൽ ഞാനും കാലുതെറ്റി വീഴണമെന്നാണോ നീ പ്രതീക്ഷിക്കുന്നത്? പകരം ഞാൻ ഒരു കൈ തന്ന് നിന്നെ രക്ഷപ്പെടുത്തുകയല്ലേ വേണ്ടത്? നീ നീന്തുമ്പോൾ ഞാൻ കരയിൽ നിനക്കു കാവലായി നിൽക്കും." ജോജോ വിശദീകരിച്ചു.

ഈ സമയം പുറത്തൊരു ജീപ്പ് വന്നു നിൽക്കുകയും നിഖിൽ മഹാതോ അതിൽ നിന്നും പുറത്തിറങ്ങുകയും ചെയ്തു.

"നിങ്ങളുടെ സാധനങ്ങളൊക്കെ അടുക്കി വയ്ക്കു. കൊൽ ക്കത്ത യിൽ നിന്നും നമ്മുടെ സ്റ്റേഷനിൽ വിളി വന്നിരിക്കുന്നു. കർശന സുരക്ഷി തത്വത്തോടെ നിങ്ങളെ അവിടെ എത്തിക്കാനാണ് ഉത്തരവ്." അയാൾ അവരോടു പറഞ്ഞു.

"നോക്ക് നോക്ക്, ഞാൻ പറഞ്ഞതു തന്നെ ശരിയായതു കണ്ടോ!" ജോജോ ആഹ്ലാദം പ്രകടിപ്പിച്ചു.

എന്നാൽ നിഖിൽ മഹാതോ പെട്ടെന്ന് കോപവും നിരാശയും കൊണ്ട് പൊട്ടിത്തെറിച്ചു.

"ആ തലപ്പിത്തിരിക്കുന്നവന്മാർക്ക് എന്റെ മകന്റെ സുരക്ഷ ഒന്നുമല്ല. ഈ കുഗ്രാമത്തിൽ ജോലി ചെയ്യുന്നവനോട് അവർക്ക് ഒരു താൽ പ്പര്യവുമില്ല."

"മാമാ നിങ്ങളുടെ മകൻ തീർച്ചയായും സുരക്ഷിതനാണ്." നിഖിൽ മഹാതോവിനെ ആശ്വസിപ്പിക്കാൻ ജോജോ പറഞ്ഞു.

നിഖിൽ അവന്റെ നേർക്കു നോക്കി കോപവും ദുഃഖവും കലർന്ന ഈർഷ്യയോടെ ചോദിച്ചു:

"ആണോ? അതു നിനക്കെങ്ങനെ അറിയാം?"

"എനിക്കൊരു രഹസ്യമന്ത്രമറിയാം. അതുരുവിട്ടു പ്രാർഥിക്കുമ്പോൾ ഞാൻ ആരെ കാണാൻ ആഗ്രഹിച്ചാലും അവരെ കാണാം. കഴി ഞ്ഞരാത്രി ഞാൻ സുകോമളിനെ കണ്ടു അവനോടു സംസാരിക്കുക കൂടി ചെയ്തു."

"നിർത്ത്. ഈ മണ്ടത്തരങ്ങൾ കേൾക്കാനൊന്നും എനിക്കു സമയമില്ല. നിങ്ങളുടെ അമ്മാവൻ രാജാറോയ് ചൗധരിയെ പിടിച്ചപ്പോൾ അദ്ദേഹത്തെ കണ്ടെത്താൻ എല്ലാവർക്കും തിടുക്കമായി. ആരും ഇപ്പോൾ എന്റെ മകന്റെ കാര്യം ഓർക്കുന്നില്ല. എന്നാൽ എനിക്കെന്റെ ജീവിതത്തിലെ ഏറ്റവും പ്രധാന വ്യക്തി എന്റെ മകൻ തന്നെയാണ്" അയാൾ അലറി.

"ഞാനിപ്പോൾ കൊൽക്കത്തയിലേക്ക് മടങ്ങാൻ ഉദ്ദേശിക്കുന്നില്ല." ശാന്തു പറഞ്ഞു.

"അതുകൊണ്ടെന്തു പ്രയോജനമാണ്? നിന്റെ കഴിവിന്റെ പരമാവധി നീ ശ്രമിച്ചു കഴിഞ്ഞു." നിഖിൽ മഹാതോ ശാന്തനായി പറഞ്ഞു.

"മാമാ ഞാനിപ്പോൾ തന്നെ നദിക്കരയിലേക്കു പോവുകയാണ്. കഴിഞ്ഞ രാത്രി ബോട്ടിൽ കയറിയ അതേ സ്ഥലത്ത്" അവിടെ നീ എന്തു ചെയ്യാനാണ്? അവൻമാർ നിനക്കുവേണ്ടി അവിടെ കാത്തു നിൽക്കുമോ?" നിഖിൽ മഹാതോ ചോദിച്ചു.

"എന്തായാലും അവിടെ ഒരു പ്രാവശ്യംക്കൂടി എനിക്കു പോണം. എനിക്കൊരു കാര്യം പരിശോധിക്കാനുണ്ട്. ശാന്തു നിർബന്ധപൂർവം പറഞ്ഞു.

അവൻ ജോജോയുടെ നേർക്കുതിരിഞ്ഞു.

"ഇവിടെത്തന്നെ കാണണം. പുതിയ സംഭവവികാസങ്ങളെപ്പറ്റിയുള്ള വാർത്തകൾ ഉണ്ടാകും. ഞാൻ നീന്താൻ പോവുകയും വേറൊരു കാര്യം എനിക്കവിടെ ചെയ്യാനുണ്ട്"

ശാന്തു നിഖിൽ മഹാതോവിന്റെ ജീപ്പിൽ കയറി.

പുഴക്കരയിൽ ഈ സമയം വളരെ തിരക്കായിരുന്നു. ധാരാളം കടത്തു വള്ളങ്ങൾ അക്കരെയിക്കരെ പോയി മടങ്ങുന്നുണ്ട്. ഭക്ഷണ സാധനങ്ങൾ വിൽക്കുന്ന കടകളിൽ ആളുകൾ കൂട്ടം കൂടി നിൽക്കു കയാണ്. ചുട് പലഹാരങ്ങളുടെ ഗന്ധം അവരുടെ മൂക്കിൽ തുളച്ചുകയറി.

നിഖിൽ മഹാതോ ജീപ്പിൽ നിന്നും ചാടിയിറങ്ങി ചോദിച്ചു:

"ശാന്തു, യഥാർഥത്തിൽ ഇവിടെ നീ എന്തു ചെയ്യാനാണു പോകുന്നത്?"

"അന്നു രാത്രി എന്നെ കൊണ്ടുപോയ വള്ളക്കാരന്റെ പേരു ഞാനോർക്കുന്നു. ബദറുഷേഖ്! എനിക്കയാളോട് കുറച്ചു കാര്യങ്ങൾ ചോദിക്കാനുണ്ട്."

"നീ അവരുടെ ബോട്ടിൽ കയറിയപ്പോൾത്തന്നെ അയാൾ തിരികെ പ്പോന്നു. അപ്പോൾ അയാൾക്കെന്തറിയാൻ കഴിയും?" നിഖിൽ മഹാതോ ചോദിച്ചു.

"എനിക്കയാളോട് ഒരു പേരിനെപ്പറ്റി ഒന്നു ചോദിക്കണം." ശാന്തു പറഞ്ഞു.

പുകവലിച്ചുകൊണ്ട് കുറച്ചു വള്ളക്കാർ അവിടവിടെ ഇരിക്കുന്നുണ്ട്. എന്നാൽ അവർക്കിടയിൽ ബദറുഷേഖ് ഉണ്ടായിരുന്നില്ല.

മറ്റുള്ളവരെക്കൊണ്ട് ഒരു പ്രയോജനവും ഉണ്ടായതുമില്ല.

അതിൽ ഒരുവൻ പറഞ്ഞു.

"അയാൾ അൽപ്പം മുൻപുവരെ ഇവിടെയുണ്ടായിരുന്നു.

"അയാൾ അക്കരെപ്പോയിരിക്കുകയാണെന്നു തോന്നുന്നു." അടുത്ത യാൾ പറഞ്ഞു.

"അതിനയാളുടെ വള്ളം ഇവിടെ കിടപ്പുണ്ടല്ലോ" വേറൊരാൾ പറ ഞ്ഞു.

അവസാനം ബദറുവിനെ ഒരു ചായക്കടയിൽ കണ്ടെത്തി.

അയാൾ ശാന്തുവിനെ ഒരു നോട്ടം നോക്കിയിട്ട് പ്രഖ്യാപിച്ചു: "ഇന്നു ഞാൻ വള്ളം ഇറക്കുന്നില്ല."

നിഖിൽ മഹാതോ സാധാരണ വസ്ത്രത്തിലായതിനാൽ അദ്ദേഹം ഒരു പൊലീസ് ഉദ്യോഗസ്ഥനാണെന്ന് ആരും തിരിച്ചറിഞ്ഞില്ല.

അദ്ദേഹം ബദറുവിനോട് ചോദിച്ചു: "എന്തു കൊണ്ട് നിങ്ങൾ വള്ളം ഇറക്കുന്നില്ല?"

"വേറൊരു പാർട്ടി എന്റെ വള്ളം ബുക്കു ചെയ്തു പോയി" അയാൾ മറുപടി പറഞ്ഞു.

"അവരെപ്പോഴെത്തും?" നിഖിൽ മഹാതോ ചോദിച്ചു

ബദറു ഒട്ടും ഇഷ്ടപ്പെടാത്ത സ്വരത്തിൽ പറഞ്ഞു: "അവർ അവർ ക്കു തോന്നുന്നുമ്പോൾ വരട്ടെ. ആകെ എനിക്കുപറയാൻ കഴിയുന്നത് ഇപ്പോൾ ഞാൻ കടത്തിറക്കുന്നില്ല എന്നതാണ്. അതെന്റെ തീരുമാന മാണ്"

"ശരി. നിങ്ങൾ ഞങ്ങൾക്കു വേണ്ടി തുഴ എടുക്കണമെന്നില്ല. എന്നൽ നിങ്ങളുടെ വള്ളത്തിലിരുന്ന് നമുക്കൊന്നു സംസാരിച്ചുകൂടേ?" ശാന്തു വളരെ പതിഞ്ഞ സ്വരത്തിൽ ചോദിച്ചു.

ബദറു തലയാട്ടി ധാർഷ്ട്യത്തോടെ പറഞ്ഞു: "വേണ്ട അതൊന്നും നടപ്പില്ല. അതിനൊന്നും എനിക്ക് സമയമില്ല."

"എന്നാൽ ശരി. നീ ഞങ്ങളോടൊപ്പം പൊലീസ്സ്റ്റേഷൻ വരെ ഒന്നു വരേണ്ടി വരും" നിഖിൽ മഹാതോ ഭീഷണിയുടെ സ്വരത്തിൽ പറഞ്ഞു.

ഇതു കേട്ടപ്പോൾ ബദറു ചെറുതായി വിരണ്ടു പോയി.

"പൊലീസ് സ്റ്റേഷനിലേക്കോ?" അയാളുടെ കണ്ണുകൾ പുറത്തേക്കു ചാടി.

ശാന്തു അയാളുടെ കൈയിൽ പിടിച്ച് മയത്തിൽ അഭ്യർഥിച്ചു: "വരൂ, നമുക്കു പോയി നിങ്ങളുടെ വള്ളത്തിലിരിക്കാം."

ഇപ്രാവശ്യം ബദറു വലിയ എതിർപ്പൊന്നും പ്രകടിപ്പിച്ചില്ല.

"രണ്ടു ദിവസങ്ങൾക്കു മുമ്പ് ഒരു രാത്രിയിൽ ഞാൻ നിങ്ങളുടെ വള്ളത്തിൽ കയറിയത് ഓർക്കുന്നില്ലേ?"

ബോട്ടിൽ സ്ഥാനം പിടിച്ചപ്പോഴാണ് ശാന്തു ഇതു ചോദിച്ചത്.

"ഒരുപാടാളുകൾ പല സമയങ്ങളിൽ എന്റെ വള്ളം വാടകയ്ക്ക് പിടിച്ച് സഞ്ചരിക്കാറുണ്ട്. ഇവരെയൊക്കെ ഓർത്തു വയ്ക്കാൻ എനിക്ക് കഴിയുമെന്ന് നിങ്ങൾ വിചാരിക്കുന്നുണ്ടോ?" ബദറു തിരിച്ചടിച്ചു.

"പക്ഷേ, ഇതു വെറും രണ്ടു രാത്രികൾക്കു മുമ്പായിരുന്നില്ലേ?" ശാന്തു നിർബന്ധിച്ചു ചോദിച്ചു.

ബദറു ഒരു കൈകൊണ്ട് തന്റെ താടി ചൊറിഞ്ഞിട്ടു പറഞ്ഞു:

"ശരിയാണ്. എനിക്കോർമ വരുന്നു."

"നിങ്ങൾ എന്നെ പുഴയുടെ നടുക്കുകൊണ്ടു പോവുകയും മറുകര യിൽ നിന്ന് ഒരു ഭൂട്ട് ഭൂട്ടിയ വരുന്നതു വരെ കാത്തിരിക്കുകയും ചെയ്ത് ഓർക്കുന്നില്ലേ?" ശാന്തു ചോദിച്ചു.

"പക്ഷേ, നിങ്ങൾ ആ ബോട്ടിൽ കയറിയപ്പോൾ തന്നെ അതിവേഗം ഞാൻ തിരിച്ചു പോന്നു."

"വളരെ ശരിയാണ്. ബോട്ട് ഡ്രൈവറെ കൂടാതെ അതിനകത്ത് രണ്ടു പേരുണ്ടായിരുന്നു. അതിൽ ആരെയെങ്കിലും നിങ്ങൾക്കു തിരിച്ചറിയാനാ കുമോ?" ശാന്തു ചോദിച്ചു.

"ഞാനവരെ കണ്ടിട്ടുമില്ല കേട്ടിട്ടുമില്ല. പിന്നെങ്ങിനെയാണു ഞാന വരെ തിരിച്ചറിയുന്നത്?" ബദറു പറഞ്ഞു.

"പക്ഷേ, അവരിലൊരാൾ നിങ്ങളെ പേരെടുത്തു വിളിച്ചു. ഇതു നമ്മുടെ ബദറു ഷേഖല്ലേ എന്നു ചോദിച്ചതു ഞാനോർക്കുന്നു.

"എന്താ ഞാൻ പറഞ്ഞതു ശരിയല്ലേ?" ശാന്തു ചോദിച്ചു.

"ശരിയായിരിക്കാം. പക്ഷേ അയാളാ പറഞ്ഞതു ഞാൻ കേട്ടിട്ടില്ല. അഥവാ അയാൾക്കങ്ങനെ പേരറിയാമെന്നു കരുതി അയാളെ ഞാനെ ങ്ങനെ അറിയാൻ?"

"നീ ഈ ഭാഗത്ത് അത്ര പ്രശസ്തനാണോ? അപരിചിതരുൾപ്പെടെ സകലമാനപേരും അറിയുന്ന ഒരാൾ? കിടന്നുരുളാതെ പേരു പറ" നിഖിൽ മഹാതോ കുപിതനായി പറഞ്ഞു.

ഇത്രയുമായപ്പോൾ ബദറു നിഖിൽ മഹാതോവിന്റെ കാലുകളിൽ കെട്ടിപ്പിടിച്ചു കെഞ്ചാൻ തുടങ്ങി.

"മാപ്പാക്കണം സർ. എന്താണു സംഭവിച്ചതെന്ന് എനിക്കറിയില്ല. ഞാൻ എന്തെങ്കിലും പറഞ്ഞാൽ അവരെന്നെ കൊന്നുകളയും. ഭാര്യയും കുട്ടികളുമുള്ള ഒരു പ്രാരാബ്ധക്കാരനാണു ഞാൻ. ദയവായി എന്നെ വിടണം."

"കഴിഞ്ഞ രാത്രി മുതൽ ഇതെന്നെ ചിന്തിപ്പിച്ചുകൊണ്ടിരിക്കുകയാ യിരുന്നു. ബദറുഷേഖിന്റെ പേർ കൊള്ളക്കാരിലൊരാൾക്കറിയാമെങ്കിൽ വള്ളക്കാരന് അയാളുടെ പേരും അറിയാനാണു സാധ്യത. നമുക്ക് ഈ സ്ഥലത്തെപ്പറ്റിയുള്ള വിവരം ചുഴിഞ്ഞെടുക്കാനുള്ള കെൽപ്പുണ്ട്. ഇവനും അവരിലൊരാളായിരിക്കണം. "ശാന്തു തന്റെ ഈഹം പറഞ്ഞു.

"ഞാനൊരു സംഘത്തിലും പങ്കുകാരനല്ല. എനിക്കൊന്നു മറിയില്ല" ബദറു ഉറപ്പിച്ചു പറഞ്ഞു.

"അവർ നിന്നെ ഭീഷണിപ്പെടുത്തിയിട്ടുണ്ട്. കുറ്റവാളികൾ എല്ലായിട ത്തും ഇങ്ങിനെയാണ്. അവർ ഭീഷണിപ്പെടുത്തും. പക്ഷേ, എല്ലാരും പേടിച്ചു മിണ്ടാതിരുന്നാൽ ഈ ലോകം എങ്ങിനെ മുന്നോട്ടു പോകും? കൊള്ളക്കാരായിരിക്കും പിന്നെ ഇനി നമ്മെ ഭരിക്കാൻ പോകുന്നത്!" നിഖിൽ മഹാതോ ആശ്ചര്യപ്പെട്ടു.

"ദയവായി എന്നെ കുഴപ്പത്തിലാക്കരുത്. എന്നോടു കരുണ കാണി ക്കണേ" ബദരു അലമുറയിട്ടു കരഞ്ഞു.

"എനിക്കു വേണമെങ്കിലും നിന്നെ ഭീഷണിപ്പെടുത്താം. പൊലീസ് സ്റ്റേഷനിൽ കൊണ്ടുപോയി മർദിച്ചവശനാക്കാം. ബോധം കെടുത്താം. എന്നിട്ടും നിന്റെ വായിൽ നിന്നും മുത്തു കൊഴിഞ്ഞില്ലെങ്കിൽ തെറ്റായ ഒരു എഫ് ഐ ആർ രേഖപ്പെടുത്തി കൊള്ളയോ കൊലയോ ചുമത്തി ജയിലിലടയ്ക്കാം. അതു നിന്റെ ഭാര്യയ്ക്കും മക്കൾക്കും അധികം നല്ലതാ യിരിക്കില്ല." നിഖിൽ മഹാതോ പല്ലിറുമ്മി.

ബദരു വിമ്മിക്കരയാനും തുടങ്ങി. "നീ സത്യസന്ധനായൊരു മനുഷ്യനാണോ ബദരു?" നിഖിൽ മഹാതോ ചോദിച്ചു.

"സർ ഞാൻ നിരുപദ്രവകാരിയാണ് ഞാനൊരിക്കലും വഞ്ചിച്ചിട്ടില്ല, മോഷ്ടിച്ചിട്ടില്ല. എന്റെ ജീവിത്തിലിന്നേവരെ ഒരു ദുഷ്പ്രവൃത്തി പോലും ചെയ്തിട്ടില്ല, എന്നെ വിശ്വസിക്കണം. പടച്ചവൻ സഹായിച്ച് എന്റെ ഈ കടത്തുവള്ളം കൊണ്ട് കുടുംബത്തെ പോറ്റാനുള്ള വക ഞാൻ ഉണ്ടാ ക്കുന്നുണ്ട്. അതിൽ കൂടുതൽ മോഹമൊന്നും എനിക്കില്ല" ബദരു മുകളി ലേക്കു കണ്ണുകളുയർത്തി പറഞ്ഞു.

"ബദരുവിനെ ഞാൻ വിശ്വസിക്കുന്നു." നിഖിൽ മഹാതോ അവനെ ആശ്വസിപ്പിച്ചു.

"പക്ഷേ, നീ വിശ്വസ്തനാണെങ്കിൽ ഈ കുറ്റവാളികളെ പിടികൂടാൻ സഹായിക്കുന്നത് നിന്റെ കടമയാണ്. നിനക്കൊരാപത്തും വരാതെ ഞങ്ങൾ നോക്കിക്കൊള്ളും. ഈ നിൽക്കുന്ന പയ്യനെ നോക്കൂ. നിന്നെക്കാ ളെത്രയോ പ്രായം കുറഞ്ഞവനാണ്."

ആ ഇവൻ തിന്മയ്ക്കെതിരെ പൊരുതാൻ പേടിക്കുന്നില്ലെങ്കിൽ പിന്നെ നിനക്കെന്താണ്? നീ എത്രയോ കരുത്തനാണ്! ആ ബോട്ടിലുണ്ടാ യിരുന്നവർ ആരൊക്കെയാണ്?" നിഖിൽ മഹാതോ ചോദിച്ചു.

ബദരു തോളിൽ കിടന്ന തോർത്തെടുത്തു കണ്ണുകൾ തുടച്ചിട്ടു പറഞ്ഞു:

"അതിലൊരാളെ മാത്രമേ എനിക്കറിയാവൂ. അവന്റെ പേര് ബിഷായ് സാമന്ത എന്നാണ്."

"ബിഷായ് സാമന്ത! ആ പേര് നല്ല പരിചയമുള്ളതു പോലെ. ഏതെ ങ്കിലും വകുപ്പിൽ അവനെ നേരത്തേ പൊക്കാം. ഈ ബിഷായ് എവിടെ യാണ് താമസം?" നിഖിൽ ചോദിച്ചു.

അതെനിക്കറിയില്ല. എന്നാൽ കബുദാർ ഡംഗയിൽ വച്ച് പല പ്രാവശ്യം ഞാനയളെ കണ്ടിട്ടുണ്ട്."

"കബുദാർഡംഗയോ? അതിവിടെ അടുത്താണല്ലോ? എനിക്കിപ്പോൾ അങ്ങോട്ടുപോണം. പെട്ടെന്ന് വഞ്ചിയഴിക്ക്" നിഖിൽ മഹാതോ ആജ്ഞാപിച്ചു.

"പക്ഷേ, സാറേ അയാൾ വളരെ കുഴപ്പം പിടിച്ചൊരു മനുഷ്യനാണ്. അവന്റെ കൈവശം എപ്പോഴും തോക്കും പിസ്റ്റളുമൊക്കെ കാണും. സാറ് ഒറ്റയ്ക്കു പോകുന്നത് ആപത്താണ് പൊലീസ് സേനയെ കൂടെ കൂട്ടണം സർ" ബദറു ഉപദേശിച്ചു.

"വേണ്ട, വേണ്ട. നഷ്ടപ്പെടുത്താൻ സമയമില്ല. സമയം എത്ര പാഴാകുന്നോ അത്രയും പാടായിരിക്കും എന്റെ മകന്റെ രക്ഷപ്പെടൽ. ഇപ്പോൾ തന്നെ കബുദാർഡംഗയിലേക്കു പോകുന്നതല്ലേ ശാന്തു നല്ലത്? എന്നോടൊപ്പം വരാൻ വിരോധമുണ്ടോ?" നിഖിൽ അക്ഷമയോടെ ചോദിച്ചു.

"നമുക്കു പോകാം" ശാന്തു ഉടൻ തന്നെ പറഞ്ഞു.

പതിനൊന്ന്

കാക്കാബാബുവിന്റെ കൈകളിലും കാലുകളിലും ചങ്ങലയിട്ടി രുന്നു. രണ്ടുപേർ അദ്ദേഹത്തെ എടുത്തുകൊണ്ടുവരും പോലെകൊണ്ടു വന്നു.

ഇടനാഴിയുടെ ഒറ്റത്തായിരുന്നു ഈ മുറി. കമ്പ്യൂട്ടറുകളും മറ്റ് യന്ത്ര സാമഗ്രികളും കിടന്ന മുറി. ഒരു മേശയുടെ പിന്നിലെ തന്റെ സ്ഥിരം കസേരയിൽ രാജവെമ്പാല ഇരിക്കുന്നുണ്ട്. തിളങ്ങുന്നൊരു ഗൗണാണ് അയാൾ ധരിച്ചിരിക്കുന്നത്. അയാളുടെ പാദങ്ങൾക്കരികിൽ ഒരു കൂറ്റൻ നായ കിടക്കുന്നുണ്ട്.

രണ്ടുപേർ കൂടി കാക്കാ ബാബുവിനെ ഒരു കസേരയിലിരുത്തി.

"എന്താണിത്? മാന്യനായ ഇദ്ദേഹത്തെ ഈ രീതിയിൽ കൊണ്ടു വരാൻ നിങ്ങൾക്കെങ്ങിനെ കഴിഞ്ഞു? അദ്ദേഹം ഒരു രോഗിയൊന്നു മല്ലല്ലോ. ആണോ? അദ്ദേഹത്തെ നടത്തിച്ചുകൊണ്ടുവന്നു കൂടേ നിങ്ങൾ ക്ക്?" രാജവെമ്പാല ചോദിച്ചു.

"അങ്ങ് അങ്ങനെയല്ല പറഞ്ഞിരുന്നതു സർ"

"അദ്ദേഹം അതിസമർഥനാണ്. കുഴപ്പങ്ങൾ ഒപ്പിക്കുമെന്ന് കരുതി യാണ് കൈകാലുകൾ കെട്ടണമെന്നു പറഞ്ഞിരുന്നത്. എന്നാൽ ഇതിന കത്ത് എന്തിനിങ്ങനെ കൊണ്ടുവന്നു? അദ്ദേഹത്തിന്റെ കെട്ടുകളഴിക്കൂ."

രണ്ടുപേരും കൂടി നിമിഷത്തിനകം അദ്ദേഹത്തെ കെട്ടഴിച്ചുവിട്ടു.

"ഇദ്ദേഹത്തിനു നിങ്ങൾ ഭക്ഷണമെന്തെങ്കിലും കൊടുത്തെന്നു കരു തട്ടേ ഞാൻ?" രാജവെമ്പാല ചോദിച്ചു.

കാവൽക്കാരിലൊരാൾ വിക്കി വിക്കിപ്പറഞ്ഞു: "പക്ഷേ, അങ്ങ് ഉത്ത രവിട്ടിരുന്നില്ല."

"എന്തുത്തരവ്? ഞാനെപ്പോഴെങ്കിലും നമ്മുടെ അതിഥികളെ പട്ടിണി ക്കിടുവാൻ ഉത്തരവിട്ടിട്ടുണ്ടോ? ഭക്ഷണം കൊടുത്തില്ലെങ്കിൽ അദ്ദേഹം ക്ഷീണിച്ചു പോകും. പിന്നെ നമ്മുടെ പദ്ധതിയിൽ അദ്ദേഹം എങ്ങനെ സഹായിക്കും? പോ പോയി പെട്ടെന്നദ്ദേഹത്തിനു ഭക്ഷണം കൊണ്ടുവാ" രാജവെമ്പാല അലറി.

"ക്ഷമിക്കണം മിസ്റ്റർ റോയ് ചൗധരി. നിങ്ങൾ വിശന്നു. തളർന്നിട്ടു ണ്ടാവും അല്ലേ?"

കാവൽക്കാർ മുറിവിട്ടപ്പോൾ രാജവെമ്പാല ചോദിച്ചു.

"ഞാൻ നിങ്ങളുടെ അതിഥിയാണെന്നറിയില്ലായിരുന്നു." അൽപ്പം പരിഹാസത്തോടെ കാക്കാബാബു പറഞ്ഞു.

"തീർച്ചയായും ഒരു രീതിയിൽ അങ്ങിനെയാണ്. ജയിലിൽ തടവു ശിക്ഷ അനുഭവിക്കുന്ന കുറ്റവാളികൾ സർക്കാരിന്റെ അതിഥികൾ കൂടി യല്ലേ? സർക്കാർ അവർക്കു ഭക്ഷണം കൊടുക്കുന്നുണ്ട്. എന്താ ശരി യല്ലേ?"

"അതെ. ഞാനതു മറന്നു. തൂക്കിക്കൊല്ലാൻ വിധിക്കപ്പെട്ടവർക്കു പോലും നല്ല ഭക്ഷണം കൊടുക്കുന്നുണ്ട്." കാക്കാബാബു മറുപടി പറ ഞ്ഞു.

രാജവെമ്പാല പൊട്ടിച്ചിരിച്ചു. "അയ്യോ എനിക്കങ്ങയെ തൂക്കിക്കൊ ല്ലാനൊന്നും പദ്ധതിയില്ല. ഞാനങ്ങയെ സ്വതന്ത്രനാക്കുമെന്ന് നേരത്തെ പറഞ്ഞിരുന്നില്ലേ? പക്ഷേ അതിനുമുമ്പ് താങ്കൾ എനിക്കൊരൽപ്പം സഹായം ചെയ്തുതരണം." രാജവെമ്പാല പറഞ്ഞു.

"ചെറിയ സഹായത്തിന് എന്റെ ആവശ്യമെന്താണ്?" കാക്കാബാബു ചോദിച്ചു.

"ഇതു താങ്കൾക്കുമാത്രം ചെയ്യാൻ പറ്റുന്ന ഒരു ജോലിയാണ്. സം സ്ഥാന ആഭ്യന്തരമായി മിസ്റ്റർ എം എം റോയ് താങ്കളുടെ ഒരു ആരാധക നാണ്. ശരിയല്ലേ?" രാജവെമ്പാല ചോദിച്ചു.

"ഞാനദ്ദേഹത്തെ നേരത്തേ കണ്ടിട്ടുണ്ടെന്നുള്ളത് ശരിയാണ്."

"നമ്മൾ താങ്കളെ കൊൽക്കത്തയിലെ ഭരണ സിരാകേന്ദ്രമായ റൈ റ്റേഴ്സ് ബിൽഡിങ്ങിന്റെ മുമ്പിൽ കൊണ്ടാക്കും. താങ്കൾ അകത്തേക്ക് ചെല്ലണം."

"റൈറ്റേഴ്സ് ബിൽഡിങ്ങിനുള്ളിലേക്കു നടന്നു പോകാൻ നിങ്ങൾ അനുവദിക്കുമെന്നോ?"

"അതിനകത്തു പ്രവേശിച്ചു കഴിഞ്ഞാൽ ഞാൻ പൂർണ സുരക്ഷി തനാകും. പിന്നെ നിങ്ങളുടെ ആജ്ഞകൾ ഞാനെന്തിനനുസരിക്കണം." കാക്കാബാബു ചോദിച്ചു.

"അനുസരിക്കണം. അനുസരിച്ചേ മതിയാകൂ. എം എം റോയിയുടെ കൈവശം ഒരു ഇലക്ട്രോണിക് നോട്ടു ബുക്കുണ്ട്. അത് നിങ്ങൾ ആവ ശ്യപ്പടണം."

"ഒരു ഇലക്ട്രോണിക് നോട്ട് ബുക്കോ? അതിനകത്ത് സർക്കാരിനു വിലപ്പെട്ട വിവരങ്ങളായിരിക്കുമല്ലോ? അതയാൾ എനിക്കെങ്ങനെ നൽകും?" കാക്കാബാബു ചോദിച്ചു.

"നൽകും. അദ്ദേഹമതു നിങ്ങൾക്കു നൽകും. കാരണം അദ്ദേഹം ഏറ്റവും കൂടുതൽ വിശ്വസിക്കുന്ന ഒരേ ഒരു വ്യക്തി താങ്കളാണ്. താങ്കൾ അത് എനിക്കെത്തിച്ചു തന്നാൽ ആ നിമിഷം മുതൽ താങ്കൾ സ്വതന്ത്ര നായിരിക്കും, മിസ്റ്റർ റോയ് ചൗധരീ."

"പറയൂ മിസ്റ്റർ രാജവെമ്പാല! ഈ ദൗത്യം നിങ്ങൾക്കു വേണ്ടി ഞാൻ നിർവഹിച്ചില്ലെങ്കിലെന്തു സംഭവിക്കാനാണ്?" കാക്കാബാബു ചോദിച്ചു.

"ഞാൻ നേരത്തേ പറഞ്ഞു കഴിഞ്ഞു. താങ്കൾ എന്റെ കൈയിലെ വെറുമൊരു കളിപ്പാവമാത്രമാണ്. നിങ്ങളുടെ പിറകുവശത്ത് ഒന്ന് തൊട്ടു നോക്കാമോ?"

തന്റെ നട്ടെല്ലിനോട് ചേർന്ന് എന്തോ ഒട്ടിപ്പിടിച്ചിരിക്കുന്നതായി കാക്കാബാബുവിന് നേരത്തേ തോന്നിയിരുന്നു. ഇപ്പോൾ അങ്ങിനെ തൊട്ടുനോക്കിയപ്പോൾ ഒരു ചെറിയ ഡിസ്കു പോലെന്തോ തന്റെ ഷർട്ടി നടിയിൽ വച്ചു കെട്ടിയിരുക്കുന്നതായി അദ്ദേഹത്തിനു മനസിലായി.

രാജവെമ്പാല മധുരമായി പുഞ്ചിരിച്ചിട്ടു പറഞ്ഞു:- "അതെന്താണെ ന്നു മനസിലായെന്നു ഞാൻ കരുതുന്നു. ആർ ഡി എക്സ് എന്ന് താങ്കൾ തീർച്ചയായും കേട്ടിരിക്കുമല്ലോ? ഇത് ഏതാണ്ട് അതുപോലൊന്നാണ്. പക്ഷേ, അതിനേക്കാൾ എത്രയോ ശക്തിയുള്ളത്. എന്റെ സ്വന്തം കണ്ടു പിടിത്തമാണ്. ആ പ്രതിമ ഞാൻ കഴിഞ്ഞ ദിവസം പൊട്ടിത്തെറിപ്പിച്ചത് എങ്ങിനെയെന്ന് ഓർക്കുന്നില്ലേ? എന്റെ കൈവശമുള്ള റിമോട്ട് കൺ ട്രോൾ ഒന്നമർത്തിയാൽ താങ്കൾക്കു സംഭവിക്കുന്നതും അതു തന്നെ യായിരിക്കും. താങ്കളുടെ കൈയും കാലും, തലയും, നഖവും വരെ ചിന്നി ച്ചിതറും. പിന്നൊരുത്തനും താങ്കളെ തിരിച്ചറിയാനേ കഴിയില്ല."

കാക്കാബാബു കുറച്ചു നേരം നിശ്ശബ്ദനായിപ്പോയി. പിന്നീട് ചോദിച്ചു:

"ഭിത്തികളുടെ കാര്യമോ? ഭിത്തികൾക്കുള്ളിലും നിങ്ങളുടെ റിമോട്ട് കൺട്രോൾ പ്രവർത്തനം ക്ഷമമാകുമോ? റൈറ്റേഴ്സ് ബിൽഡിങ്ങിന്റെ രണ്ടാം നിലയിൽ ഞാൻ നിൽക്കുമ്പോൾ നിങ്ങൾ പുറത്ത് കാത്തുനിൽ ക്കുകയായിരിക്കുമല്ലോ? അത്രയും ദൂരത്തു നിന്ന് ഇതു നിയന്തിക്കാൻ കഴിയുമോ?"

"ഇതിന്റെ ശക്തി താങ്കൾക്കറിയില്ല. ഒരു മൈൽ ദൂരത്തു നിന്നു പോലും ഇതു ഭംഗിയായി പ്രവർത്തിപ്പിക്കാം." രാജവെമ്പാല മറുപടി പറഞ്ഞു.

"പക്ഷേ, ഞാൻ മുറിക്കെത്തു കയറിക്കഴിഞ്ഞാൽ എന്താണു പ്രവർത്തിക്കുന്നതെന്ന് താങ്കൾക്കു പറയാൻ കഴിയില്ലല്ലോ? അകത്തി കയറി മുതുകത്തുള്ള ഈ സാധനവും എടുത്തു കളഞ്ഞിട്ട് ആഭ്യന്തര

മന്ത്രിയോട് എല്ലാ കാര്യങ്ങളും പറഞ്ഞാൽ എന്തായിരിക്കും ഫലം?" കാക്കാബാബു ചോദിച്ചു.

"അതിനെപ്പറ്റിയൊന്നും ഞാൻ ചിന്തിച്ചിട്ടില്ലെന്നാണോ അങ്ങു കരു തുന്നത്? എന്നെ കണ്ടാൽ ഞാൻ അത്രയും വിഡ്ഢിയാണെന്നു പറയു മോ?

ഒന്നാമത്, ഇതു പുറത്തെടുക്കാൻ തുനിഞ്ഞാൽ, ഗുരുതരമായ ആപ ത്താണെന്നു തെളിയും. നിങ്ങൾ മാത്രമല്ല നിങ്ങളുടെ സമീപത്തുള്ളവര ടക്കം എല്ലാപേരും നിമിഷനേരംകൊണ്ടു മരിച്ചു വീഴും. രണ്ടാമത്, നി ങ്ങൾ അകത്തു ചെയ്യുന്ന കാര്യങ്ങൾ എനിക്കു കാണാൻ കഴിയില്ലായി രിക്കാം. എന്നാൽ നിങ്ങൾ ഉച്ചരിക്കുന്ന ഓരോ വാക്കും വ്യക്തിപരമായി എനിക്കു കേൾക്കാൻ കഴിയുമെന്ന് ഉറപ്പു തരുന്നു."

"അതെങ്ങനെയാണ് നിങ്ങൾ ചെയ്യുക?" കാക്കാബാബു ചോദിച്ചു.

"അതിനൊരു പ്രയാസവുമില്ല. നിങ്ങളുടെ നെഞ്ചിനോടു ചേർത്ത് ഒരു ചെറിയ ബട്ടൺ വച്ചിട്ടുണ്ട്. അതൊരു മൈക്രോ റിസീവറാണ്. എവി ടെയായാലും വേണ്ടില്ല, നിങ്ങൾ പറയുന്നതെന്തും എന്റെ കാതുകളി ലെത്തും അതിലെ ഓരോ വ്യത്യസ്ത സ്വരവും മാത്രമല്ല ഇതെല്ലാം രേഖ പ്പെടുത്തുകയും ചെയ്യും. അതൊന്നു പ്രവർത്തിപ്പിച്ചു കാണിച്ചുതരട്ടേ?" രാജവെമ്പാല തിരിച്ചു ചോദിച്ചു.

ഒരുപകരണത്തിന്റെ സ്വിച്ചിട്ടപ്പോൾ കാക്കാബാബു പറഞ്ഞു നിർ ത്തിയ അവസാനത്തെ വാക്കുകൾ പോലും അവർക്കു കേൾക്കാൻ കഴി ഞ്ഞു.

"ഈ നിമിഷം മുതൽ നിങ്ങൾ എന്റെ മനുഷ്യബോംബാണ്. എന്റെ ഉത്തരവുകളിൽ നിന്നും ഒരല്പം മാറിയാൽപ്പോലും അത് നിങ്ങളെ പൊട്ടിത്തെറിപ്പിക്കാൻ എന്നെ നിർബന്ധിതനാക്കും"

ഉപകരണം സ്വിച്ചോഫ് ചെയ്തുകൊണ്ട് രാജവെമ്പാല പറഞ്ഞു.

കാക്കാ ബാബുവിന് കുറേ നേരത്തേക്ക് ഒന്നും സംസാരിക്കാൻ കഴി ഞ്ഞില്ല. പിന്നീടദ്ദേഹം ചോദിച്ചു:

"നിങ്ങളെന്നെ റൈറ്റേഴ്സ് ബിൽഡിങ്ങിലേക്ക് അയയ്ക്കുകയയാ ണല്ലോ? നേരേ ഹോം സെക്രട്ടറിയുടെ മുറിയിലേക്ക്? ഞങ്ങളെ ചുട്ടു കൊല്ലാൻ നിങ്ങൾ ആഗ്രഹിക്കുന്നില്ലെന്ന് ഞനെങ്ങിനെ ഉറപ്പിക്കും? നിങ്ങൾ ഒരു പക്ഷേ, റൈറ്റേഴ്സ് ബിൽഡിങ്ങുപ്പോലും തകർക്കാൻ പോവുകയായിരിക്കില്ലേ?"

"തീർച്ചയായും എനിക്കതിനു കഴിയും. പക്ഷേ, നോക്കൂ. എനിക്കാ ഇലക്ട്രോണിക് നോട്ട് ബുക്ക് അത്യന്താപേക്ഷിതമാണ് എനിക്കതു കൂടിയേ തീരൂ.

നിങ്ങളാണ് അതെനിക്ക് എത്തിച്ചു തരേണ്ടയാൾ"

ഒരു തളികയിൽ ഭക്ഷണവുമായി മുഖം മൂടി ധരിച്ചൊരാൾ അക ത്തേക്കു കടന്നു വന്നു. ഒരു പുഴുങ്ങിയ മുട്ട, രണ്ടു മധുര പലഹാരങ്ങൾ,

ഒരു കപ്പ് കാപ്പി, ഒരു ഗ്ലാസ് വെള്ളം, ഇത്രയുമായിരുന്നു അതിലെ വിഭവ
ങ്ങൾ.

കാക്കാബാബുവിനു കഠിനമായി വിശക്കുന്നുണ്ടായിരുന്നു. അദ്ദേ
ഹത്തെ പിടിച്ചുകൊണ്ടുവന്നതിൽ പിന്നെ ഒരു കപ്പ് കാപ്പിയൊഴികെ
മറ്റൊന്നും കഴിച്ചിരുന്നില്ല. അദ്ദേഹം മുട്ട രണ്ടായി മുറിച്ച് ഒരു കഷണം
വായിലിട്ടു.

രണ്ടാമത്തെ കഷണം മുട്ടയും കഴിച്ച് ഒരു കഷണം ടോസ്റ്റ് എടുത്തു
കൊണ്ട് പറഞ്ഞു:

"നിങ്ങളുടെ ഉത്തരവുകൾ ഞാൻ പാലിക്കണമെന്നു തോന്നുന്നു.
അല്ലെങ്കിൽ നമ്മളെല്ലാം മരിക്കും."

"നല്ലത്. കാര്യങ്ങൾ നിങ്ങൾക്കു വ്യക്തമായെന്നു തോന്നുന്നു.
പിന്നെ നമ്മളുമായി ഒരു ഏറ്റുമുട്ടലിനു തുനിയരുത്. അതു നിങ്ങളെ
എവിടെയുമെത്തിക്കില്ല. നിങ്ങളുടെ മുതുകത്തിരിക്കുന്ന സാധനം ഒരു
കത്തിയെയോ തോക്കിനെയോക്കാൾ എത്രയോ അപകടം പിടിച്ചതാണ്.
ഒരു കത്തിയും തോക്കിനും അതിന്റെ ലക്ഷ്യം തെറ്റിപ്പോയേക്കാം.
എന്നാലീ റിമോട്ട് കൺട്രോൾ തികച്ചും കുറ്റമറ്റതാണ്. നിങ്ങൾ നിമിഷ
ങ്ങൾക്കുള്ളിൽ തവിടുപൊടിയാകും."

"ഒരുകാര്യം എന്നെ വീണ്ടും ചിന്താക്കുഴപ്പത്തിലാക്കുന്നു. ഈ ഇല
ക്ട്രോണിക് നോട്ടു ബുക്ക് യഥാർഥത്തിലെന്താണ്? അതു നിങ്ങൾക്ക്
ഇത്ര വിലപ്പെട്ടതാകുന്നതെന്തിന്? കൂടുതൽ വിവരങ്ങൾ നൽകാതെ എനി
ക്കിതു ഹോം സെക്രട്ടറിയിൽ നിന്നും ചോദിച്ചു വാങ്ങാൻ കഴിയുമെന്നു
നിങ്ങൾ പ്രതീക്ഷിക്കണ്ട."

കാക്കാബാബു കർക്കശമായി പറഞ്ഞു.

"ഒരു ഇലക്ട്രോണിക് നോട്ട് ബുക്ക് യഥാർഥത്തിൽ ഒരു ഡയറി
പോലെയാണു പ്രവർത്തിക്കുന്നത്. ഡയറിയിൽ നമ്മൾ എല്ലാം എഴുതി
ച്ചേർക്കണം. ഇതിൽ ആകെ ചെയ്യേണ്ടത് കീ ബോർഡിൽ എല്ലാം ടൈപ്പ്
ചെയ്തു കയറ്റിയതെല്ലാം അതിന്റെ മെമ്മറിയിൽ സ്റ്റോർ ചെയ്യപ്പെടും"
രാജവെമ്പാല വിശദീകരിച്ചു.

"ഒരു ഓർഗനനൈസറെപ്പോലെയാണോ?" കാക്കാബാബു ചോദിച്ചു.

"അതിനേക്കാൾ എത്രയോ പരിഷ്കൃതരൂപത്തിൽ. ഇതും എന്റെ
ഒരു കണ്ടുപിടിത്തം തന്നെ. ഈയിടെ നമ്മുടെ ഒരു സംഘാംഗം പൊ
ലീസ് പിടിയിലായപ്പോൾ ഇതും അവരുടെ കസ്റ്റഡിയിലായതാണ്. വിവ
രങ്ങൾ ഇഴപിരിച്ച് അവർക്കിതേവരെ മനസിലാക്കാൻ കഴിഞ്ഞിട്ടില്ല.
എല്ലാം കോഡ് ഭാഷയിലായതിനാൽ, അതു വായിച്ചെടുക്കാൻ രണ്ടു
വിദഗ്ധർ ഡൽഹിയിൽ നിന്നും പറന്നെത്തിക്കൊണ്ടിരിക്കുകയാണെന്ന്
വിവരം ലഭിച്ചിട്ടുണ്ട്. അതു സംഭവിക്കുന്നതിനു മുൻപ് എനിക്ക് ആ നോട്ട്
ബുക്ക് തിരികെ കിട്ടണം. ഏതു മാർഗത്തിലെങ്കിലും" രാജവെമ്പാല
യാഥാർഥ്യം വെളിപ്പെടുത്തി.

"അത്ര പ്രധാനപ്പെട്ട ഒരു സംഭവമാണെങ്കിൽ എങ്ങനെയാണ് ഹോം സെക്രട്ടറി അത് എന്നെ ഏൽപ്പിക്കുന്നത്?" കാക്കാബാബു നിഷ്കള ങ്കനായി ചോദിച്ചു.

"അത് ഒരു രാത്രിയിലേക്കു മാത്രം മതിയെന്ന് നിങ്ങൾ അവരോട് പറയുക. നിങ്ങൾ വിദഗ്ധനായൊരു ഡീകോഡറാണെന്ന് എല്ലാർക്കുമറി യാവുന്നതല്ലേ? ഇതിനു മുമ്പും വളരെ പ്രയാസകരമായ എത്രയോ ഗുഢാ ക്ഷര ലിഖിതങ്ങൾ നിങ്ങൾ സാധാരണ ഭാഷയിലാക്കിയിട്ടുണ്ടല്ലോ."

"നിങ്ങളുടെ സംഘാംഗത്തെ എവിടെവെച്ചാണ് പിടികൂടിയത്?" കാക്കാ ബാബു ചോദിച്ചു.

"ന്യൂ ജൽപായ്ഗുരി റെയിൽവേ സ്റ്റേഷനിൽ വച്ച്. ഇനിയിപ്പോൾ അവന്റെ കൈയിൽ നിന്നും കൂടുതലൊന്നും ലഭിക്കില്ല. കാരണം അവൻ ജയിലറയ്ക്കുള്ളിൽ വച്ചുതന്നെ കൊല്ലപ്പെട്ടു. നിങ്ങളായാൽ പോലും ഇലക്ട്രോണിക് നോട്ട് ബുക്കിലെ ഉള്ളടക്കം വായിച്ചു മനസിലാക്കാൻ അനുവദിക്കുന്നതല്ല. അത് നിങ്ങളുടെ കൈവശം കിട്ടിയാലുടനെ നേരെ എന്റെ കൈവശമെത്തിക്കുക. എന്റെ സ്വന്തം ആൾക്കാരുടെ കൈകളിൽ പോലും കൊടുക്കാൻ പാടില്ല."

കാക്കാബാബു ഒരു മധുരപലഹാരം കഴിച്ചിട്ട് വെള്ളം കുടിക്കാൻ തുടങ്ങുമ്പോൾ രാജവെമ്പാല മുന്നാട്ടാഞ്ഞ് ഗ്ലാസ് കൈയെത്തും ദൂരത്തു നിന്നു മാറ്റിക്കളഞ്ഞു.

അത്ഭുതപ്പെട്ടു പോയ കാക്കാബാബു ചോദ്യരൂപേണ അയാളെ നോക്കി.

"എന്തിനു വെള്ളം കുടിക്കുന്നു? പകരം കാപ്പി കുടിക്കൂ. അതു തണുക്കുന്നു." രാജവെമ്പാല പറഞ്ഞു.

ഭീമാകാരമായ പട്ടി കോട്ടുവായിട്ട് അയാളുടെ കാൽക്കൽ എഴുന്നേറ്റു നിന്നു. പിന്നീടതു മെല്ലെ നടന്നുവന്ന് കാക്കാബാബുവിനെ മണം പിടിച്ച് വട്ടം ചുറ്റാൻ തുടങ്ങി.

കാക്കാബാബു അൽപ്പനേരം അതിന്റെ കണ്ണുകളിലേക്കു ചുഴിഞ്ഞു നോക്കിയിട്ട് കൈകൊണ്ട് ചെറുതായൊന്നു തലോടി.

"തൊടരുതവനെ. അവൻ നിങ്ങളെ കടിച്ചു കീറും." രാജവെമ്പാല വിളിച്ചു പറഞ്ഞു.

അതു ശരിയായിരുന്നു. കാരണം കാക്കാബാബു തൊട്ടപ്പോൾ നായ നേരിയ ശബ്ദം പോലും പുറപ്പെടുവിച്ചില്ല.

"ടോബി ഇവിടെ വാ" രാജവെമ്പാല വിളിച്ചു. പട്ടി അതിന്റെ യജ മാനന്റെ അടുത്തേയ്ക്കു പോയി.

മധുര പലഹാരത്തിന്റെ മറ്റൊരു കഷണം ചവച്ചു കൊണ്ട് കാക്കാ ബാബു ചോദിച്ചു.

"ഇതു കൊലച്ചോറിന്റെ ഒരംശമാണെന്നു തോന്നുന്നു. കഴുവിലേറ്റു ന്നതിനു മുമ്പ് നൽകുന്ന ഭക്ഷണത്തിന്റെ. എന്താ ശരിയല്ലേ? ഞാൻ ഇല

ക്ട്രോണിക് നോട്ടു ബുക്ക് നിങ്ങൾക്കു കൊണ്ടു വന്നു നൽകിയാലുടൻ എന്നെ നിങ്ങൾ ചാമ്പലാക്കും അല്ലേ?"

"നിങ്ങളെ കൊല്ലാനോ? ഒരിക്കൽ പോലും ഞാനതു ചെയ്യില്ല. ഞാൻ പറഞ്ഞില്ലേ. എനിക്കു നിങ്ങളാ നോട്ടു ബുക്ക് കൊണ്ടു വരു. അപ്പോൾ മുതൽ നിങ്ങളൊരു സ്വതന്ത്ര മനുഷ്യനായിരിക്കും."

രാജവെമ്പാല മറുപടി നൽകി.

"നിങ്ങൾക്കെങ്ങനെ എന്നെ സ്വതന്ത്രനാക്കാൻ കഴിയും? നിങ്ങൾ ക്കറിയാം, എപ്പോൾ ഞാൻ സ്വതന്ത്രനാവുന്നോ അപ്പോൾ ഓടിച്ചെന്ന് എല്ലാക്കാര്യവും പൊലീസിനോടു പറയുമെന്ന്. എന്നെ ജീവനോടെ വച്ചു കൊണ്ടിരിക്കുന്നത് ഒരിക്കലും നിങ്ങൾക്കു നല്ലതായിരിക്കില്ല." കാക്കാ ബാബു ആവർത്തിച്ചു.

"ഞാൻ നിങ്ങളെ കൊല്ലാനേ പോകുന്നില്ല. അതാണു സത്യം. എന്റെ കൈയിൽ ഈ ഉത്തരവാദിത്വം ഏൽപ്പിച്ചവർ നിങ്ങൾ രക്ഷപ്പെട്ടു പോകാൻ ആഗ്രഹിക്കുന്നു. ആ നോട്ടു ബുക്ക് വീണ്ടെടുത്തു മൂന്നു നാൾ ക്കുള്ളിൽ കൊലപാതകങ്ങളുടെയും സ്ഫോടനങ്ങളുടെയും ഒരു പരമ്പര ഈ നാടിനെ നടുക്കും. അപ്പോൾ മാത്രമേ രാജവെമ്പാലയുടെ ശരിയായ ശക്തി എന്തെന്ന് നിങ്ങൾക്കു മനസിലാകു. അപ്പോഴേക്കും നാടു മുഴുവ നറിയും രാജാ റോയ് ചൗധരി എന്റെ കൈയിൽ നിന്ന് നൂറ് ദശലക്ഷം രൂപ കൈപ്പറ്റിക്കൊണ്ട് ഹോം സെക്രട്ടറിയുടെ കൈവശമിരുന്ന ഈ നോട്ടുബുക്ക് എനിക്കു കൈമാറിയ വിവരം. ഉടൻ തന്നെ നിങ്ങൾ ഒരു കള്ളനും രാജ്യദ്രോഹിയുമായി മുദ്ര കുത്തപ്പെടും. ജനങ്ങൾ നിങ്ങളെ വെറുക്കും. ശിഷ്ട ജീവിതം തീരാത്ത കളങ്കത്തോടെ നിങ്ങൾക്കു ജീവിച്ചു തീർക്കേണ്ടി വരും."

അകലെയെങ്ങോ ഒരു പട്ടി കുരച്ചു. ടോബി ഉറക്കെ പ്രതിഷേധം രേഖപ്പെടുത്തി. രാജവെമ്പാല അതിനെ നിശ്ശബ്ദനാക്കിയിട്ടു പറഞ്ഞു:

"നമുക്കിനി സമയം അധികം പാഴാക്കാനില്ല. പോകാൻ സമയമായി. രാജാറോയ് ചൗധരി ഒരു കാര്യം ഓർക്കുക. ഈ നിമിഷം മുതൽ നിങ്ങ ളുടെ ജീവൻ നിങ്ങളുടെ തന്നെ കൈകളിലാണ്. എന്റെ ആഗ്രഹത്തി നെതിരാണ് നിങ്ങളുടെ പോക്കെങ്കിൽ ധൂലി ധൂളിയായി നിങ്ങളെ പറത്തി ക്കളയും."

പന്ത്രണ്ട്

കാറിന് കറുത്ത ഗ്ലാസ്സുകളായിരുന്നു. കാക്കാബാബുവിന്റെ കൈ കൾ ബന്ധിക്കപ്പെട്ടിരുന്നു. കണ്ണുകൾ കെട്ടിയിരുന്നു. എങ്ങോട്ടാണ് തന്നെ കൊണ്ടു പോകുന്നതെന്നറിയാൻ അദ്ദേഹത്തിന് ഒരു മാർഗവുമുണ്ടാ യിരുന്നില്ല.

ഡ്രൈവറെക്കൂടാതെ മറ്റു രണ്ടു പേരുടെ സാന്നിധ്യം കൂടി കാറിലു ണ്ടായിരുന്നു എന്നതുമാത്രമാണ് ആകെ അദ്ദേഹത്തിനു മനസിലാക്കാൻ കഴിഞ്ഞത്. ഒരാൾ പിറകുവശത്തെ സീറ്റിൽ, ഒരാൾ അരികിൽ. മറ്റൊന്ന് ഡ്രൈവർ.

അവർക്കിടയിൽ മറ്റൊരാൾ കൂടിയുണ്ടായിരുന്നു. ടോബി എന്ന നായ. രാജവെമ്പാല കാറിനകത്തുണ്ടായിരുന്നോ എന്ന് സ്ഥിരീകരിക്കാൻ കഴിഞ്ഞില്ല.

കാക്കാബാബു കുത്തനെ നിവർന്നിരുന്നു. പിറകോട്ട് ചാഞ്ഞിരി ക്കരുതെന്ന് അദ്ദേഹത്തെ വിലക്കിയിട്ടുണ്ടായിരുന്നു.

ഇത്തരം പ്രയാസകരമായ പരിതസ്ഥിതി ജീവിതത്തിലൊരിക്കലും കാക്കാബാബുവിനനുഭവപ്പെട്ടിട്ടില്ല. താൻ മറ്റൊരാളിന്റെ കൈകളിലെ വെറുമൊരു കളിപ്പാട്ടം മാത്രമാണിപ്പോൾ. സ്വതന്ത്രനാകാനുള്ള അദ്ദേഹ ത്തിന്റെ ഓരോ ശ്രമവും നാശത്തിൽ മാത്രമേ അവസാനിക്കൂ എന്നത് ഉറപ്പായിരുന്നു.

അൽപ്പസമയം കഴിഞ്ഞപ്പോൾ അദ്ദേഹത്തിനരികിലിരുന്നയാൾ ചീറിക്കൊണ്ടു പറഞ്ഞു:

"ഹേയ് മിസ്റ്റർ, നിങ്ങൾ ഉറക്കം തൂങ്ങുകയാണോ? ഉറങ്ങിവീഴാൻ തുനിയരുത്. ഉറങ്ങിപ്പോവുകയാണെങ്കിൽ നിങ്ങളുടെ ചെവിക്കല്ലടിച്ചു തകർക്കും ഞാൻ."

"എന്റെ കണക്കുമാഷ് ഒരിക്കൽ ചെവിക്കുറ്റിയിലടിച്ചത് ഓർമ വരുന്നു. എന്റെ ജീവിതത്തിലെ ആദ്യത്തേതും അവസാനത്തേതുമായ അടി അതായിരുന്നു."

കാക്കാബാബു മുറുമുറുത്തു.

"ഒറ്റവീക്കുവച്ചുതന്നാൽ പിന്നെ മണിക്കൂറുകളോളം ഉണർന്നിരുന്നു കൊള്ളും." ആ മനുഷ്യൻ പറഞ്ഞു.

കാറോടിച്ചു കൊണ്ടിരുന്ന ആൾ അതു കേട്ടു പറഞ്ഞു:

"നമ്മൾ വണ്ടി ഓടിച്ചുകൊണ്ടിരിക്കുമ്പോൾ ഉറക്കം വന്നാൽ സ്വയം ചെവിയിൽ അടിക്കും. നിമിഷങ്ങൾക്കകം ഉറക്കം പമ്പ കടക്കും."

പെട്ടെന്ന് ടോബീ കുരയ്ക്കാൻ തുടങ്ങി. വഴിയരികിലെവിടെ യെ ങ്കിലും ഒരു കൊടിച്ചിപ്പട്ടിയെ അവൻ കണ്ടിട്ടുണ്ടാകണം.

കാക്കാ ബാബുവിനരികിലിരുന്നയാൾ വിലക്കി: "ടോബീ ടോബീ, വേണ്ട വേണ്ട."

അവിടെയൊരു ചങ്ങലക്കിലുക്കം കേട്ടു. ടോബിയുടെ തുടലിന്റെ കിലുക്കമായിരിക്കുമെന്ന് കാക്കാബാബു ഊഹിച്ചു.

പട്ടിയുടെ ചെവിതുളയ്ക്കുന്ന കുര തുടർന്നുകൊണ്ടേയിരുന്നു. കാക്കാബാബുവിന് അതിന്റെ തല തലോടാൻ തോന്നി. കഴിഞ്ഞില്ല കാരണം അയാളുടെ കൈകൾ ബന്ധനത്തിലാണല്ലോ.

രാജവെമ്പാല വാഹനത്തിനകത്തില്ലെന്ന് ഇപ്പോൾ കാക്കാ ബാബു വിനുറപ്പായി.

അപ്പോൾപ്പിന്നെ ആരുടെ കൈയിലായിരിക്കും റിമോട്ട് കൺട്രോൾ?

കാർ വേഗത കൂട്ടി. കുറച്ചു നേരം വണ്ടിക്കകത്തു നിശ്ശബ്ദത പരന്നു.

പെട്ടെന്ന് ഡ്രൈവർ പറഞ്ഞു: "കുഴപ്പമായി. ഇനിയങ്ങോട്ട് വെള്ള ക്കെട്ടാണ്. രാത്രി മുഴുവൻ മഴ പെയ്തെന്നു തോന്നുന്നു."

മുന്നിലിരിക്കുന്നയാൾ പെട്ടെന്ന് മുന്നോട്ടാഞ്ഞ് ഉറക്കെപ്പറഞ്ഞു" നിർത്ത് നിർത്ത് വണ്ടി നിർത്ത്."

"അധികം വെള്ളമൊന്നുമില്ല. നമുക്കുപോകാവുന്നതേയുള്ളൂ"

"വേണ്ട വേണ്ട വെള്ളത്തിലൂടെ വണ്ടിയോടിക്കരുതെന്ന് കർശന നിർദേശമുണ്ട്. കാർ തിരിച്ചു വിടൂ. ഇപ്പോൾ തന്നെ റിവേഴ്സ് എടുക്കൂ."

"നോക്കൂ മറ്റു കാറുകൾ മുന്നോട്ടു പോകുന്നുണ്ടല്ലോ. നമുക്കും ശ്രമിച്ചാൽ പോകാവുന്നതേയുള്ളൂ."

"ഞാൻ പറഞ്ഞു കഴിഞ്ഞു. നമുക്കതിന് അനുമതിയില്ല. നമ്മൾക്കു തിരിച്ചു പോകാം. കുറേ ചെല്ലുമ്പോൾ ഇടത്തേക്കു തിരിയുന്ന ഒരു ചെറിയ റോഡുണ്ട്."

അപ്പോഴേക്കും അവർക്കു പിന്നിൽ കാറുകളുടെ ഒരു പട നിരന്നു കഴിഞ്ഞിരുന്നു. കാറിനകത്തു നിന്ന് അതിലൊരാൾ പുറത്തിറങ്ങി, ട്രാ ഫിക് നിയന്ത്രിച്ച് ഒരു വിധം അവരുടെ കാർ തിരിക്കാൻ സ്ഥലമുണ്ടാ ക്കി. അതിവേഗം ചെറിയ റോഡിൽക്കൂടി കാർ ഇരമ്പിപ്പാഞ്ഞു.

"വാഹനത്തിരക്കിൽ നിന്ന് നമ്മുടെ കാർ പുറത്തു കടത്തിയത് ഒരു കഠിന ശ്രമം തന്നെയായിരുന്നു. യഥാർഥത്തിൽ നമുക്ക് അതു വഴിതന്നെ ഓടിച്ചു പോകാമായിരുന്നില്ലേ?"

"മിണ്ടരുത്. ബോസ്സിന്റെ ഉത്തരവ് ലംഘിക്കാൻ ധൈര്യപ്പെടുകയായിരുന്നു നീ." മറ്റേ മനുഷ്യൻ ഉറച്ച സ്വരത്തിൽ പറഞ്ഞു.

ഇപ്പോൾ കാർ ഓടുന്നത് സാവധാനത്തിലാണ്. മറ്റൊരു വാഹനത്തിരക്കിൽപ്പെട്ടതു കൊണ്ടായിരിക്കാം, ഒരു സ്ഥലത്തു ചെന്നപ്പോൾ വണ്ടി കുറേ സമയം എങ്ങോട്ടും പോകാൻ കഴിയാതെ നിന്നുപോയി. പെട്ടെന്ന് കാക്കാബാബു ഒരു ട്രയിൻ കടന്നു പോകുന്നതിന്റെ ശബ്ദം കേട്ടു. ഒരു ലവൽ ക്രോസ്സിലാണു വണ്ടി നിന്നതെന്ന് അദ്ദേഹത്തിനു മനസിലായി.

വീണ്ടും വണ്ടി വേഗതയിലോടാൻ തുടങ്ങി. പക്ഷേ, കുറച്ചു ദൂരം കഴിഞ്ഞപ്പോൾ അവർ വണ്ടി നിർത്തി. അതിലൊരാൾ വാതിൽ തുറന്ന് പുറത്തിറങ്ങി. ടോബി കുരയ്ക്കാൻ തുടങ്ങി.

കാറിന്റ ഡോർ വീണ്ടും വലിച്ചടച്ചു. ഇറങ്ങിപ്പോയ ആൾ മടങ്ങി വന്നതാണെന്ന് കാക്കാബാബുവിനു മനസിലായി.

പിന്നീട് അവർ എന്തോ തിന്നാൻ തുടങ്ങി.

ഒരാൾ പറഞ്ഞു: "അവന് ഒന്നുകൊട്. ടോബിക്കു മധുരം വലിയ ഇഷ്ടമാണ്."

"രാജാറോയ് ചൗധരിക്ക് ഒന്നു വേണോ എന്നു ചോദിക്കാം അല്ലേ?"

"അങ്ങിനെയൊന്നും എനിക്കു നിർദേശമില്ല. പക്ഷെ കുഴപ്പമില്ലെന്നു തോന്നുന്നു. ബോസ്സു തന്നെ അദ്ദേഹത്തിനു ഭക്ഷണം കൊടുക്കാൻ ആജ്ഞാപിക്കുകയായിരുന്നല്ലോ."

അതിലൊരാൾ കാക്കാ ബാബുവിനെ തോണ്ടി വിളിച്ചിട്ടു ചോദിച്ചു: "ഹേയ് നിങ്ങൾക്കൊരു ജിലേബി തരട്ടെ?

കാക്കാബാബു വേണ്ടെന്നു തലയാട്ടി.

"എന്തു കൊണ്ട്? ഒന്നു വാങ്ങിക്കോ. ഇതു നല്ലതാണ്." ഒരാൾ നിർബന്ധിച്ചു.

അയാൾ കാക്കാബാബുവിന്റെ വായ്ക്കകത്ത് എന്തോ തിരുകി വച്ചു കൊടുത്തു. രുചിച്ചു നോക്കിയപ്പോൾ കുഴപ്പമില്ല. പെട്ടെന്ന് ബാക്കി കൂടി അദ്ദേഹം തിന്നു തീർത്തു.

അതു കഴിഞ്ഞ് കാർ സ്റ്റാർട്ടു ചെയ്തു. പിന്നെ കുറേ നേരം വണ്ടി ഓടിക്കൊണ്ടേയിരുന്നു. ഒരു സ്ഥലത്തു പോലും നിർത്തിയില്ല.

കാക്കാബാബുവിന് ഉറക്കം വരാൻ തുടങ്ങി. എന്നാൽ പിന്നിലോട്ട് ചാഞ്ഞു കിടക്കാൻ അദ്ദേഹത്തിനു ധൈര്യമുണ്ടായില്ല. പുറകിൽ കെട്ടി വച്ച സാധനം അദ്ദേഹത്തെ ശല്യപ്പെടുത്തി. അതിനു സമയം കഴിയും തോറും ഭാരം കൂടുകയാണെന്നു തോന്നി.

ഉറക്കം തൂങ്ങി അടുത്തിരിക്കുന്ന ആളിന്റെ പുറത്തേക്കു ചായാൻ തുടങ്ങിയപ്പോൾ അദ്ദേഹത്തിന് കാതിൽ ഒരു ദ്രുത മർദം അനുഭവപ്പെട്ടു.

"അടിക്ക്, ശക്തിയായി അടിക്ക് ഉറങ്ങിപ്പോകാതിരിക്കാൻ അതാണ് നല്ല മാർഗം."

മുന്നിലിരുന്ന ആൾ ചോദിച്ചു.

"നിങ്ങൾക്ക് മറ്റൊരു ജിലേബി കൂടി വേണോ?"

"വേണം" ഇത്തവണ കാക്കാബാബു വേണ്ടെന്നു പറഞ്ഞില്ല. അതും തിന്നിട്ട് കാക്കാബാബു വെള്ളം ചോദിച്ചു.

"കാറിനകത്ത് വാട്ടർ ബോട്ടിലില്ല. ഇപ്പോൾ തന്നെ ഒരുപാട് വൈകി. അതുകൊണ്ട് കാർ നിർത്താനും കഴിയില്ല."

കുറെ കഴിഞ്ഞപ്പോൾ കൂടുതൽ കൂടുതൽ വാഹനങ്ങളുടെ ഇരമ്പൽ കേട്ടു തുടങ്ങി. അവസാനം ട്രാമുകളുടെ ശബ്ദം കാതുകളിൽ വന്ന ലച്ചപ്പോൾ തങ്ങൾ കൊൽക്കൊത്തയിലെത്തിക്കഴിഞ്ഞതായി കാക്കാ ബാബുവിനു മനസിലായി.

അദ്ദേഹത്തിനരികിലിരുന്നയാൾ കണ്ണുകളിലെ കെട്ടും കൈകളിലെ വിലങ്ങും അഴിച്ചു മാറ്റി.

കാറിന്റെ ഇരുവശത്തും കറുത്ത ഗ്ലാസ്സുകളായിരുന്നെങ്കിലും വിൻഡ സ്ക്രീനിൽ കൂടി നോക്കിയപ്പോൾ മൈതാനത്തു കൂടിയാണ് വണ്ടി ഓടി ക്കോണ്ടിരിക്കുന്നതെന്ന് കാണാൻ കഴിഞ്ഞു. ആലിപ്പുരിലേക്കുള്ള ഒരു ട്രാം അവരെ കടന്നുപോയി.

ലാൽ ഡിഖി ചുറ്റി കാർ റൈറ്റേഴ്സ് ബിൽഡിങ്ങിനു മുന്നിൽ നിന്നു.

അരികിലിരുന്ന ആൾ ഡോർ വലിച്ചു തുറന്ന് അദ്ദേഹത്തോട് ഇറ ങ്ങൻ ആജ്ഞാപിച്ചു.

"എന്റെ ക്രച്ചസ്സെവിടെ? അവയില്ലാതെ എനിക്കു നടക്കാൻ കഴി യില്ല" കാക്കാബാബു പറഞ്ഞു.

"നിങ്ങളുടെ ക്രച്ചസ്സുകൾ ഞങ്ങൾ കൊണ്ടുവന്നിട്ടുണ്ട്. എന്നാൽ ഒരു കാര്യം ഓർക്കുക. അടുത്ത അരമണിക്കൂറിനുള്ളിൽ നിങ്ങൾ തിരി ച്ചെത്തണം. നിങ്ങളെ കാത്ത് ഞങ്ങൾ ഇവിടെത്തന്നെ നിൽക്കുന്നുണ്ടാ കും. ബോസ്സിന്റെ നിർദേശങ്ങൾ ഞങ്ങൾ ഒരിക്കൽ കൂടി ആവർത്തിക്കു കയാണ്. നിങ്ങളുടെ സംഭാഷണത്തിന്റെ എല്ലാ വിശദാംശങ്ങളും ഞങ്ങൾ ക്കു കേൾക്കാൻ കഴിയുമെന്ന് മുന്നറിയിപ്പുതരുന്നു. എഴുത്തിൽക്കൂടി ആശയവിനിമയം നടത്താമെന്നു വച്ചാലും രക്ഷയില്ല. മുതുകത്തു കെട്ടി വച്ചിട്ടുള്ളത് എടുത്തു മാറാൻ ശ്രമിച്ചാൽ മരണമായിരിക്കും ഫലമെന്ന് ഓർക്കുക. റിമോട്ട് കൺട്രോൾ പാനൽ സ്വയം പ്രവർത്തനക്ഷമമാകും. നിങ്ങൾ പൊടിഞ്ഞു ചിതറും. ഒരു കാര്യം പ്രത്യേകം ഓർമപ്പെടുത്തുന്നു. അരമണിക്കൂറിൽ കൂടുതൽ ഒരു മിനിട്ട് പോലും നിങ്ങൾ അവിടെ ചെല വിടരുത്."

"ഹോം സെക്രട്ടറി അദ്ദേഹത്തിന്റെ മുറിയിലില്ലെങ്കിൽ എന്തു ചെ യ്യും?" കാക്കാബാബു ചോദിച്ചു.

"എന്നാൽ ഉടൻ തിരികെ വരണം. നമ്മൾ പിന്നീട് ഒന്നു കൂടി ശ്രമി ക്കും." ആ മനുഷ്യൻ പറഞ്ഞു.

ഏതു തരം സാഹചര്യവും നേരിടാനവർ സജ്ജമാണെന്ന് കാക്കാ ബാബുവിനു ഇപ്പോൾ മനസിലായി. ഹോം സെക്രട്ടറിക്ക് ഒരു കുറിപ്പ് എഴുതുന്നതിനെപ്പറ്റി അദ്ദേഹം ആലോചിച്ചിരുന്നു. ബോംബ് നിർവീര്യമാ ക്കാൻ ആവശ്യത്തിന് സമയം ലഭിക്കുകയില്ലെന്നും കാക്കാബാബുവിന് ഇപ്പോൾ പൂർണബോധ്യം വന്നു.

കെട്ടിടത്തിന്റെ ഒന്നാം നിലയിലെ സ്വീകരണ മുറിയിലേക്കു കടന്നു ചെന്ന് ഹോം സെക്രട്ടറിയുമായി ഒരു അടിയന്തിര കൂടിക്കാഴ്ചയ്ക്ക് അദ്ദേ ഹം സമയം ചോദിച്ചു.

"മുൻകൂട്ടി നിങ്ങൾ അനുവാദം ചോദിച്ചിരുന്നോ? ഇല്ലല്ലോ. പിന്നീട് വരണം. ഹോം സെക്രട്ടറി ഇന്നു മുഴുവൻ തിരക്കിലാണ്" ആരോ പറ ഞ്ഞു.

"ഹോം സെക്രട്ടറി മൃഗാംഗ എന്റെ സഹോദരനാണ്. എന്റെ പേരു പറഞ്ഞാൽ മതി അദ്ദേഹത്തിനറിയാം" കാക്കാബാബു അറിയിച്ചു.

ക്ലാർക്ക് ഫോണിൽ കൂടി ഹോം സെക്രട്ടറിയോട് അൽപ്പനേരം സം സാരിച്ചിട്ട് റിസീവർ താഴെവച്ചു. എന്നിട്ടു കാക്കാബാബുവിനോട് പറഞ്ഞു.

"ചെല്ലണം. ചെല്ലണം. ഹോം സെക്രട്ടറി ഇപ്പോൾ തന്നെ നിങ്ങളോടു സംസാരിക്കാൻ ആഗ്രഹിക്കുന്നു. ലിഫ്റ്റിൽ കയറിപ്പോകൂ."

ലിഫ്റ്റിൽ നിറയെ ആളായിരുന്നു. കാക്കാബാബു അതിൽ കയറി യില്ല. തട്ടിലും മുട്ടിലും പെട്ട് ബോംബെങ്ങാനും പൊട്ടിത്തെറിച്ചാലോ?

ഊന്നുവടികളിൽ താങ്ങിത്താങ്ങി നീണ്ട ഇടനാഴിയിലൂടെ അദ്ദേഹം നടന്നു തുടങ്ങി. ആളുകൾ അങ്ങോട്ടുമിങ്ങോട്ടും തിരക്കിട്ടു പാഞ്ഞു പോകുന്നു. ഇതിനിടയിൽ അദ്ദേഹത്തെ തിരിച്ചറിഞ്ഞ ചിലർ അഭിവാദ്യം ചെയ്തു.

അപകടകരമായ ഒരു മനുഷ്യബോംബാണു താനെന്ന് അവർക്ക് ഊഹിക്കാൻ പോലും കഴിയുന്നില്ലല്ലോ എന്ന കാര്യം കാക്കാബാബു വിനു ചിന്തിക്കാതിരിക്കാൻ കഴിഞ്ഞില്ല.

ഹോം സെക്രട്ടറി മൃഗാംഗമൗലിറോയ്, തിരക്കിട്ടു പുറത്തു കടന്ന് മുറിക്കു വെളിയിൽ കാത്തു നിൽക്കുകയായിരുന്നു. കാക്കാ ബാബുവിനെ കണ്ട നിമിഷം അമ്പരപ്പോടെ അദ്ദേഹം ചോദിച്ചു:

"എന്താണു കാര്യം രാജേട്ടാ? ഇത്രയും നാൾ എവിടെയായിരുന്നു? നമുക്ക് അങ്ങയുടെ പൊടി പോലും കണ്ടുപിടിക്കാൻ കഴിഞ്ഞില്ലല്ലോ. മുഖ്യമന്ത്രി പോലും അതീവഖിന്നനായിരുന്നു."

"നമുക്കു താങ്കളുടെ മുറിയിലിരുന്നു സംസാരിക്കാം." കാക്കാബാബു പറഞ്ഞു.

പൊലീസ് യൂണിഫോമിൽ ബഹുമാന്യനായി തോന്നുന്ന മറ്റൊരാ ളുണ്ടായിരുന്നു. ഹോം സെക്രട്ടറി അദ്ദേഹത്തെ പരിചയപ്പെടുത്തി:

"ഇതു ഡി ഐ ജി ഓഫ് പൊലീസ് മിസ്റ്റർ സംസുൽ ആലം. അദ്ദേ ഹത്തിന്റെ സാന്നിധ്യത്തിൽ താങ്കൾക്ക് എന്തും തുറന്നു പറയാം."

ആലം കൈകൾ കൂപ്പി അദ്ദേഹത്തെ അഭിവാദ്യം ചെയ്തുകൊണ്ടു പറഞ്ഞു."

"ഞാൻ താങ്കളെ ധാരാളം പ്രാവശ്യം കണ്ടിട്ടുണ്ട്."

"ആദ്യം എനിക്കൊരു ഗ്ലാസ് വെള്ളം തരൂ. അതിഭയങ്കരമായി ദാഹിക്കുന്നു." കാക്കാബാബു പറഞ്ഞു.

കൊടുത്ത വെള്ളം ഒറ്റ വീർപ്പിനു കുടിച്ചിട്ട് അദ്ദേഹം ചോദിച്ചു:

"പറയൂ. ദെബോളിനയ്ക്ക് എങ്ങിനെയുണ്ട്?"

"വയലിൽ അവളുടെ കാറിനകത്ത് അബോധാവസ്ഥയിൽ കിട ക്കുന്ന നിലയിലാണ് അവളെ കണ്ടത്. ഡ്രൈവറുടെ സ്ഥിതിയും അതു പോലെ തന്നെയായിരുന്നു. ആരോ ഒരു തരം വാതകം തുറന്നു കിടക്കുന്ന ഗ്ലാസ്സിൽ കൂടി അകത്തേക്കു ചീറ്റുകയും നിമിഷങ്ങൾക്കകം ബോധം കെട്ടു വീഴുകയും ചെയ്തുവെന്നാണ് രണ്ടുപേരും പറഞ്ഞത്. അതിനു ശേഷം എന്താണുണ്ടായത്?" മൃഗാംഗ മൗലി ചോദിച്ചു.

"വിചിത്രം തന്നെ. അവർ അവളെ യാതൊന്നും ചെയ്തില്ല! എന്നെ മാത്രം ബന്ദിയാക്കി" കാക്കാബാബു അത്ഭുതത്തോടെ പറഞ്ഞു.

"എവിടെ നിന്നാണ് അങ്ങയെ പിടിച്ചത്?"

മൃഗാംഗമൗലി ചോദിച്ചു.

"എനിക്കൊരു പിടിയുമില്ല. ഞാൻ പരിസരം നോക്കാൻ തുനിഞ്ഞ തുമില്ല. കാക്കാബാബു മറുപടി പറഞ്ഞു.

"നമ്മുടെ സംസ്ഥാനത്ത് ഇത്തരം തട്ടിക്കൊണ്ടു പോകലുകളുടെ എണ്ണം ദിനം പ്രതി വർധിച്ചു വരികയാണ് മുപ്പത്തി ഒന്നുപേരെയാണ് കാണാതായിരുക്കുന്നത്. ഇതിൽ ചെറുപ്പക്കാരും വൃദ്ധരും പെടും. അഞ്ചു മുതൽ പത്തു ലക്ഷം രൂപവരെയാണ് ഒരോന്നിലും മോചനദ്രവ്യം ആവ ശ്യപ്പെട്ടിട്ടുള്ളത്" ആലം അഭിപ്രായപ്പെട്ടു.

"ഒരേ സംഘക്കാരാണോ വിവിധ സംഘടനകളിൽപ്പെട്ടവരാണോ ഇതൊക്കെ ആസൂത്രണം ചെയ്തു നടപ്പിലാക്കിക്കൊണ്ടിരിക്കുന്നത് എന്നതിനെപ്പറ്റിപ്പോലും നമുക്കു തീർച്ചയില്ല. ചില കത്തുകൾ ഒപ്പിട്ടി രിക്കുന്നത് രാജവെമ്പാലയാണെങ്കിൽ. ചിലത് റസ്സം എന്ന പേരിൽ. മറ്റു ചിലത് രക്തരക്ഷസ്സ് എന്ന പേരിലും. പക്ഷേ, എല്ലാ കത്തുകളുടേയും ഭാഷ ഒരേ ശൈലിയിലാണെന്നതാണ് വിചിത്രമായ സംഗതി" മൃഗാം ഗമൗലി അഭിപ്രായപ്പെട്ടു

"എന്നെപ്പോലെ മുടന്തനായൊരു കക്ഷിയെ തട്ടിക്കൊണ്ടു പോവുക എന്നൊരു പിശകവരുചെയ്തു. ഞാനവരോട് പറഞ്ഞതാണ്, എന്നെ തിരി കെ കിട്ടാൻ ഒരു രൂപപോലും ചിലവാക്കാൻ ആരും താൽപ്പര്യപ്പെടില്ലെന്ന്. പിന്നല്ലേ അഞ്ചോ പത്തോ ലക്ഷം രൂപ!" കാക്കാബാബു പറഞ്ഞു.

"അപ്പോൾ നിങ്ങളെ അവർ വിട്ടോ?" വിശ്വാസം വരാതെ ആലം ചോദിച്ചു.

"അവരങ്ങനെ ചെയ്യുമെന്ന് നിങ്ങള്‍ പ്രതീക്ഷിക്കുന്നുണ്ടോ? എന്നെ പീഡിപ്പിക്കണമെന്ന് തീര്‍ച്ചയായും അവര്‍ക്കു പദ്ധതിയുണ്ടായിരുന്നു." കാക്കാബാബു മറുപടി പറഞ്ഞു.

"അവര്‍ താങ്കളെ തിരിച്ചറിഞ്ഞില്ലേ? സുപ്രസിദ്ധനായ രാജാറോയ് ചൗധരിയെ?" മൃഗാംഗമൗലി സംശയമുന്നയിച്ചു.

"അറിഞ്ഞിട്ടുണ്ടാകാം. പക്ഷെ അധികമാര്‍ക്കും എന്നെ ഒരു പാടു നാള്‍ ബന്ദിയാക്കി വയ്ക്കാന്‍ കഴിയില്ല" കാക്കാബാബു പറഞ്ഞു.

"അപ്പറഞ്ഞതു ശരിയാണ്."

"ആര്‍ക്കാണ് അതിനു ധൈര്യമുണ്ടാവുക?" മൃഗാംഗമൗലി വിസ്മയ പൂര്‍വം പറഞ്ഞു.

ഗൃഹപാഠപുസ്തകത്തിന്റെ വലിപ്പത്തിലൊരു പെട്ടി മൃഗാംഗ മൗലിയുടെ മുന്നിലെ മേശപ്പുറത്ത് കിടക്കുന്നുണ്ടായിരുന്നു.

കാക്കാബാബു താല്‍പ്പര്യപൂര്‍വം അതിലേക്കു നോക്കിയിട്ടു പറ ഞ്ഞു.

"എന്റെ രക്ഷപ്പെടലിന്റെ കഥയൊക്കെ ഞാന്‍ പിന്നീടു പറയാം. ഇപ്പോഴെനിക്കാവശ്യം നല്ലൊരുറക്കമാണ്. പിന്നെ ദേബോളിനയെ യും ഒന്നു കാണണം. പക്ഷേ, ഇപ്പോള്‍ ഞാന്‍ വന്നതു മറ്റൊരാവശ്യത്തി നാണ്. ഓ ഇതാണോ അത്?"

"ഇത് എന്നതുകൊണ്ട് നിങ്ങള്‍ എന്താണര്‍ഥമാക്കുന്നത്? ഇതെന്താ ണെന്ന് നിങ്ങള്‍ക്കറിയാമോ?"

"ഇത് ഒരു രഹസ്യമായി സൂക്ഷിക്കാനാണു നമ്മള്‍ ശ്രമിച്ചു കൊണ്ടി രുക്കുന്നത്!"

"ഇതു നിങ്ങള്‍ക്കു ലഭിച്ചത് ന്യൂജയ്പാല്‍ഗുരി റെയില്‍വേ സ്റ്റേഷ നില്‍ നിന്നു പിടികൂടിയ ഒരാളില്‍ നിന്നാണ്. തുടര്‍ന്ന് കസ്റ്റഡയിലിരിക്കെ അയാള്‍ കൊല്ലപ്പെട്ടു. ഒരു ദില്ലി ന്യൂസ് പേപ്പറില്‍ കൂടി ഇതൊക്കെ എന്നേ പുറത്തറിഞ്ഞു കഴിഞ്ഞു!"

"അങ്ങനെയാണോ? ആ പത്രം എന്റെ കണ്ണില്‍പ്പെട്ടില്ല".

"കൊല്‍ക്കത്തയില്‍ നിന്നിറങ്ങുന്ന പത്രങ്ങളിലൊന്നും ഈ വാര്‍ ത്തയില്ലായിരുന്നു. നമുക്കാ മനുഷ്യനില്‍ നിന്നും യാതൊന്നും ലഭിച്ചില്ല. എന്നലവന്റെ മുഖഭാവത്തില്‍ നിന്നു തന്നെ അവന്റെ സംഘക്കാര്‍ക്കു വളരെ വിലപ്പെട്ട ഒന്നാണിതെന്നു വ്യക്തമായിരുന്നു." ആലം പറഞ്ഞു.

"എങ്ങനെയാണ് അയാള്‍ കൊലചെയ്യപ്പെട്ടത്?" കാക്കാബാബു ചോദിച്ചു.

"നേരു പറഞ്ഞാല്‍ അതൊരു ആത്മഹത്യയാണോ കൊലപാത കമാണോ എന്ന് നമുക്കുറപ്പില്ല."

ആലം വ്യക്തമാക്കി.

പിന്നെ. ഇതൊരുതരം ഇലക്ട്രോണിക് ഉപകരണമാണ്. അത്യന്താ ധുനികമായ ഒന്ന്. നിങ്ങള്‍ക്കതിനെ ഒരു കമ്പ്യൂട്ടറുമായിട്ടു വേണമെ ങ്കിലും ബന്ധപ്പെടുത്താം. ഒരു പൊലീസ് ജീപ്പില്‍, ജയ്പാല്‍ ഗുരിയില്‍

നിന്നു കൊണ്ടുവരുന്ന സമയത്തു തന്നെ ഏതോ ഒരു സംഘം ഇതു കൈക്കലാക്കാൻ ശ്രമിച്ചിരുന്നു. നല്ല സമയത്തിന് എതിർദിശയിൽ നിന്നും ഒരു നിരീക്ഷണവാഹനം അവിടെയെത്തി. ഏറ്റുമുട്ടലിൽ ആ സംഘത്തിലൊരാൾ കൊല്ലപ്പെടുകയും ചെയ്തു. അതുകൊണ്ടാണ് ഇതു സംരക്ഷിക്കാൻ നമ്മൾ പരമാവധി ശ്രമിക്കുന്നത്." മൃഗാംഗമൗലി പറഞ്ഞു.

"ഇതിനുള്ളിൽ ഒരുപാട് രഹസ്യങ്ങൾ സൂക്ഷിച്ചിട്ടുണ്ട്. ചിലതെല്ലാം വായിച്ചെടുക്കുന്നതിൽ നമ്മൾ വിജയിച്ചെങ്കിലും അതിന്റെ യഥാർത്ഥ വസ്തുതകൾ ഇനിയും മനസിലായിട്ടില്ല. കുറേ വാക്കുകളും ചിത്രങ്ങളും മാത്രം!" ആലം ദീർഘമായൊന്നു നിശ്വസിച്ചു.

"എല്ലാം രഹസ്യ കോഡുകൾ കൊണ്ടാണ് എഴുതിയിട്ടുള്ളത് എന്നു വ്യക്തം. പക്ഷേ, ഇതു ഡൽഹിയിലേക്കയച്ചു കൊടുക്കാനും ഞങ്ങൾക്കു ധൈര്യം പോര. വഴിയിൽ വച്ച് ഇതു വീണ്ടും അവരുടെ കൈയിൽ തന്നെ പെട്ടാലോ? ഈ വിഷയത്തിൽ വിദഗ്ധരായ രണ്ടുപേർ ഇങ്ങോട്ടു തിരിച്ചിട്ടുണ്ട്."

"തീർച്ചായായും അതു ഡൽഹിയിൽ നിന്നുള്ള വിദഗ്ധരായിരിക്കുമല്ലോ. അത് ഇവിടെയുള്ള ആർക്കെങ്കിലും തന്നെ ചെയ്യാൻ കഴിയില്ലേ?" കാക്കാബാബു ചോദിച്ചു.

"പിന്നേ! ഇവിടെയും ചിലർ ശ്രമിച്ചു നോക്കി. കഴിഞ്ഞില്ലെന്നു മാത്രം." ഇതും പറഞ്ഞ് മൃഗാംഗമൗലി കുറച്ചു നേരം കാക്കാബാബുവിനെ നിർന്നിമേഷനായി നോക്കിയിട്ട് അടുത്ത നിമിഷം പറഞ്ഞതിങ്ങനെയായിരുന്നു.

"ശ്ശെടാ, താങ്കൾ ഇവിടെയുള്ളപ്പോഴാണ്! താങ്കൾ ഇതിനു മുമ്പ് ഇതുപോലെ എത്രയയോ രഹസ്യകോഡകളുടെ കുരുക്കുകളഴിച്ചിട്ടുള്ളതാണ്. ചില ഈജിപ്ഷ്യൻ ഗൂഢാക്ഷര രേഖകളുൾപ്പെടെ. ഓ, ഞാനെന്തുകൊണ്ട് നിങ്ങളുടെ കാര്യം ഓർത്തില്ല?"

"ഇദ്ദേഹം ഇവിടെ ഉണ്ടായിരുന്നില്ലല്ലോ. അതുതന്നെ കാര്യം."
ആലം കാരണം കണ്ടെത്തി.

"ഞാനിതിൽ വിജയിക്കുമോ എന്നൊന്നും ഉറപ്പില്ല. എങ്കിലും ഒന്നു ശ്രമിച്ചു നോക്കാൻ തോന്നുന്നു. ഞാനതു ചെയ്യണമെന്ന് താങ്കൾ ആഗ്രഹിക്കുന്നുണ്ടോ" കാക്കാബാബു ചോദിച്ചു.

ഇതു കേട്ട് മൃഗാംഗമൗലി ആ പെട്ടി കാക്കാബാബുവിന്റെ കൈകളിൽ കൊടുത്തിട്ടു പറഞ്ഞു:

കാക്കാബാബു അതു തിരിച്ചും മറിച്ചും നോക്കി പരിശോധിച്ചു.

"256 കെ ബി മെമ്മറി! ഇതിൽ കുട്ടക്കണക്കിനു വിവരങ്ങൾ ഉൾക്കൊള്ളിക്കാനാകും. പക്ഷേ, ഇവിടെ വച്ച് എനിക്കൊന്നും ചെയ്യാൻ കഴിയില്ല. എന്റെ വീടിന്റെ പരിസരത്തിരുന്നാലേ എനിക്കു തൃപ്തിയോടെ ജോലി ചെയ്യാൻ കഴിയൂ. ഇതു ഞാൻ കൊണ്ടു പൊയ്ക്കോട്ടെ?"
കാക്കാബാബു ചോദിച്ചു.

"അതു സാധ്യമല്ല. രാജേട്ടാ" മൃഗാംഗമൗലി ശകലം കടുപ്പിച്ചു തന്നെ പറഞ്ഞു.

"സാധ്യമല്ലേ? എന്തുകൊണ്ട്?" കാക്കാബാബു നിഷ്കളങ്കഭാവ ത്തിൽ ചോദിച്ചു.

"കൊടുംരഹസ്യം! മുഖ്യമന്ത്രിയുടെ മുൻകൂട്ടിയുള്ള അനുവാദം കൂടാതെ ഇതു പുറത്തേക്കു കൊണ്ടു പോകാൻ പാടില്ല." മൃഗാംഗമൗലി വിശദമാക്കി.

"പക്ഷേ, മുഖ്യമന്ത്രി ഇപ്പോൾ ഡൽഹിയിലാണല്ലോ" ആലം ചൂണ്ടിക്കാട്ടി.

"നിങ്ങൾക്കെന്നെ അത്രയ്ക്കു വിശ്വാസമില്ലേ?"
കാക്കാബാബു അൽപ്പം പരിഭവം കലർത്തി ചോദിച്ചു.

"ഇതു വിശ്വസ്തതയുടെ പ്രശ്നമല്ല.

എനിക്കു താങ്കളെ എങ്ങനെ അവിശ്വസിക്കാൻ പറ്റും? മറ്റൊന്നുമല്ല. മുകളിൽ നിന്നുള്ള ഉത്തരവിനെതിരെ എനിക്കെങ്ങനെ നീങ്ങാൻ കഴിയും?" മൃഗാംഗമൗലി തന്റെ ഭാഗം വിശദീകരിച്ചു.

കാക്കാബാബു വാച്ചിലേക്ക് പാളി നോക്കി. ഇരുപതു മിനിട്ടുകൾ കഴിഞ്ഞിരുക്കുന്നു. രാജവെമ്പാല അനുവദിച്ചിട്ടിള്ളത് മുപ്പതു മിനിട്ടുകൾ മാത്രമാണ്. മുപ്പതു മിനിട്ടുകൾ കഴിഞ്ഞാൽ അവർ എന്താണു ചെയ്യുക? റിമോട്ട് കൺട്രോൾ സ്വിച്ച് അമർത്തുമോ? അങ്ങനെ അവർ ചെയ്യുക യാണെങ്കിൽ കാക്കാബാബു മാത്രമല്ല, മൃഗാംഗമൗലിയും ആലവും കൂടി മരിച്ചു വീഴും.

അവർ ജീവച്ചിരിക്കണമെങ്കിൽ പത്തു മിനിട്ടിനകം താനീ മുറിവിട്ടുപോകണമെന്ന് കാക്കാബാബു ചിന്തിച്ചു.

"രാജേട്ടാ നിങ്ങൾ വല്ലാതെ ദുഃഖിതനാണ്. നിങ്ങളുടെ മുഖഭാവം എനിക്കു നന്നായി വായിക്കാൻ കഴിയും. എന്തെങ്കിലും അസുഖം താങ്കളെ അലട്ടുന്നുണ്ടോ?" മൃഗാംഗമൗലി ചോദിച്ചു:

"എനിക്കൊന്നുമില്ല. ഒന്നു നന്നായുറങ്ങിയാൽ മാത്രം മതി."

"വീട്ടിൽ പോയി നന്നായുറങ്ങൂ. ഞാൻ വൈകിട്ട് അങ്ങോട്ടു വരാം.?"
മൃഗാംഗമൗലി പറഞ്ഞു.

"ഇപ്പോഴിപ്പോൾ എല്ലകാര്യത്തിനും നമ്മൾ ഡൽഹിയെ ആശ്രയി ക്കുകയാണെന്നു തോന്നുന്നു. നാം ബംഗാളികൾക്ക് സ്വന്തമായി ഒന്നും ചെയ്യാനുള്ള കഴിവില്ലേ? ഒരു രാത്രി ഇതെന്റെ കൈവശം നൽകുന്ന കാര്യത്തിൽ മുഖ്യമന്ത്രി രണ്ടുവട്ടം ചിന്തിക്കുമെന്നാണോ?"
കാക്കാബാബു ചോദിച്ചു.

മൃഗാംഗമൗലി ആലത്തിനെ നോക്കി.

"രാവിലെത്തെ ഫ്ലൈറ്റിലാണ് ഡൽഹിയിൽ നിന്നുള്ള വിദഗ്ധ സം ഘം എത്തിച്ചേരുന്നത്. രാവിലെ പത്തിനോ പതിനൊന്നിനോ ആണ് ഫ്ലൈറ്റ് എത്തുക. അവരെത്തും മുമ്പ് കാക്കാബാബുവിന് എല്ലാ ക്കാര്യവും പരിശോധിച്ചു തീർക്കാമെങ്കിൽ നമുക്കു തീർച്ചയായും അതു

വളരെ വലിയൊരു നേട്ടം തന്നെയായിരിക്കും. ഇത്ര സമർഥനായൊരു വ്യക്തി നമുക്കിടയിൽ തന്നെയുള്ളപ്പോൾ എന്തുകൊണ്ട് നമുക്ക് അദ്ദേഹത്തെ ഒന്നു പരീക്ഷിച്ചുകൂട?" ആലം ചോദിച്ചു.

"എനിക്കതിൽ ഒരു പാട് സഹായം ചെയ്യാൻ കഴിയുമോ എന്നൊന്നും എനിക്കറിയില്ല. എന്നാൽ ഒരു കാര്യം ഉറപ്പുതരാം. നാളെ പത്തി മണിക്കു മുമ്പുതന്നെ ഇതു നിങ്ങളെ ഞാൻ തിരിച്ചേൽപ്പിക്കാം."

"ഈ സാധനം വീട്ടിൽ കൊണ്ടുപോയി നോക്കിയാലേ ശരിയാവു കയുള്ളോ? ഇവിടെ വച്ച് ഒന്നു പരീക്ഷിച്ചു നോക്കാൻ കഴിയില്ലേ?"

മൃഗാംഗമൗലി കാക്കാ ബാബുവിനെ പിന്തിരിപ്പിക്കാൻ നോക്കി.

"ഇല്ല. അതു സാധിക്കുകയില്ല." കാക്കാബാബു ഒരു നിശ്വാസത്തോ ടെ പറഞ്ഞു.

"ശരി. മിസ്റ്റർ ആലം ഇതു നിങ്ങളുടെ വീട്ടിലെത്തിച്ചുതരും"

"അപ്പോൾ നിങ്ങൾ സമ്മതിച്ചു? ആലം ഇത് എനിക്ക് എത്തിക്കേണ്ട ആവശ്യമില്ല. എന്നെ കാത്ത് താഴെ ഒരു കാർ കിടപ്പുണ്ട്." കാക്കാബാബു പറഞ്ഞു.

"അയാളോട് കാറു കൊണ്ട് പോയ്ക്കൊള്ളാൻ പറയൂ. നിങ്ങൾക്ക് എന്റെ കാറിൽ പോകാം."

"ഞാൻ പറഞ്ഞില്ലേ. അതിന്റെ ഒരാവശ്യവുമില്ല," കാക്കാബാബു അസ്വാരസ്യം പ്രകടമാക്കി.

"എന്തുകൊണ്ടാണ് ഈ അപകടം പിടിച്ചൊരു സാധനം നിങ്ങൾ സ്വയം കൊണ്ടുപോകാൻ ആഗ്രഹിക്കുന്നത്! ഒരു പക്ഷേ, വഴിയിൽ വച്ച് അവർ താങ്കളെ ആക്രമിച്ചാലോ?" ആലം ചോദിച്ചു.

"ഞാനതിനെപ്പറ്റി ചിന്തിച്ചില്ലെന്നാണോ താങ്കൾ കരുതുന്നത്? താങ്കളെക്കാൾ കൂടുതൽ അനുഭവസമ്പത്ത് ഇക്കാര്യത്തിൽ എനിക്കുണ്ട്. പുറത്ത് ആരെങ്കിലും നമ്മെ നിരീക്ഷിച്ചു കൊണ്ടിരിക്കുകയാണെങ്കിൽ നിങ്ങളെ എന്നോടൊപ്പം കാണുന്ന മാത്രയിൽത്തന്നെ അവർ എന്റെ പിന്നാലെയെത്തും. താങ്കൾ യൂണിഫോമിലാണെന്ന കാര്യം മറക്കരുത്. എന്നാൽ ഞാനിത് എന്റെ പോക്കറ്റിലിട്ടു പുറത്തു പോവുകയാണെങ്കിൽ ആരും ശ്രദ്ധിക്കില്ല."

"അങ്ങനെയാണെങ്കിൽ ആലം കുറെ ദൂരെമാറി താങ്കളെ അനുഗ മിക്കട്ടെ." മൃഗാംഗമൗലി പറഞ്ഞു.

"അതും വലിയ ഗുണം ചെയ്യില്ല. പതിനഞ്ചു മിനിട്ട് ഇവിടെ കാത്തി രുന്നതിനു ശേഷം അദ്ദേഹം നേരെ എന്റെ വീട്ടിലേക്കു പോന്നോട്ടെ" കാക്കാബാബു ഉപദേശിച്ചു.

"ഒരു മണിക്കൂറിനുള്ളിൽ ഞാനും അവിടെയെത്തും." മൃഗാംഗ മൗലി പറഞ്ഞു.

കാക്കാബാബു വാച്ചിലേക്കു നോക്കി. പുറപ്പെടാൻ ഇനി വെറും നാലു മിനിട്ടുകൾ മാത്രം.

"മുന്നറിയിപ്പില്ലാതെ മഴ പെയ്യുന്ന സമയമാണ്. ഇതു സെല്ലോടേപ്പിട്ട് നന്നായി പൊതിയണം. അല്ലെങ്കിൽ നനയാൽ സാധ്യതയുണ്ട്" കാക്കാ ബാബു പറഞ്ഞു.

സുരക്ഷിതമായി പൊതിഞ്ഞു കെട്ടിയപ്പോൾ കാക്കാബാബുവിനതു പോക്കറ്റിലിടാൻ കഴിഞ്ഞില്ല. വലിപ്പം ഒരൽപ്പം കൂടി. അദ്ദേഹം ഷർട്ടിനു മുമ്പിലെ ഒന്നു രണ്ടു ബട്ടണിളക്കി അതു തന്റെ നെഞ്ചോടു ചേർത്തു വച്ചു.

മുറിയിലെ രണ്ടുപേരെയും നോക്കി അദ്ദേഹം ചോദിച്ചു. "എന്റെ കൈയിലെന്തെങ്കിലുമുണ്ടെന്ന് ആർക്കെങ്കിലും തോന്നുമോ?

എന്റെ വീട്ടിലേക്കു വന്ന് എന്നെ സംരക്ഷിച്ചാൽ മതി. അപ്പോഴെ നിക്ക് മനഃസമാധാനത്തോടെ ജോലി നോക്കാനും കഴിയും."

ആലമും മൃഗാംഗമൗലിയും ലിഫ്റ്റുവരെ കാക്കാബാബുവിനെ അനുഗമിച്ചു.

റൈറ്റേഴ്സ് ബിൽഡിങ്ങിനു പുറത്തേക്കു കാലെടുത്തു വച്ചപ്പോൾ ത്തന്നെ ടോബിയെ അഴിച്ചുവിടാൻ പാകത്തിൽ സംഘാംഗത്തിലൊരാൾ ചങ്ങലയും പിടിച്ചുകൊണ്ട് നടപ്പാതയിൽ കാത്തു നിൽക്കുന്നതു കാക്കാ ബാബു കണ്ടു.

"ഇനി നമുക്ക് ഒന്നരമിനിട്ടേ ബാക്കിയുള്ളു. സംഗതിനടന്നോ? അയാൾ ചോദിച്ചു.

കാക്കാബാബു ഷർട്ടിന്റെ ബട്ടണഴിച്ച് നെഞ്ചോട് ചേർത്തു വച്ചിരുന്ന പാക്കറ്റ് കാണിച്ചു കൊടുത്തു.

"അതിങ്ങോട്ടു താ" അയാൾ ആവശ്യപ്പെട്ടു.

"ഇല്ല നിങ്ങളുടെ ബോസ്സിനുമാത്രമേ കൈമാറാവൂ എന്നാണ് എനി യ്ക്കു കിട്ടിയ ആജ്ഞ." കാക്കാബാബു പറഞ്ഞു.

"ശരി, കാറിവിടെ പാർക്കു ചെയ്യാൻ കഴിയില്ല. ലാൽഡിഗ്ഗി തടാക ക്കരയിലെ പാർക്കിങ്ങ് ഏരിയയിലാണ് കാർ നിർത്തിയിരിക്കുന്നത്. നിങ്ങൾ അവിടം വരെ നടക്കേണ്ടി വരും."

"എനിക്കറിയാം" കാക്കാബാബു പറഞ്ഞു.

ചുവന്ന ട്രാഫിക് വിളക്കു കത്തിയപ്പോൾ കാക്കാബാബു റോഡ് മുറിച്ചു കടന്നു. ടോബിയും അതിനെ പിടിച്ചിരിക്കുന്നയാളും അദ്ദേഹത്തെ പിൻതുടർന്നു.

പാർക്കിങ്ങ് ഏരിയ മുഴുവൻ കാറുകളായിരുന്നു. കാറിലിരുന്നയാൾ അവരെ കണ്ടപ്പോൾ പറഞ്ഞു

"ആരോ നമ്മുടെ കാറിനു തൊട്ടുപിറകിൽ മറ്റൊരു കാർ കൊണ്ടിട്ടി രിക്കുകയാണ്. നിങ്ങൾ ഇവിടെ നിൽക്കു. ഞാൻ കാർ പുറത്തേയ്ക്കു കൊണ്ടുവരാം." പട്ടിയെ പിടിച്ചുകൊണ്ട് കാക്കാബാബുവിനെ അനുഗഹ മിച്ചയാൾ കാറിന്റെ ചലനങ്ങളിൽ ബദ്ധശ്രദ്ധനായി നിൽക്കുകയാണ്.

കാക്കാബാബു ടോബിയുടെ തലയിൽ തടവിയിട്ട് തടാകത്തിനു ചുറ്റും കെട്ടിയിരുക്കുന്ന കമ്പിവേലിയുടെ അരികിലേക്കു നീങ്ങി.

പിന്നീടദ്ദേഹം ചെയ്ത് തികച്ചും അവിശ്വസനീയമായ ഒന്നായിരുന്നു.

കണ്ണിമവെട്ടുന്നസമയംകൊണ്ട് അദ്ദേഹം ക്രെച്ചുകള്‍ നടപ്പാതയിലിട്ട് കമ്പി വേലിക്കകത്തേക്കു കുതിക്കുകയും നോക്കി നില്‍ക്കുന്നവര്‍ ഞെട്ടലില്‍ നിന്നു മുക്തരാകുന്നതിനു മുമ്പ് വെള്ളത്തിലേയ്ക്കു ചാടുകയും ചെയ്തു.

ഒരു കൈയില്‍ റിമോട്ട് കണ്‍ട്രോള്‍ ബോക്സും മറുകൈയില്‍ റിവോള്‍വറുമായി ഒരാള്‍ തടാകത്തിലേക്ക് ഓടി.

കാലവര്‍ഷപ്പെയ്ത്തില്‍ ലാല്‍ ഡിഗ്ഗി തടാകം നിറഞ്ഞു തുളുമ്പാറായി കിടക്കുകയായിരുന്നു. കാക്കാബാബു തടാകത്തിന്റെ ആഴങ്ങളിലേക്കു മുങ്ങാങ്കുഴിയിട്ടു.

രാജവെമ്പാലയുടെ രണ്ടാള്‍ക്കാരും കമ്പി വേലിക്കരികിലെത്തി. എന്നാല്‍ കാക്കാബാബു വെള്ളത്തിനടിയിലായിരുന്നതിനാല്‍ റിമോട്ട് കണ്‍ട്രോള്‍ പ്രവര്‍ത്തന ക്ഷമമായില്ല. അതിലൊരാള്‍ക്ക് ഭ്രാന്തു പിടിച്ചതു പോലെയായി. അയാള്‍ ജലോപരിതലത്തിലേക്ക് വെടിയുണ്ടകള്‍ വര്‍ഷിച്ചു കൊണ്ടിരുന്നു.

ആളുകള്‍ ചിതറിയോടി. റൈറ്റേഴ്സ് ബില്‍ഡിങ്ങിനു മുന്നില്‍ കാവല്‍ നിന്നിരുന്ന പൊലീസുകാര്‍ സംഭവസ്ഥലത്തേക്കു കുതിച്ചു.

കാക്കാബാബു ശ്വാസമെടുക്കാന്‍ ഒന്നു പൊന്തി വന്നിട്ട് അതിവേഗം വീണ്ടും താഴ്ന്നു പോയി. പെട്ടെന്ന് തടാകത്തിന്റെ മധ്യത്തേയ്ക്ക് നീന്താന്‍ തുടങ്ങി.

പതിമ്മൂന്ന്

കപൂതർ ഡംഗയിൽ കടകൾ തുറക്കുന്നത് ആഴ്ചയിൽ രണ്ടു തവണയാണ്. ആ ദിവസങ്ങളിൽ ആളുകൾ അനിയന്ത്രിതമായി ബഹള മുണ്ടാക്കിക്കൊണ്ട് അങ്ങോട്ടുമിങ്ങോട്ടും ചുറ്റിത്തിരിയും. ശുദ്ധമായ പച്ചക്കറികളുടെയും മത്സ്യത്തിന്റയും അതിരൂക്ഷമായ ഗന്ധം പരിസര മാകെ നിറയും. ആഴ്ചയിലെ മറ്റു ദിവസങ്ങളിലെല്ലാം ചന്തസ്ഥലം വിജന മായിരിക്കുകയും ചെയ്യും. ഷെഡ്ഡുകളെല്ലാം വിജനമായി കിടക്കും. തെരുവുനായ്ക്കൾ മാത്രം അങ്ങുമിങ്ങും അലഞ്ഞു നടക്കും.

എല്ലാ ദിവസവും തുറന്നു പ്രവർത്തിക്കുന്നത് ഒരു പലവ്യഞ്ജന ക്കടയും ചായക്കടയും മാത്രം. ഗ്രാമത്തിലെ ചെറുപ്പക്കാർ മുഴുവൻ ഈ ചായക്കടയിലിരുന്നു സൊറപറഞ്ഞു സമയം കൊല്ലും.

ബദറുവിന്റെ കടത്തു വള്ളം കരയിലെ കുളക്കടവിൽ വിശ്രമം തേടി. ശാന്തുവും നിഖിൽ മഹാതോവും പുറത്തിറങ്ങി. ഇരുട്ടുവീഴാൻ തുടങ്ങുകയായിരുന്നു. ചായക്കടയിൽ ആരോ ഏഴോ ചെറുപ്പക്കാരു ണ്ടായിരുന്നു. അവർ വീറോടെ ക്രിക്കറ്റിനെ കുറിച്ചു ചർച്ച ചെയ്യുകയാണ്. ഇന്ത്യൻ ടീമിലെ ഏറ്റവും നല്ല ക്യാപ്റ്റൻ സൗരവ് ഗാംഗുലിയാണോ സ ച്ചിൻ ടെണ്ടുൽക്കറാണോ എന്നതിനെപ്പറ്റിയുള്ള യുദ്ധം തീർന്നു വരുന്നതേയുള്ളൂ.

ചർച്ച തടസപ്പെടുത്തിക്കൊണ്ട് നിഖിൽ മഹാതോ ചോദിച്ചു:

"ബിഷായി സാമന്ത താമസിക്കുന്നതെവിടെയാണെന്ന് ആരെങ്കിലു മൊന്ന് പറഞ്ഞുതരുമോ?"

ചോദ്യം കേട്ട ഒരു ചെറുപ്പക്കാരൻ രണ്ടുനിമിഷം അദ്ദേഹത്തെ തുറി ച്ചു നോക്കിയിട്ട് മറുപടി പറഞ്ഞു,

"ബിഷായി സാമന്തോ, അതാര്? എനിക്കറിയില്ല അയാളെ"

അയാൾ മറ്റൊരു ചെറുപ്പക്കാരന്റെ നേർക്ക് തിരിഞ്ഞു ചോദിച്ചു. "നിനക്കു വല്ല പിടിയുമുണ്ടോ?"

"എന്റെ ജീവിതത്തിൽ അങ്ങനെയൊരു പേർ ഞാൻ കേട്ടിട്ടേയില്ല!"

മറ്റൊരാൾ ചോദിക്കുംമുമ്പേതന്നേ പറഞ്ഞു "ഈ ഗ്രാമത്തിൽ സാമന്ത എന്നു പേരുള്ള ഒരാളേ ഇല്ല."

"അയാൾക്കിവിടെ വീടില്ലായിരിക്കാം. എന്നാൽ ഞാൻ കേട്ടത് അയാൾ കൂടെക്കൂടെ ഇവിടെ വരാറുണ്ടെന്നാണ്!"

"അങ്ങനെ കൂടെക്കൂടെ വരുന്ന സന്ദർശകരെയെല്ലാം നമുക്കറിയാം. പക്ഷേ, ഈ പേരിലൊരാൾ ഉള്ളതായി ഞാൻ കേട്ടിട്ടേയില്ല."

നിഖിൽ മഹാതോ ഒരു പ്രാവശ്യം ശാന്തുവിനെ നോക്കി. ബിഷായി സാമന്തയെ വ്യക്തിപരമായി അവരിലോരോരുത്തർക്കും പരിചയമുണ്ടാ വുമെന്ന് ശാന്തുവിനുതോന്നി. പക്ഷേ, തുറന്നു പറയാൻ അവർക്കു ഭയമായിരിക്കും

അവൻ പറഞ്ഞു: "നമുക്കൊരു ചായകുടിക്കാം"

ചായക്കടക്കാരൻ അവരെയൊന്നു നോക്കി. അവസാനം അയാൾ ചോദിച്ചു:

"നിങ്ങൾ ആരാണ്? എവിടന്ന് വരുന്നു?"

"ഇവിടന്ന് ഒരു ചായ കിട്ടാൻ എല്ലാരും അവരുടെ ഊരും പേരു മൊക്കെ പറയണമോന്നു നിർബന്ധമാണോ?"

മഹാതോ ചോദിച്ചു.

അയാൾ വല്ലതായി: "അയ്യോ അങ്ങനെയല്ല സർ. അറിയാനുള്ള താൽപ്പര്യം കൊണ്ടു ചോദിച്ചെന്നേയുള്ളൂ."

"നിങ്ങൾക്കു ബിഷായി സാമന്തയെ അറിയാമോ?" നിഖിൽ മഹാ തോ ചോദിച്ചു.

"ഇല്ല സർ. ഞാനയാളെപ്പറ്റി ഒരിക്കൽ പോലും കേട്ടിട്ടില്ല." കടക്കാരൻ മറുപടി പറഞ്ഞു.

ഈ കടയിൽ ചായ നൽകുന്നത് ഗ്ലാസ്സിലാണ്. അല്ലാതെ സ്ഥിരം കപ്പുകളില്ല. ശാന്തുവും മഹാതോയും ഗ്ലാസ്സും പിടിച്ച് ആൾക്കൂട്ടത്തിൽ നിന്നു മാറി ഒരിടത്തിരുന്നു.

"ഇതിൽ കുറച്ചു പേർക്കെങ്കിലും ബിഷായി സാമന്തയെ അറി യാമെന്നു വ്യക്തമാണ്" ശാന്തു പറഞ്ഞു.

"എനിക്കും അങ്ങിനെ തന്നെയാണു തോന്നുന്നത്." നിഖിൽ മഹാതോ സമ്മതിച്ചു.

"നിങ്ങളാരെന്ന് അവർക്കൊരു പിടിയിമില്ല"ശാന്തു പറഞ്ഞു.

"പൊലീസ് സ്റ്റേഷനിലെ ഇൻ ചാർജിനെ ആരും തിരിച്ചറിയും. പക്ഷെ ഞാനൊരു സ്റ്റേഷൻ ഇൻചാർജ്ജല്ല. ഈ ഭാഗത്ത് അതിർത്തി ക്കടന്ന് സാധനങ്ങൾ കള്ളക്കടത്തു നടത്തുന്നുണ്ട്. ബിഷായി സാമന്ത യെപ്പറ്റി വിവരം നൽകാൻ തയാറാവുന്നില്ലെങ്കിൽ ഒരുത്തനെ പൊക്കി

യെടുത്തു സ്റ്റേഷനിൽ കൊണ്ടുപോയി കള്ളക്കടത്തിനു കേസ്സു ചാർജു ചെയ്യുമെന്ന് ഭീഷണിപ്പെടുത്താം." നിഖിൽ മഹാതോ പറഞ്ഞു.

"ഈ ചായക്കട മുതലാളിയോടു തന്നെ വിവരം തിരക്കാം. ആൾക്കാ രൊന്നു പിരിഞ്ഞോട്ടെ." ശാന്തു ഉപദേശിച്ചു.

"ചായ മോശമല്ല. ഒന്നുകൂടി കുടിച്ചു കളയാം." നിഖിൽ മഹാതോ പറഞ്ഞു.

പെട്ടെന്ന് അടുത്തു നിന്ന് ഒരു മോട്ടോർ സൈക്കിളിന്റെ ഇരമ്പൽ കേട്ടു.

ബൈക്ക് അടുത്തു വന്നപ്പോൾ അതിലുള്ള രണ്ടുപേരെയും കാണാ ൻ കഴിഞ്ഞു. ട്രൗസറും ഷർട്ടുമായിരുന്നു രണ്ടുപേരുടെയും വേഷം.

മുമ്പിലിരുന്ന ആൾ ഉച്ചത്തിൽ ചോദിച്ചു:

"ആരാണ് ബിഷായി സാമന്തയെപ്പറ്റി ചോദിച്ചത്?"

നിഖിൽ മഹാതോവിന്റെ കൈകൾ അറിയാതെ അരയിലേക്കു പോയി. അയാളുടെ കൈവശം നിറതോക്കുണ്ടെന്നത് വ്യക്തം.

പിറകിലിരുന്നയാൾ ചാടിയിറങ്ങി അവർക്കരികിലെത്തി ചോദിച്ചു:

"നിങ്ങൾ രണ്ടു പേരുമാണോ ബിഷായി സാമന്തയെ തേടി നട ക്കുന്നത്?"

നിഖിൽ മഹാതോ എഴുന്നേറ്റു ചെന്നു പറഞ്ഞു:

"അതെ നമ്മളാണ്."

"എന്തിന്?"

"അത് തമ്മിൽ കാണുമ്പോൾ ഞാൻ തന്നെ ചോദിച്ചോളാം." നിഖിൽ മഹാതോ പറഞ്ഞു.

"അയാൾ സുഖമില്ലാതെ കിടപ്പാണല്ലോ. ഇപ്പോഴത്തെ തിളയ്ക്കുന്ന പനി. അയാളുടെ അമ്മാവൻ താമസിക്കുന്നത് ഈ ഗ്രാമത്തിലാണ്. ആ വീട്ടിലാണയാൾ കിടക്കുന്നത്.

"ഒരു പ്രാവശ്യം ഞങ്ങൾ അയാളെ ഒന്നു കണ്ടോട്ടെ. അടിയന്തിര മായി ഞങ്ങൾക്കയാളെ ഒന്നു കാണണം." നിഖിൽ മഹാതോ പറഞ്ഞു.

"ശരി. നിങ്ങൾ എന്റെ പിറകേ വന്നോളു." ആ മനുഷ്യൻ പറഞ്ഞു.

അയാൾ വഴികാട്ടി മുന്നിൽ നടക്കവേ മറ്റേയാൾ മോട്ടോർ സൈക്കിൾ എതിർദിശയിലേക്കോടിച്ചു പോയി.

പുഴക്കരയിലുള്ള ഒരു നാട്ടുപാതയിലൂടെ അവർ മുന്നോട്ടുനടന്നു. അപ്പോഴേക്കും ഇരുട്ടു വ്യാപിച്ചിരുന്നു. വിളറിയ ഒരു ചാന്ദ്രവെളിച്ചം മാത്ര മാണ് ആകെയുണ്ടായിരുന്ന പ്രകാശം. മുന്നിൽ നടന്നയാൾ കൈയിലുള്ള ടോർച്ച് കൂടെക്കൂടെ തെളിയിച്ചു.

വളരെ ദീർഘമായ ഒരു നടത്തമായിരുന്നു അത്. വീടുകളുടെ എണ്ണം തീരെ കുറഞ്ഞു വന്നു. ഒരു വശത്ത് പുഴയൊഴുകുന്നു. മറുവശത്ത് നീണ്ടു കിടക്കുന്ന പാടശേഖരങ്ങൾ. വഴിയരികിൽ കുറ്റിച്ചെടികൾ തല നീട്ടുന്നു ണ്ടായിരുന്നു.

ഒരു സ്ഥലത്തു വന്നപ്പോൾ ആ മുഷ്യൻ പെട്ടെന്നു നിന്നു. അയാൾ ആരെയോ കാത്തു നിന്നതാണെന്നു തോന്നി.

"എന്താണു കാര്യം?" നിഖിൽ മഹാതോ ചോദിച്ചു.

"വഴിക്കു കുറുകെ ഒരു പാമ്പിഴഞ്ഞു പോകുന്നു. അതു കടന്നു പോകട്ടെ." അയാൾ പറഞ്ഞു.

"പാമ്പോ? എവിടെ? ഞാനൊന്നും കാണുന്നില്ലല്ലോ." നിഖിൽ മഹാതോ ആശ്ചര്യത്തോടെ പറഞ്ഞു.

"ഇരുട്ടത്ത് നമ്മളിതിനെ പതിവായി കാണാറുണ്ട്. ഏറ്റവും വിഷ മുള്ള ഒരു പാമ്പാണിത്. ഒരു രാജവെമ്പാല" നിഖിൽ മഹാതോ പെട്ടെന്ന് ഒന്നു ഞെട്ടി:

"നിങ്ങൾ എന്താണു പഞ്ഞത്? ഞങ്ങളെ നിങ്ങൾ എങ്ങോട്ടാണു കൊണ്ടുപോകുന്നത്? പരിസരത്തൊന്നും ഒരു വീടുപോലുമുള്ളതായി എനിക്കു കാണാൻ കഴിയുന്നില്ല."

"ഞാൻ നിങ്ങളെ കൊണ്ടു പോകുന്നത് നരകത്തിന്റെ പടിവാതിൽ ക്കലേക്കാണ്" ആ മനുഷ്യൻ പറഞ്ഞു.

"നിഖിൽ മഹാതോ തന്റെ ഇടുപ്പിൽ വച്ചിരുന്ന റിവോൾവർ വലിച്ചെടുത്തു.

"അറിയാമോടാ ഞാനാരാണെന്ന്? ഒന്നൊഴിയാതെ എല്ലാറ്റിനേയും ഞാൻ തീർത്തു കള...."

വീണ്ടുമൊരു വാക്കുപോലും അദ്ദേഹത്തിന് ഉച്ചരിക്കാൻ കഴി ഞ്ഞില്ല. ആകെ പുറത്തു വന്നത് "ആ" എന്നൊരാർത്തനാദം മാത്രം! പിന്നെ കാണുന്നത് അബോധാവസ്ഥയിൽ നിലത്തു കിടക്കുന്ന മഹാതോ വിനെയാണ്.

ആരോ പിന്നിൽ നിന്ന് ഒരിരമ്പുവടി കൊണ്ട് അദ്ദേഹത്തിന്റെ തലയിൽ ഊക്കോടെ അടിക്കുകയായിരുന്നു!

കുറ്റിക്കാട്ടിൽ നിന്നു മൂന്നുപേർ എഴുന്നേറ്റ് അവരുടെ അടുത്തേക്കു വന്നു.

"പൊലീനുകാരനായതു കാരണം നമ്മുടെ തലകൾക്ക് വിലയിട്ടുകള യാമെന്നായിരുന്നു അയാളുടെ ധാരണ. ഞാനിതു പോലെ കൈകാര്യം ചെയ്തത്. ഒന്നു രണ്ടും കേസുകളല്ല" അതിലൊരാൾ പരിഹാസത്തോടെ പറഞ്ഞു.

"അവനാണ് ചെകുത്താന്റെ സന്തതി! പിടിച്ചുകെട്ടവനെ" ശാന്തു വിനെ ചൂണ്ടി മറ്റൊരാൾ പറഞ്ഞു.

അടുത്തു വന്ന ആദ്യത്തെ ആളിനെ എടുത്തെറിഞ്ഞിട്ട് അവൻ ഓടി.

പക്ഷേ, അവന് അധികദൂരം ഓടാൻ കഴിഞ്ഞില്ല. ഒരു പന്തത്തിന്റെ ജ്വാല പെട്ടെന്ന് അവന്റെ മുന്നിൽ ഉയർന്നു വന്നു.

ശാന്തു കുതറിയോടി. അപ്പോഴേക്ക് എല്ലാപേരും കൂടി അവനെ വളഞ്ഞു കളഞ്ഞു.

കെണിയിലായ ഒരെലിയെപ്പോലെ മൂലതോരും ഓടിയതുകൊണ്ട് തനിക്കൊരു ഗുണവുമുണ്ടാകാൻ പോകുന്നില്ലെന്ന് അവനു മനസിലായി.

അതിലൊരാൾ നടന്നുവന്ന് കത്തുന്ന പന്തം കൊണ്ടുതന്നെ അവനെ അടിച്ചു. ശാന്തു സ്വയം നിലത്ത് നീണ്ടു നിവർന്നു വീണു. തീ കൊണ്ടു പോരാടാൻ അവന് ഒരുദ്ദേശവുമുണ്ടായിരുന്നില്ല.

ആരോ ഒരാൾ അവന്റെ മുതുകത്തു ചവിട്ടിനിന്നുകൊണ്ടു പറഞ്ഞു:

"അവനെ ഇപ്പോൾ തന്നെ പിടിച്ചു കെട്ട്."

ഒരാൾ ശാന്തുവിന്റെ കൈകൾ ധൃതിയിൽ പിടിച്ചുകെട്ടി.

"നമ്മുടെ യജമാനന് ഏറ്റവും ദേഷ്യം ഇവനോടാണ്. ഇവനുള്ള സമ്മാനം ഒട്ടും മോശമായിരിക്കില്ല."

അവന്റെ കൈകൾ മാത്രമല്ല ദേഹമാസകലം ചുറ്റോടു ചുറ്റ് കയറു കൊണ്ട് വരിഞ്ഞു മുറുക്കി. നിവർത്തി നിർത്തിയിട്ട് അവരവനെ പിടിച്ചു തള്ളി. ശാന്തു പാടെ നിലത്തു വീണു. അപ്പോഴവർ അവന്റെ മുടിയിൽ പിടിച്ച് വലിച്ചിഴച്ചു.

നദിക്കരയിലുള്ള ഒരു മരച്ചുവട്ടിൽ ഗ്ലാസ് ലൈറ്റൊന്നു മുനിഞ്ഞു കത്തുന്നുണ്ടായിരുന്നു. രണ്ടുപേർ അവിടെ നിൽക്കുന്നുണ്ട്. ഒരാളിന്റെ കൈവശം ഒരു റൈഫിളുണ്ട്. ശാന്തുവിനെ അയാളുടെ കാൽച്ചുവട്ടിൽ കൊണ്ടിട്ടു.

റൈഫിളും പിടിച്ചുകൊണ്ടു നിന്ന വ്യക്തി ഒരു കരുത്തനായിരുന്നു. "നിങ്ങൾ ചെകുത്താനെ പിടികൂടിയോ? നല്ലത്." അയാൾ പരുപരുത്ത സ്വരത്തിൽ പറഞ്ഞു.

ആ ശബ്ദം കേട്ട മാത്രയിൽ ശാന്തു കണ്ണു തുറന്നു നോക്കി. അത് ഗഗൻ സാഹയായിരുന്നു!

അയാൾ മറ്റുള്ളവരോടു ചോദിച്ചു.

"ആ പൊലീസുകാരന് എന്തു സംഭവിച്ചു.?"

"അയാളാവഴിയിൽ കിടക്കുന്നുണ്ട്" മറുപടി വന്നു.

"അയാൾ അവിടെത്തന്നെ കിടക്കട്ടെ. അയാളെ കൊല്ലണ്ട. അതിന്റെ ആവശ്യവുമില്ല. അയാളൊരു ആനമണ്ടനാണ്. ഒരു പീറത്തോക്കു കൊ ണ്ട് മോനെ രക്ഷപ്പെടുത്താമെന്നയാൾ കരുതിപ്പോയി."

ഗഗൻ സാഹാ പുഞ്ചിരിച്ചു.

ശാന്തുവിന് സ്വന്തം കണ്ണുകളെ വിശ്വസിക്കാൻ കഴിഞ്ഞില്ല. ഈ മനുഷ്യന്റെ മകനും അവരുടെ നാടകത്തിൽ റിഹേഴ്സൽ ചെയ്യുന്നുണ്ട്. അയാൾക്കെങ്ങനെ ഒരു കുട്ടിയെ തട്ടിക്കൊണ്ടു പോകാനും നാടകാവ തരണം മുടക്കാനും കഴിയുന്നു?

ഗഗൻ ശാന്തുവിനെ തന്റെ ബൂട്ടിന്റെ അറ്റം കൊണ്ട് ചവിട്ടി. "കൊള്ളാം പിശാചിന്റെ സന്തതി. വ്യാജ നോട്ടുകൊണ്ട് നമ്മളെ വിഡ്ഢിക ളാക്കാമെന്ന് നീ കരുതിയോ? നമ്മൾ വയ്ക്കോലാണ് ഭക്ഷണം കഴിക്കു ന്നതെന്ന് നീ കരുതിയോ! ഇനി നിങ്ങൾക്കാ പയ്യനെ തിരികെ കിട്ടണ മെങ്കിൽ അഞ്ചല്ല. പത്തു ലക്ഷം രൂപ നൽകേണ്ടി വരും."

കുറച്ചു പണം അവരിലൊരാൾക്കു കൈമാറിയിട്ട് അയാൾ പറഞ്ഞു.

"കാസ്സിം. ഇതു നിങ്ങൾ പങ്കിട്ടെടുത്തോ. എന്നിട്ടിവനെ എന്റെ ബോട്ടിൽ കൊണ്ടിട്." ശാന്തുവിനെ അവന്റെ കാൽക്കലേക്കു തള്ളിയിട്ട് ഗഗൻ സാഹ പറഞ്ഞു:

"നീ അന്നു രാത്രി നദിയിൽ നല്ല ഭംഗിയായി നീന്തി. ഈ രൂപ ത്തിൽ നിന്നെയെടുത്തു പുഴയിലിട്ടാൽ അതേ രീതിയിൽ നിനക്കു നീന്താൻ പറ്റുമോ? വാ നമുക്കു നോക്കാം."

"അവൻ നേരേ താഴോട്ടു പോകും സ്രാവും മുതലകളും കൂടി ശരി പ്പെടുത്തിക്കോളും" ഒരാൾ പറഞ്ഞു.

"വേലിയിറക്കമായതിനാൽ നേരെ കടലിലെത്തിക്കോളും" വേറൊ രുത്തൻ പറഞ്ഞു.

ശാന്തുവിനെ എടുത്തുകൊണ്ടുപോയി നേരെ ബോട്ടിനുള്ളിലേക്കെ റിഞ്ഞു.

ഗഗൻ അമരത്തു കയറി. "ഞാനും കൂടി നിങ്ങളൊടൊപ്പം വരട്ടേ?" ഒരു സഹായി ചോദിച്ചു.

"വേണ്ട ഞാൻ തന്നെ നോക്കിക്കോളാം. കുറച്ചുദിവസത്തേക്ക് ഒന്നു മാറി നിന്നേക്കണം. ആ വിളക്കിങ്ങെടുക്ക്" ഗഗൻ ആവശ്യപ്പെട്ടു.

ബോട്ടിന്റെ എൻജിൻ ഇരച്ചു ജീവൻ വച്ചപ്പോൾ ഒരാൾ വിളിച്ചു പറഞ്ഞു:

"സാറെ അവനെ ആഴമില്ലാത്തിടത്തൊന്നും ഇട്ടേക്കരുതേ. എന്നാ ലവൻ കരയിലേക്ക് നീന്തിക്കളയും. അവനെ നേരെ പുഴമധ്യത്തിൽ കൊണ്ടുകളയണേ."

ബോട്ട് പുഴയുടെ മദ്ധ്യഭാഗം ലക്ഷ്യം വച്ചു നീങ്ങി.

ഇത്രയുമെല്ലാം അവനു ചുറ്റും സംഭവിച്ചപ്പോഴും ശാന്തു അത്ഭുത പ്പെടുകയായിരുന്നു. എവിടെയാണ് കാക്കാബാബു? എന്തുകൊണ്ട് അദ്ദേഹം അവരുമായി ബന്ധപ്പെട്ടില്ല? അതോ, അദ്ദേഹവും ഒരു തടവു കാരനായയോ! എന്നാലും ഇത്രയും ദീർകാലം യഥാർഥത്തിൽ കാക്കാ ബാബുവിനെ ബന്ദിയാക്കി വയ്ക്കാൻ ആർക്കെങ്കിലും കഴിയുമോ?

കൈകൾ ബന്ധിക്കപ്പെട്ട അവസ്ഥയിൽ അവന് നീന്താൻ ഒരു വഴിയുമില്ല. ഭൂമിയിൽ അവനു ലഭിക്കുന്ന അവസാനത്തെ ചില നിമിഷ ങ്ങളാണോ ഇപ്പോഴത്തേത്? അവനിനി അമ്മ, അച്ഛൻ, കാക്കാ ബാബു, ജോജോ ദേബോലിന ഇവരെയൊന്നും ഒരിക്കലും കാണാനാകില്ലേ?

പക്ഷേ, അവനു വേണ്ടി ഒരത്ഭുതം ആരോ കരുതിവച്ചിരുന്നു. കഠോരനായി കാണപ്പെട്ട ഗഗൻ സാഹ വിമ്മിക്കരയാൻ തുടങ്ങി. കുറച്ച് കഴിഞ്ഞ് അത് ഉച്ചത്തിലുള്ള അലമുറയായി മാറി. ദുഃഖം അയാളെ കീഴ്പ്പെടുത്തിയതു പോലെ തോന്നിച്ചു.

"എനിക്കിനി ജീവിക്കണ്ട ശാന്തു. ഞാൻ അതിഭയങ്കരമായ പാപം ചെയ്തു പോയി. ഞാൻ ഇവിടെ വച്ച് ജീവനൊടുക്കും."

എന്താണ് കാര്യം? ശാന്തുവിനൊന്നും മനസിലായില്ല.

"നിൽക്ക്, ആദ്യം ഞാൻ നിന്റെ കെട്ടഴിക്കട്ടെ" ഗഗൻ സാഹ പറഞ്ഞു.

അയാൾ കീശയിൽ നിന്നൊരു കത്തിയെടുത്ത് നിമിഷങ്ങൾക്കകം കെട്ടുകളഴറത്തു.

"ശാന്തു നിനക്കറിയാമോ ഈ യന്ത്ര ബോട്ടോടിക്കുവാൻ? ഇത്ത്ര പ്രയാസമുള്ളതൊന്നുമല്ല. മോട്ടോർ സ്വിച്ചോൺ ചെയ്യുക. പിന്നെ ആ സ്റ്റിയറിങ് നിയന്ത്രിക്കുക. ആദ്യം അൽപ്പമെരുലച്ചിലൊക്കെ അനുഭവപ്പെ ടും. പക്ഷേ, ഇതു മറിഞ്ഞു പോവുകയെയാന്നുമില്ല. ഞാൻഎന്റെ അവ സാനയാത്രാമൊഴിയാണ് നിന്നോടു പറയുന്നത്." ഗഗൻ പറഞ്ഞു.

"പക്ഷേ നിങ്ങൾക്കെന്താണു പറ്റിയത്?" ശാന്തു വീണ്ടും ചോദിച്ചു.

"ഞാനൊരു പാപിയാണ്. ഈ പൊലീസോഫീസറുടെ മകനെ തട്ടി ക്കൊണ്ടു പോകാൻ പദ്ധതിയിട്ടത്. നിങ്ങളുടെ റിഹേഴ്സലൊക്കെ തുട ങ്ങുന്നതിനു വളരെ മുമ്പാണ്. എന്റെ മകൻ പോയി നിങ്ങളുടെ കൂട്ട ത്തിൽ ചേരുമെന്ന് എനിക്ക് ഒരു വിശ്വാസവുമില്ലായിരുന്നു.

എന്നെ വിശ്വസിക്കു. എനിക്ക് മനുഷ്യജീവികളുടെ കച്ചവടമില്ല. ഇതു പോലെ ഒരു കാര്യം ഞനെന്റെ ജീവിതത്തിലൊരിക്കലും ചെയ്തിട്ടില്ല. ആ രാജവെമ്പാല ഒരു രാക്ഷസനാണ്. ഇവന്മാരുടെയിടയിൽ പ്രവർത്തി ക്കാൻ എന്നെ നിർബന്ധപൂർവം ഇടപെടുത്തിയത് ആ ദുഷ്ടനാണ്. എന്റെ മകനോ എന്റെ ഭാര്യയ്ക്കോ ഇതിനെപ്പറ്റി ഒന്നും അറിയില്ല." ഗഗൻ പറ ഞ്ഞു.

അയാൾ റൈഫിളെടുത്ത് അതിന്റെ കുഴൽ അയാളുടെ കഴുത്തിനു നേരെ ചൂണ്ടി.

"നോക്കൂ അങ്ങു ദൂരെ ഒരു വിളക്കു കാണുന്നില്ലേ? അതൊരു ദ്വീപാണ്. എനിക്ക് അവിടെയൊരു കൃഷിപ്പുരയുണ്ട്. സുകോമളിനെ ഒരു തടവുകാരനായി പാർപ്പിച്ചിരിക്കുന്നത് ആ ദ്വീപിലാണ്. അവിടെ അവ നെപ്പോലെ മൂന്നു പേരും കൂടിയുണ്ട്. ഒരിക്കലും ഒറ്റയ്ക്കു പോകരുത്. നല്ല സേനാബലത്തോടെ മാത്രമേ പോകാവൂ. ഗുഡ്ബൈ."

"നിൽക്കൂ. നിങ്ങൾ എന്തു ചെയ്യാൻ പോവുകയാണ്?" ശാന്തു അയാളെ തടയാൻ ശ്രമിച്ചു.

"രാജവെമ്പാല എന്നെക്കൊണ്ട് പറയാൻ പറ്റാത്തത്ര കുറ്റകൃത്യ ങ്ങൾ ചെയ്യിച്ചു. ഇതെന്റെ മകനും ഭാര്യയും അറിഞ്ഞാലുള്ള സ്ഥിതി യെന്താണ്? ഒരിക്കൽ പോലും അവരുടെ മുഖത്തു നോക്കാൻ ഇനി എനിക്കു കഴിയില്ല. എല്ലാം എനിക്കവസാനിപ്പിക്കണം കാര്യങ്ങൾ ഇനി യും വച്ചു താമസിച്ചിട്ടെന്തു പ്രയോജനം?"

"ഒരു നിമിഷം നിൽക്കു. രാജവെമ്പാല നിങ്ങളെ കുറ്റകൃത്യങ്ങൾ ചെയ്യാൻ പ്രേരിപ്പിക്കുകയല്ലേ ചെയ്തത്? അങ്ങനെയെങ്കിൽ അയാളെ യാണ് ശിക്ഷിക്കേണ്ടത്. അവനെ ശിക്ഷിക്കാൻ നിങ്ങൾ സഹായിച്ചാൽ നിങ്ങൾ ചെയ്ത കുറ്റകൃത്യങ്ങളെല്ലാം പൊറുക്കപ്പെടും." ശാന്തു കാര്യ ങ്ങൾ പറഞ്ഞു മനസിലാക്കാൻ ശ്രമിച്ചു.

"രാജവെമ്പാല എത്ര ശക്തനാണെന്ന് നിങ്ങൾക്ക് ഊഹിക്കാൻ പോലും കഴിയില്ല. തട്ടികൊണ്ടു പോകൽ അയാളുടെ പ്രധാന പണിയല്ല. ഇത്തരം ചെറിയജോലികൾ ചെയ്യാൻ ആയാൾ മറ്റുള്ളവരെ നിയോഗി ച്ചാണ് ധാരാളം പണമുണ്ടാക്കുന്നത്. ഈ പണം കൊണ്ട് അയാൾ അയാ ളുടെ സേനാബലം വർധിപ്പിക്കുകയാണ്. ഏതോ ഒരു വിദേശശക്തി അയാൾക്കു പിന്നിലുണ്ട്. ഈ സംസ്ഥാനത്തുടനീളം അട്ടിമറികളുടെ ഒരു പരമ്പരതന്നെ നടത്താൻ പോവുകയാണായാൽ. നിരവധി പേർ മരിക്കും. കോടികൾ വിലവരുന്ന വസ്തുവകകൾ തകർക്കും. നിങ്ങളുടെ കാക്കാ ബാബുവിനെ ഇതിനകം അയാൾ കൊന്നിരിക്കാനാണ് സാധ്യത."

"ഇതിനു മുൻപും ഒരുപാടാളുകൾ കാക്കാബാബുവിനെ കൊല്ലാൻ ശ്രമിച്ചിട്ടുണ്ട്. പക്ഷെ ഇന്നുവരെ ആരുമതിൽ വിജയിച്ചിട്ടില്ല." ശാന്തു വിന്റെ സ്വരത്തിൽ ആത്മവിശ്വാസം അലയടിച്ചു.

"എന്തോ ആകട്ടെ. ഇനിയും ഈ തിന്മയിൽ പങ്കാളിയാകാൻ എനി യ്ക്കാഗ്രഹമില്ല. ബൈ. ശാന്തു."

പക്ഷേ, അയാൾ കാഞ്ചി വലിക്കുന്നതിനു മുമ്പുതന്നെ കൈയിൽ നിന്നു വിട്ട ഒരു സ്പ്രിങ് പോലെ ശാന്തു അയാളുടെ മേൽ വീണു. പല്ലും നഖവും വച്ചവർ പോരാടിയെങ്കിലും ഗഗന്റെ കൈയിൽ നിന്നും വഴുതി റൈഫിൾ നദിയിൽ മുങ്ങിത്താഴ്ന്നു.

വെള്ളത്തിനടിയിലേക്കു താഴുന്നതിനു മുമ്പ് അതു കൈകൊണ്ടു പിടിക്കാൻ ഗഗൻ ഒരു ശ്രമം നടത്തി. എന്നാൽ ശാന്തു അയാളെ കഠി നമായി പ്രഹരിക്കുകയും തോക്ക് നദി വിഴുങ്ങുകയും ചെയ്തു.

"നീയതു മുക്കിക്കളഞ്ഞു!" ഗഗൻ നിരാശയോടെ നിശ്വസിച്ചു.

"ഇനിയെങ്ങിനെ ആത്മഹത്യ ചെയ്യാനാണ് നിങ്ങളുടെ പ്ലാൻ? നിങ്ങൾക്കു നീന്തലറിയാമെന്നത് എനിക്കു നല്ല നിശ്ചയമാണ്. ഇനിയി പ്പോൾ നിങ്ങൾ വെള്ളത്തിലേക്കെടുത്തു ചാടിയാൽ പോലും നിങ്ങൾ സ്വയം മുങ്ങിച്ചാവില്ല" ശാന്തു പുഞ്ചിരിയോടെ പറഞ്ഞു.

"ഇനിയും എനിക്ക് ജീവിച്ചിരിക്കണ്ട. ഞാൻ ഒരുപാട് പാപം ചെയ്തു കൂട്ടി."

"വരൂ.നമുക്കു പോയി സുകോമളിനെ രക്ഷിക്കാം. നിങ്ങൾ ചെയ്യുന്ന ഓരോ സൽപ്രവൃത്തിയും നിങ്ങൾ ചെയ്ത ദുഷ്പ്രവൃത്തിയെ ഒന്നൊ ന്നായി മായ്ച്ചുകളയും."

പതിന്നാല്

കാക്കാബാബു ഒരു ജയില്‍ മുറിയിലിരിക്കുകയാണ്. ഒരു മേശയും കസേരയും അവിടെയുണ്ട്. കടലാസ്‌ഷീറ്റുകള്‍ മേശപ്പുറത്തു ചിതറികി ടക്കുന്നു. അദ്ദേഹം എഴുത്തില്‍ മുഴുകി ഇരിക്കുകയായിരുന്നു.

ഇരുമ്പു ഗേറ്റുകള്‍ ഒരു കരകര ശബ്ദത്തോടെ തുറക്കപ്പെട്ടപ്പോള്‍ അദ്ദേഹം തലയുയര്‍ത്തി നോക്കി.

മൃഗാംഗമൗലിയും ആലവും അദ്ദേഹത്തെ കാണാന്‍ വന്നിരിക്കുക യാണ്.

മൃഗാംഗമൗലി അദ്ദേഹത്തെ അഭിവാദ്യം ചെയ്തുകൊണ്ടു ചോദിച്ചു.

"രാജേട്ടാ. താങ്കള്‍ക്കു ബുദ്ധിമുട്ടൊന്നുമില്ലല്ലോ അല്ലേ?"

കാക്കാബാബു പിന്നോക്കം ചാഞ്ഞിരുന്നു കൊണ്ടു പറഞ്ഞു.

അതെ. എനിക്കൊരു കുഴപ്പവുമില്ല. ആദ്യം എനിക്കു ചെറിയ തെറ്റി ദ്ധാരണയുണ്ടെങ്കിലും ഇപ്പോഴെനിക്കു ബോധ്യമായി എന്നെ ജയിലില്‍ സൂക്ഷിക്കാനുള്ള തീരുമാനം ബുദ്ധിപരമായ ഒന്നായിരുന്നെന്ന്."

"താങ്കളുടെ വീടായിരുന്നെങ്കില്‍ ഒരിക്കലും ഇത്ര സുരക്ഷിതത്വം ഉണ്ടാകില്ല. അവരുടെ പിടിയില്‍ നിന്നും ഒരിക്കല്‍ നിങ്ങള്‍ രക്ഷപ്പെട്ടു. ഈ പ്രാവശ്യം നിങ്ങളെ പിടികൂടാന്‍ നിശ്ചയമായും അവര്‍ തുനിഞ്ഞി റങ്ങും. നിങ്ങളുടെ കുടുംബാംഗങ്ങളെപ്പോലും അവര്‍ വെറുതെ വിടില്ല." ആലം വിശദമാക്കി.

"നിങ്ങള്‍ പറഞ്ഞത് ശരിയാണ്. ഇവിടെ എനിക്ക് ശാന്തമായി ജോലി ചെയ്യാം. ഭക്ഷണം വളരെ നല്ലത്. കുറ്റവാളികള്‍ക്ക് പതിവായി ഇത്ര രുചികരമായ ഭക്ഷണമാണോ നിങ്ങള്‍ വിളമ്പുന്നത്?"

മൃഗാംഗമൗലിക്ക് ചിരിക്കാതിരിക്കാനായില്ല.

"അല്ലല്ല. ഇതു താങ്കള്‍ക്കു വേണ്ടി മാത്രം പ്രത്യേകം തയാറാക്കി യതാണ്."

"ക്രിമിനൽ കുറ്റം ചെയ്തു തടവിലാക്കപ്പെട്ടതു പോലെയല്ലല്ലോ താങ്ക ളിവിടെ കഴിയുന്നത്? ഇവിടെ താങ്കൾ ഞങ്ങളുടെ അതിഥിയാണ്. ഏതെ ങ്കിലും രഹസ്യം ഇതിനകം താങ്കൾക്കു കണ്ടത്താൻ കഴിഞ്ഞോ? ഡൽ ഹിയിൽ നിന്നു വന്ന വിദഗ്ധർക്ക് ഇതുവരെ കാര്യമായ ഒരു നേട്ടവും ഉണ്ടാക്കാൻ കഴിഞ്ഞിട്ടില്ല." ആലം പറഞ്ഞു.

"എനിക്കൊരു ക്ലൂ കിട്ടിയിട്ടുണ്ട്. താമസിയാതെ രഹസ്യം മുഴുവൻ ചുരുളഴിക്കാൻ കഴിയുമെന്നാണ് എന്റെ പ്രതീക്ഷ." കാക്കാബാബു അവർക്ക് ഉറപ്പുകൊടുത്തു.

"രാജേട്ടാ, ഞങ്ങളാ ഡിസ്ക്ലാബിൽ പരിശോധിച്ചു. അത് ആർ ഡി എക്സ് ആയിരുന്നില്ല. ഏതാണ്ട് അതുപോലോന്ന്. വളരെ ശക്ത മായ സ്ഫോടക വസ്തുവായിരുന്നു. അതുകൊണ്ട് പത്തു പന്ത്രണ്ടു പേരെ നശിപ്പിക്കാൻ കഴിയുമായിരുന്നു" മൃഗാംഗമൗലി പറഞ്ഞു.

"റൈറ്റേഴ്സ് ബിൽഡിങ്ങിലെ നമ്മുടെ ചേംബറിൻ ഇതും മുതു കത്തുകെട്ടി വച്ചുകൊണ്ട് എത്രനേരമാണ് താങ്കൾ ഇരുന്നത്? നമ്മളോട് ഒരു വാക്കു പോലും പറയാതെ ഇത്രയും ചങ്കുറപ്പ് താങ്കൾക്ക് എവിടെ നിന്നും കിട്ടി?" ആലം ആമ്പരപ്പോടെ ചോദിച്ചു.

"ഞാനതു നിങ്ങളോടു പറഞ്ഞിട്ട് പ്രത്യേകിച്ചൊരു കാര്യവുമുണ്ടാ യിരുന്നില്ല. നിങ്ങളതു പ്രവർത്തനരഹിതമാക്കാൻ ശ്രമിച്ചിരുന്നെങ്കിൽ അവരതു തകർത്തേനെ. അങ്ങനെയാണെങ്കിൽ നിങ്ങളെ ആരാലും ര ക്ഷിക്കാനും കഴിയുമായിരുന്നില്ല. അവർ എനിക്കനുവദിച്ചിരുന്നത് കേവലം അരമണിക്കൂറായിരുന്നു." കാക്കാബാബു വിശദീകരിച്ചു.

"എന്റെ സംശയമതല്ല. ഒരു റിമോട്ട് കൺട്രോൾ സങ്കേതം ഇത്ര ദൂരെ നിന്ന് എങ്ങനെ പ്രവർത്തിപ്പിക്കാനാകും?" മൃഗാംഗമൗലി ചോദിച്ചു.

"അതെനിക്കറിയില്ല. അവർ പറഞ്ഞത് പ്രവർത്തിക്കുമെന്നാണ്. എന്നുവച്ച് എനിക്കു ഭാഗ്യ പരീക്ഷണം നടത്താൻ കഴിയുമായിരുന്നോ? അഥവാ അവർ പറഞ്ഞതു പോലെ സംഭവിച്ചാൽ എന്തായിരിക്കും ഫലം? അസാധ്യമെല്ലാം സാധ്യമാകുന്നതാണ് ശാസ്ത്രത്തിന്റെ വളർച്ച!" കാക്കാ ബാബു പറഞ്ഞു.

"പക്ഷേ, നിങ്ങൾ എന്തിന് വെള്ളത്തിലേക്കെടുത്തു ചാടി? വെള്ള ത്തിലും അതുപൊട്ടിത്തെറിക്കാമായിരുന്നല്ലോ?" ആലം ചോദിച്ചു.

"വെള്ളത്തിനടിയിലാകുമ്പോൾ ഞാൻ മാത്രമല്ലേ മരിക്കൂ. മറ്റുള്ള വർക്കൊന്നും കുഴപ്പം വരികയില്ലല്ലോ. കൊല്ലുമെന്ന് അവരെന്നെ ഭീഷ ണിപ്പെടുത്തിയിരുന്നു. എന്നാലും സ്വന്തം ജീവൻ രക്ഷിക്കാൻ വേണ്ടി രഹസ്യങ്ങളുടെ വിലപ്പെട്ട ഈ കലവറ എങ്ങിനെയെനിക്ക് അവരുടെ കൈകളിലെത്തിക്കാനാകും? ബോംബ് വെള്ളത്തിനടിയിൽവച്ച് പൊട്ടി ത്തെറിക്കില്ലെന്ന് എങ്ങനെയോ എനിക്കു തോന്നുകയും ചെയ്തു. രാജ വെമ്പാലയ്ക്ക് വെള്ളത്തിനെ ഭയമാണ്. അതു ഞാൻ ശ്രദ്ധിച്ചിരുന്നു. എന്റെ ഊഹം ശരിയുമായിരുന്നു. വെള്ളത്തിനടിയിൽ വച്ച് പ്രവർത്തി പ്പിച്ചപ്പോൾ ഒന്നും സംഭവിച്ചില്ല" കാക്കാബാബു വിശദീകരിച്ചു.

"രാജേട്ടാ, നിങ്ങൾ അസാധ്യമായയൊരു നേട്ടമാണ് കൈവരിച്ചത്.

പക്ഷേ, ഒരിക്കൽപ്പോലും അങ്ങേക്കു ഭയം തോന്നിയില്ലേ?" മൃഗാംഗ മൗലി
ചോദിച്ചു.

"ഭയമോ. ഭയമൊക്കെ ലേശം തോന്നാതിരുന്നില്ല. എന്റെ വിധിയുടെ
അങ്ങേ അറ്റം വരെ എത്തിക്കഴിഞ്ഞെന്നു തോന്നി. അതുകൊണ്ടു തന്നെ
മരണത്തെ മുഖത്തോടു മുഖം കാണാൻ ഞാനൊരുക്കമായിരുന്നു. ലോക
ത്തെമ്പാടും ഇത്തരം എത്രയോ മനുഷ്യബോംബുകളെപ്പറ്റി നാം
നിത്യേന കേൾക്കുന്നു!"

"രാജ്യത്തെമ്പാടും സ്ഫോടനങ്ങളുടെ ഒരു പരമ്പരയ്ക്കു തന്നെ
തിരികൊളുത്താൻ ഏതോ വിദേശശക്തി ശ്രമിച്ചു കൊണ്ടിരിക്കുന്നുവെന്ന
റിപ്പോർട്ട് ഇതാ ഇപ്പോൾ ഡൽഹിയിൽ നിന്നും എത്തിയതേയുള്ളൂ. ദശ
ലക്ഷക്കണക്കിനു ജനങ്ങളുടെ മരണത്തിനു ഹേതുവാകത്തക്കവിധം
വിമാനത്താവളങ്ങളും പാലങ്ങളുമൊക്കെ പരസ്പരബന്ധിതമായി തകർ
ക്കുകയാണ് പദ്ധതി. വേണ്ട വിവരങ്ങൾ ലഭ്യമായില്ലെങ്കിൽ നമുക്കതു
തടയാനാവുകയില്ല" ആലം പറഞ്ഞു.

"ഇലക്ട്രോണിക് നോട്ടുബുക്കിലെ മാരകമായ വാക്കുകൾ ഏതാണ്
ആ ദിശയിലേക്കാണ് സൂചനകൾ നൽകിത്തുടങ്ങിയിരിക്കുന്നത്." കാക്കാ
ബാബു പറഞ്ഞു.

"താങ്കൾ എത്രമാത്രം ഇക്കാര്യത്തിൽ മുന്നോട്ടു പോയി?" മൃഗാംഗ
മൗലി ചോദിച്ചു. "കുറച്ചധികം പരീക്ഷണങ്ങൾ ഞാൻ നടത്തിക്കഴിഞ്ഞെ
ന്നു തോന്നുന്നു. അതു ഞാൻ വിശദമാക്കിത്തരാം. നോക്കൂ ZHQONQS
എന്ന്. എഴുതിയാൽ പ്രത്യക്ഷത്തിൽ അർഥമൊന്നുമില്ല. എന്നാൽ ഈ
ഓരോ അക്ഷരങ്ങൾക്കും പകരം അടുത്ത അക്ഷരമാണ് നാം എടുക്കു
ന്നതെങ്കിലോ? എന്തായിരിക്കും നമുക്കു കിട്ടുക? Z അവസാനത്തെ
അക്ഷരം അതു കഴിഞ്ഞാൽ വീണ്ടും A ശരിയല്ലേ? H നു ശേഷം I,Q
കഴിഞ്ഞാൽ R, അങ്ങനെ നോക്കുമ്പോൾ AIRPORT എന്നാണ് മുകളിൽ
സൂചിപ്പിച്ച അക്ഷരക്കൂട്ടങ്ങളുടെ അർഥം അതിനുശേഷം AZFCNFQZ
എന്നുണ്ട്. നാം നേരത്തേ മനസിലാക്കിയ രീതിയിലാണെങ്കിൽ BAGDOGRA
എന്നാണ് വരിക. തീയതികളും അക്കങ്ങളില്ല അക്ഷരങ്ങളിലാണ്
കൊടുത്തിട്ടുള്ളത്. അവർ ബാഗ്ദോഗ്ര എയർപോർട്ട്, 24-ാം തീയതി
തകർക്കാനാണ് പ്ലാനിട്ടിരിക്കുന്നത്. ഇനി വെറും നാലു ദിവസങ്ങൾ മാത്ര
മാണ് അവശേഷിക്കുന്നത്. അഞ്ച് വ്യക്തികളുടെ പേരും ഇതിലുണ്ട്."

"അപ്പോൾ ഈ രീതിയിൽ ധാരാളം കാര്യങ്ങൾ ഇതിൽ രേഖപ്പെടു
ത്തിയുട്ടുണ്ടെന്നർഥം!" ആലം പറഞ്ഞു.

"പക്ഷേ, എല്ലാം ഇതേ കോഡിലല്ല രേഖപ്പെടുത്തിയിട്ടുള്ളത്.
അതിനു സമയം പിടിക്കും മൃഗാംഗ ഒരു കാര്യം ചെയ്യൂ. പെട്ടെന്ന് ഒരു
പത്രസമ്മേളനം വിളിച്ചു കൂട്ടി. ഈ നോട്ടുബുക്കിലെ എല്ലാ കോഡു
കളും വായിച്ചു മനസിലാക്കി കഴിഞ്ഞു എന്ന് പ്രഖ്യാപിക്കുക. എല്ലാ
പേരുകളും സ്ഥലങ്ങളും തീയതികളും നമ്മൾ മനസിലാക്കി എന്ന്
വ്യക്തമായി അറിയിക്കണം എനിക്കുറപ്പുണ്ട് ഇത് അറിഞ്ഞു കഴിഞ്ഞാൽ

അവർ അവരുടെ എല്ല പദ്ധതികളും റദ്ദാക്കും." കാക്കാബാബു ഉപദേ
ശിച്ചു.

"ഈ നിമിഷം തന്നെ നമ്മുടെ സേന ബാഗ്ദോഗ്ര വിമാനത്താവളം
വളയണം." ആലം പറഞ്ഞു.

"സിലിഗുരിയിലാണ് ആ അഞ്ചു പേരും ഒളിവിലിരിക്കുന്നതെന്നാണ്
എന്റെ ബലമായ വിശ്വാസം. കഴിവതു വേഗം അവരെ അറസ്റ്റുചെയ്യണം."
കാക്കാബാബു പറഞ്ഞു.

"വിമാനത്താവളങ്ങൾ തകർക്കാനും അവർക്കു പദ്ധതിയുണ്ടെ
ന്നാണോ? അവർ അത്ര പ്രബലരാണോ? അങ്ങിനെയാണെങ്കിൽ രാജ്യേട്ടാ.
രാജവെമ്പാല മനുഷ്യ ബോംബുകളെയാണ് ഉപയോഗിക്കുന്നതെങ്കിൽ
എന്തു ചെയ്യാൻ കഴിയും? നമുക്കതു കണ്ടുപിടിക്കാൻ കഴിയില്ല." മൃഗാം
ഗമൗലി വേവലാതിപ്പെട്ടു.

"നിങ്ങൾ പറഞ്ഞതു ശരിയാണ്. ആദ്യമായി രാജവെമ്പാലയുടെ
താവളം കണ്ടെത്തുക എന്നതാണ് പ്രധാനം." കാക്കാബാബു പറഞ്ഞു.

"താങ്കളെ തടവിലാക്കിവച്ചിരുന്ന ആ സ്ഥലം തിരിച്ചറിയാൻ കഴി
യുമോ?" മൃഗാംഗമൗലി ചോദിച്ചു.

"ഇല്ല. അവിടെയെത്തുമ്പോൾ എനിക്കു ബോധമുണ്ടായിരുന്നില്ല.
കൊൽക്കത്തയിലേക്കു കൊണ്ടുവരുമ്പോൾ എന്റെ കണ്ണുകൾ കെട്ടിയി
രുക്കുകയുമായിരുന്നു. പക്ഷേ, ഒരു കാര്യം നിങ്ങളോടു ഞാൻ പറയുന്നു.
അതായത് ഒരു കാറിൽ റൈറ്റേഴ്സ് ബിൽഡിങ്ങിൽ എന്നെ എത്തിക്കാൻ
ഏതാണ്ടു നാലു മണിക്കൂർ എടുത്തു. കാർ സാവധാനത്തിലാണ് ഓടിച്ചി
രുന്നത്. കാരണം എന്നെ ബമ്പിലൊന്നും വീഴാതെ നോക്കണമായിരുന്നു.
അതുകൊണ്ട് ഇവിടെ നിന്നും മൂന്നരമണിക്കൂറിന്റെ ദൂരം ആ സ്ഥലത്തേ
ക്കുണ്ടെന്നു ന്യായമായി നമുക്ക് ഊഹിക്കാം" കാക്കാബാബു പറഞ്ഞു.

"പക്ഷേ, ഏതു ദിശ? മുൻഷിബാദ് ബഹരംപൂർ ലൈനിലാണോ?
ദുർഗാപൂരിലോ അസൻസോളിലോ വേണമെങ്കിലും നാലു മണിക്കൂർ
കൊണ്ട് നമുക്കെത്താം. ഏതുവഴിയാണ് നമ്മൾ നോക്കേണ്ടത്?" മൃഗാം
ഗമൗലി ചോദിച്ചു.

"എല്ലാവഴിയും നോക്കേണ്ടി വരും. പക്ഷേ എനിക്കു തോന്നുന്നത്
അതു ബർധമാനിനും ദുർഗാപൂറിനും ഇടയിലായിരിക്കുമെന്നാണ്."
കാക്കാബാബു പറഞ്ഞു.

"അതുതാങ്കൾക്കെങ്ങിനെ മനസിലായി?"

കണ്ണുകൾ കെട്ടിയിരുന്നെന്നാണല്ലോ താങ്കൾ പറഞ്ഞത്?" മൃഗാം
ഗമൗലി അൽപ്പം സംശയത്തോടെ ചോദിച്ചു.

"എങ്ങനെയെന്നു ഞാൻ പറഞ്ഞാൽ നിങ്ങൾ ഒരു പക്ഷേ ചിരിക്കും.
ചെറിയ സൂചനകൾ വലിയ കണ്ടെത്തലുകളിലേക്കു നയിക്കുമെന്നുകേ
ട്ടിട്ടില്ലേ? എന്നെ ഇവിടെയെത്തിച്ചവർ കാർ ഒരു സ്ഥലത്തു നിർത്തി കുറച്ച്
ജിലേബികൾ വാങ്ങിച്ചിരുന്നു."കാക്കാബാബു പറഞ്ഞു.

"അവരാസ്ഥലം ഏതെന്നു സൂചിപ്പിച്ചില്ലേ?" ആകാംക്ഷയോടെ
അൽപ്പം ചോദിച്ചു.

"ഇല്ല. പക്ഷേ അതിലൊന്ന് അവർ എനിക്കു തിന്നാൽ തന്നു. അതിന്റെ രുചി ഞാനോർത്തു. അത് ല്യാഗ്ച ജിലേബിയാണെന്ന് എനിക്കു തോന്നി. ല്യാഗിചയ്ക്കുപേരു കേട്ട സ്ഥലമേതാണ്?" കാക്കാ ബാബു ചോദിച്ചു.

"ശക്തിഗാർ"! മൃഗാംഗമൗലി ആശ്ചര്യപൂർവം പറഞ്ഞു.

"കാറിൽ പോകുന്നവർ മിക്കവാറും ശക്തിഗാറിൽ നിർത്തി ല്യാഗ്ച വാങ്ങാറുണ്ട്. ഇല്ലേ?" കാക്കാബാബുചോദിച്ചു.

"അത് ശക്തിഗാർ ല്യാംഗ്ചയായിരുന്നെന്ന് നിങ്ങൾക്കെങ്ങിനെ അറി യാൻ കഴിഞ്ഞു? താങ്കളുടെ കണ്ണുകൾ മറച്ചിരിക്കുകയായിരുന്നല്ലോ? രുചി കൊണ്ടു മാത്രമാണോ മനസിലാക്കിയത്?" അവിശ്വസനീയതയോടെ ആലം ചോദിച്ചു.

"മിക്ക മധുരപലഹാരങ്ങളുടെ രുചിയും എനിക്കു മനസിലാകും. അതിന്റെ ഉത്ഭവസ്ഥാനം പറഞ്ഞു തരാനും കഴിയും. ഒന്നു രണ്ട് പ്രാവ ശ്യം തെറ്റിപ്പോയിട്ടുണ്ടങ്കിലും ഇക്കാര്യത്തിൽ എനിക്ക് ആത്മവിശ്വാസ മുണ്ട്. ഏതായാലും ബർദ്ധമാൻ ഏരിയയിൽ ഇപ്പോൾ നമുക്കു ശ്രദ്ധ കേന്ദ്രീകരിക്കാം.

"ഓർക്കുക ഇപ്പോൾ നമ്മുടെ കൈയിൽ ഒരു അജണ്ടയുണ്ട്. ആദ്യം ടെലിവിഷൻ ചാനലുകളിലൂടെ എല്ലാ രഹസ്യകോഡുകളും മനസിലാ ക്കിയെന്നും വിദേശ ഗൂഢാലോചന വെളിച്ചത്തായെന്നും അറിയിക്കണം. രണ്ടാമത് രാജവെമ്പാലയുടെ ഒളിത്താവളം കണ്ടെത്തുകയും. ഇനി കൂടു തൽ നാശങ്ങൾ ഉണ്ടാകുന്നതു തടയുകയും വേണം."കാക്കാബാബു പറഞ്ഞു

"പത്രങ്ങളേയും ടെലിവിഷൻ ചാനലുകളേയും ഇപ്പോൾത്തന്നെ ഞാൻ അറിയിക്കാം."മൃഗാംഗമൗലി സമ്മതിച്ചു.

"എന്നെ കൊൽക്കത്തയിലേക്കു കൊണ്ടുവന്ന കാർ നിങ്ങൾക്കു പിടിച്ചു നിർത്താൻ കഴിഞ്ഞോ?" കാക്കാബാബു ചോദിച്ചു.

"ഇല്ല. അതു നമുക്കു പറ്റിയില്ല. നിർത്താതെ രണ്ടുപേർ വെടിയു തിർക്കുകയായിരുന്നു. കാർ മിന്നലുപോലെയാണ് പാഞ്ഞത്. ഒരു കാൽ നടക്കാരനെ ഇടിച്ചിടുകയും ചെയ്തു. പക്ഷേ, അതിലുണ്ടായിരുന്ന ഒരു പട്ടിയെ കൊണ്ടു പോകാനവർക്ക് സമയം കിട്ടിയില്ല." ആലം പറഞ്ഞു.

കാക്കാബാബു പെട്ടെന്ന് ഉത്സാഹഭരിതനായി.

"ഒരുപട്ടിയോ? സാമാന്യം വലിപ്പമുള്ള ഒന്ന്?

"അതേ ഒരു ഡോബർമാൻ. ഒരുഗ്രൻ നായ. അവന്റെ കുര കേട്ടാൽ മാത്രം മതി നിങ്ങൾ മരവിച്ചു പോകും" ആലം പറഞ്ഞു.

"അത് ടോബിയായിരിക്കും. ടോബി രാജവെമ്പാലയുടെ ഓമന. ആ നായ നമ്മെ അവന്റെ യജമാനന്റെ അരികിലെത്തിച്ചു തരും." കാക്കാ ബാബു പറഞ്ഞു.

"പത്തിരുന്നൂറ് മൈലകലെയുള്ള ഒരു വീട് പട്ടിയെങ്ങനെ കണ്ടുപി ടിക്കാനാണ്? അതു തികച്ചും അസാധ്യം." ആലംപറഞ്ഞു.

"എന്തു കൊണ്ട് നമുക്ക് ശക്തിഗാർ വരെ കാറിൽ പോയിക്കൂട?"
കാക്കാ ബാബു ചോദിച്ചു.

അടുത്ത അരമണിക്കൂറിനകം എല്ലാം തയാറായി.

പ്രസ് കോൺഫറൻസും മറ്റുമായി മൃഗാംഗമൗലി അവിടെത്തന്നെ
തങ്ങി. ആലം ഒരു സ്റ്റേഷൻ ജീപ്പിൽ. ബോബിയെയും ഒപ്പം കൂട്ടി. ഒരു
കാർ നിറയെ പൊലീസുകാർ അവരെ അനുഗമിച്ചു."

ടോബി കണ്ണിൽ കണ്ടവരെയൊക്കെ കടിക്കാൻ ശ്രമിച്ചുകൊ
ണ്ടിരുന്നു. എന്നാൽ കാക്കാബാബുവിനോടു മാത്രം ഇണക്കം കാണിച്ചു.
കാക്കാബാബു അവന്റെ തലയിൽ ചെറുതായൊന്നു തലോടിയാൽ ഉടൻ
ശാന്തനാകും.

"പരിചയമുള്ള ആരോ ആണ് ഞാനെന്ന് അവൻ കരുതുന്നു. മാത്ര
മല്ല പട്ടികൾ ഒരിക്കലും എന്നെ കടിക്കുകയില്ല. ഞാൻ അവരെ അത്ര
യ്ക്കിഷ്ടപ്പെടുന്ന ഒരാളെന്നാണ് അവർ കരുതുന്നത്." കാക്കാബാബു
പറഞ്ഞു.

"എനിക്കും പട്ടികളെ ഇഷ്ടമാണ്. പക്ഷേ, ചെറിയ പട്ടികളെ മാത്രം"
ഇമ്മാതിരി വലിയസൈസുകളെ എനിയ്ക്കു ഭയമാണ്." ആലം പറഞ്ഞു.

"എനിക്കു കാവലായി വിട്ട പട്ടിയെത്തന്നെ അതിന്റെ യജമാനനെ
പിടിക്കാനുള്ള ഉപകരണമായി മാറ്റിയ കാര്യം ആലോചിക്കുമ്പോൾ ഒരു
വലിയ തമാശയായി തോന്നുന്നു."കാക്കാബാബു പറഞ്ഞു.

ശക്തിഗാറിലെത്തിയപ്പോൾ സന്ധ്യ കഴിഞ്ഞിരുന്നു.

ടോബിയോടൊപ്പം കാക്കാബാബു കാറിൽ നിന്നു പുറത്തിറങ്ങി. തറ
യിൽ കാൽകുത്തിയ മാത്രയിൽ തന്നെ ടോബി ഭീകരമായി കുരയ്ക്കാനും
ചങ്ങല പൊട്ടിച്ച് ഓടാനും ശ്രമിച്ചു.

"ശക്തിഗാറിനെ സംബന്ധിച്ചെങ്കിലും നമ്മളുടെ ഊഹം ഏറെക്കുറെ
ശരിയാണെന്ന് ഇതിൽ നിന്നു വ്യക്തമാണ്."കാക്കാബാബു പറഞ്ഞു.

അദ്ദേഹം ടോബിയുടെ ചങ്ങല അയച്ചുവിടുകയും അത് ഓടാൻ
തുടങ്ങുകയും ചെയ്തു.

കാക്കാബാബു കാറിനകത്തു കയറിയിട്ടു പറഞ്ഞു.

"വേഗം. അവനെ പിൻതുടരുക അവൻ എവിടെപ്പോകുന്നെന്നു
നമുക്കു നോക്കാം."

ടോബി ജി ടി റോഡിൽ കൂടി നേരെ ഓടാൻ തുടങ്ങി.

"നോക്കൂ ആലം. ടോബി നിൽക്കുന്നേയില്ല. അതിനർഥം അവന്
വഴി നല്ല നിശ്ചയമുണ്ടെന്നാണ്. ഇതവനു പരിചയമുള്ള പ്രദേശം തന്നെ
യാണ്." കാക്കാബാബു പറഞ്ഞു.

"എത്ര അവിശ്വസനീയമായ ഘ്രാണശക്തി.!"ആലം ആരാധനാ
പൂർവം അത്ഭുതം കൂറി.

"ചില കാര്യങ്ങൾ അവരെപ്പോലെ ഭംഗിയായി മനുഷ്യർക്കു പോലും
ചെയ്യാനാവില്ല. ഉദാഹരണത്തിന് വിശ്വസ്തതയുടെ കാര്യം തന്നെ
എടുക്കൂ. മനുഷ്യൻ രാജ്യദ്രോഹിയാകും. പക്ഷേ, നായ്ക്കൾ ഒരിക്കലും
അങ്ങനെയാകില്ല."

"അവന്റെ യജമാനനെ കാണുംവരെ ടോബി വിശ്രമിക്കുകയില്ല. വേണമെങ്കിൽ എഴുതിവച്ചോളൂ" കാക്കാബാബു വെല്ലുവിളിച്ചു.

ബർധമാൻ എന്ന സ്ഥലത്തിനു സമീപമെത്തിയപ്പോൾ ടോബി ടൗണിൽ നിന്നും വഴിതിരിഞ്ഞു. നഗരത്തിൽ നിന്നു വേർതിരിഞ്ഞു കിടക്കുന്ന മറ്റൊരു പാതയിലൂടെ ടോബി ഓട്ടം തുടർന്നു.

"ഒരു പട്ടി എത്ര ദൂരം വരെ ഓടും?" ആലം ചോദിച്ചു.

"മിനിമം രണ്ടുമണിക്കൂർ നിർത്താതെ ഓടും" കാക്കാബാബു പറഞ്ഞു.

ഹൈവേവിട്ട് ഒരിട റോഡിലേക്കു തിരിയുന്ന വഴിയിലൂടെ ടോബി ഓടി. സുരക്ഷിതമായ ദൂരം വിട്ട് രണ്ടു കാറുകൾ അവനെ പിന്തുടർന്നു.

പടിഞ്ഞാറേ ആകാശം അരുണാഭമായി. സൂര്യൻ അസ്തമിക്കുകയായിരുന്നു.

പെട്ടെന്ന് ദൂരെ നിന്നും സ്ഫോടനങ്ങളുടെ ഒച്ച അവരുടെ കാതിലെത്തി. തുടർന്ന് പല ശബ്ദങ്ങളിലുള്ള ആർത്ത നാദങ്ങളും. ഒരു കൂട്ടം മരങ്ങൾ വഴി തടഞ്ഞു. അതിനപ്പുറം ഒരു ചുവന്ന മിന്നൽ ജ്വാല ആകാശത്തിൽ തിളങ്ങി.

അവരൽപ്പം കൂടി മുന്നോട്ടു പോയപ്പോൾ ആദ്യ ജ്വാലകൾ ദൃഷ്ടിപഥത്തിലെത്തി.

തുറസ്സായൊരു സ്ഥലത്ത് ഭീമാകരമായ ഒരു കെട്ടിടം. അതിന്റെ ഓരോ ഇഞ്ചിലും തീ പടരുകയായിരുന്നു.

അത് യാദൃശ്ചികമായൊരപകടത്തെത്തുടർന്നുള്ള ജ്വാലകളായിരുന്നില്ലെന്നതു വ്യക്തം. ആരോ വളരെ പാടുപെട്ട് വീടിനു തീകൊടുത്തതാണ്. മാത്രമല്ല തീയണയ്ക്കാൻ ആരും താൽപ്പര്യംകാണിക്കുന്നില്ലെന്നതും ശ്രദ്ധേയമായിരുന്നു.

"ഇതാണ് രാജവെമ്പാലയുടെ താവളം. തെളിവുകളെല്ലാം നശിപ്പിക്കാൻ അവർതന്നെ തീ വച്ചതാണ്." കാക്കാബാബു പറഞ്ഞു.

ആലം "അയ്യോ" എന്നു നിലവിളിച്ചു പോയി. ടോബി ഒരു സ്ഥലത്തു തറഞ്ഞു നിന്ന് തലയുയർത്തിപ്പിടിച്ചു കുരയ്ക്കാൻ തുടങ്ങി.

"ഇനിയൊരിക്കലും രാജവെമ്പാലയെ പിടികൂടാമെന്ന് നമുക്കു പ്രതീക്ഷിക്കാമോ?" ആശയറ്റവനെപ്പോലെ ആലം ചോദിച്ചു.

"വേഷപ്രച്ഛന്നതയുടെ ആശാനാണയാൾ" കാക്കാബാബു ആലത്തിനെ ഓർമിപ്പിച്ചു.

അയൽ ഗ്രാമങ്ങളിലെ ആൾക്കാർ തീ കാണാൻ അങ്ങോട്ടേക്ക് ഓടി വരുന്നുണ്ടായിരുന്നു.

ഒരു മോട്ടോർ ബൈക്കിന്റെ ഇരമ്പൽ കേട്ട് കാക്കാബാബു തിരിഞ്ഞു നോക്കി.

അതോടിക്കുന്നത് ഗഗൻ സാഹയാണ്. പിന്നിലിരിക്കുന്നുണ്ട് ശാന്തു!

ശാന്തു ചാടിയിറങ്ങി കാക്കാബാബുവിനരികിലേക്ക് ഓടിച്ചെന്നു.

കാക്കാബാബു രണ്ടുപേരെയും കണ്ട് അന്തം വിട്ടു.

"ഇപ്പോൾ നിങ്ങൾ രണ്ടുപേരും കൂടി എങ്ങിനെയാണ്......?"

"ഞങ്ങൾ താങ്കളെ നോക്കി വന്നതാണ്." ശാന്തു പറഞ്ഞു.

"ഈ സ്ഥലത്തെപ്പറ്റി നിങ്ങൾക്ക് എങ്ങിനെ. അറിയാൻ കഴിഞ്ഞു.?" കാക്കാബാബു ചോദിച്ചു.

"ഇതാണ് രാജവെമ്പാലയുടെ താവളമെന്ന് അങ്ങേക്കറിയില്ലേ? ഗഗൻ ചേട്ടനാണ് എനിക്കീ വഴി കാണിച്ചു തന്നത്. കാക്കാബാബു, ഞങ്ങൾ സുകോമളിനെ മോചിപ്പിച്ചു കൂടെ മറ്റു മൂന്നു പേരും കൂടിയാണ്ടായിരുന്നു. ഗഗൻ ചേട്ടൻ വളരെ വലിയ സഹായമാണു ചെയ്തത്.

ഗഗൻ അവർക്കരികിൽചെന്ന് ഒച്ചയില്ലാതെ പറഞ്ഞു.

"കാക്കാബാബു എന്റെ ദുഷ്ചെയ്തികൾക്ക് ഒരു പ്രായശ്ചിത്തവു മില്ലെന്നറിയാം. പ്രത്യേകിച്ച് താങ്കളുമായി ബന്ധപ്പെട്ട ഒന്നിന്.

"അതൊക്കെ പിന്നെപ്പറയാം. നമ്മുടെ കിളി അതിന്റെ കൂട്ടിൽ നിന്നു പറന്നു പൊയ്ക്കളഞ്ഞെന്നാണു തോന്നുന്നത്." കാക്കാബാബു അക്ഷ മയോടെ പറഞ്ഞു.

തീജ്ജ്വാലകളുടെ ചൂട് അവരെ ഇത്ര ദൂരത്തുനിന്നുപോലും ചുട്ടു പൊള്ളിച്ചു.

നമ്മുടെ വഴിയിൽക്കൂടി മറ്റൊരു കാറും കടന്നു പോകരുത്. ഈ വീട്ടിനപ്പുറത്തു കൂടി അങ്ങനെ പോകുന്നതുകണ്ടാൽ ഉടൻ തന്നെ നമ്മൾ റെഡിയാവുക." ആലം പറഞ്ഞു.

സർ എനിക്ക് ഈ സ്ഥലം നന്നായറിയാം. ഇവിടം കഴിഞ്ഞാൽ പിന്നെ മെറ്റൽ റോഡുകളില്ല. നാട്ടുവഴികളേയുള്ളൂ.

"അവൻ ഒരുപക്ഷേ, ആ വഴികളിലൂടെ ഒളിച്ചു കടക്കാനായിരിക്കും ശ്രമിക്കുക. അല്ലെങ്കിൽ അവൻ ഇവിടത്തന്നെ കാണും. ഈ ഗ്രാമീണ രുടെ ഇടയിൽ അവരിലൊരാളായി. അവൻ നന്നായി ബംഗാളി സംസാ രിക്കും. ഒരുപക്ഷേ, ബംഗാളി വംശജനുമായിരിക്കാം. എന്നെ തെറ്റിദ്ധരി പ്പിക്കാൻ ഉച്ചാരണ വൈകല്യത്തോടെ സംസാരിച്ചതാകാനും മതി. എന്നാൽ ഇവിടം വിട്ട് അവനെ തിരയാൻ പോകുന്നതിനു മുമ്പ്, ഞാൻ ടോബിയെവെച്ച് ഒരു പരീക്ഷണം നടത്തി നോക്കട്ടെ" കാക്കാബാബു പറഞ്ഞു.

കത്തുന്ന പുരയിലേക്കോ അതിനു സമീപത്തേക്കോ കൂടി ടോബി പോയില്ല. അവൻ ദൂരെ മാറിനിന്നാണ് കുരച്ചുകൊണ്ടിരുന്നത്.

കാക്കാബാബു ഊന്നു വടികളിലൊന്നുപേക്ഷിച്ചിട്ട് ഞൊണ്ടിച്ചെന്ന് അതിന്റെ ചങ്ങല കൈയിലെടുത്തു. എന്നിട്ടതിനെ മുന്നോട്ടേക്കു നട ത്തിച്ചു.

ഗ്രാമീണർ തീ കാണാൻകൂട്ടം കൂടി നിൽക്കുകയായിരുന്നു. പക്ഷേ, എട്ടുപത്തു പുരുഷന്മാരും സ്ത്രീകളും തീയാളിപ്പടരുന്ന കെട്ടിടത്തിൽ നിന്നു വിട്ടിമാറി വേറിട്ടൊരിടത്ത് കൂട്ടം കൂടി നിൽക്കുന്നുണ്ട്. അവർ ധരി ച്ചിരുന്ന വസ്ത്രങ്ങൾ സാധാരണക്കാരുടേതുപോലെ തന്നെ. എന്നാൽ അവരുടെ രീതികൾ സമീപസ്ഥരായ നാട്ടുകാരിൽ നിന്ന് ഏറെ വ്യത്യ സ്ഥമായിരുന്നു.

മരണക്കെണി
സുനിൽ ഗംഗോപാധ്യായ

കാക്കാബാബു അവർക്കരികിലേക്കു നടന്നുകൊണ്ട് ആലമിനോടും അദ്ദേഹത്തിന്റെ ആൾക്കാരോടും പറഞ്ഞു.

"എന്റെ പിന്നാലെ വരൂ. കുറച്ചു ദൂരം ചെന്നപ്പോൾ പെട്ടന്നദ്ദേഹം നിന്നു. എന്നിട്ട് ടോബിയുടെ പുറത്തു തട്ടിപ്പറഞ്ഞു.

"പോ ടോബി. നിന്റെ യമാനന്റെ അടുത്തേക്കു പോകൂ."

കാക്കാബാബു ചങ്ങല അയച്ചു വിട്ടപ്പോൾ ടോബി മുന്നോട്ടു കുതിച്ചു. അവൻ ഓടി ആ കൂട്ടത്തിൽ നടുക്കുനിന്ന ഒരു സ്ത്രീയുടെ സമീപത്തുചെന്ന് അവന്റെ തല അവളുടെ മുട്ടുകളിലുരുമ്മാൻ തുടങ്ങി. അവസാനം അവളുടെ കാൽക്കൽ ചുരുണ്ടുകൂടിക്കിടന്ന് കരയും പോലെ ശബ്ദം പുറപ്പെടുവിച്ചു.

"ഒരു സ്ത്രീ. ഇവൾ രാജവെമ്പാലയുടെ ഭാര്യയോ അതോ അതുപോലെ മറ്റുവല്ലവരുമോ?" അത്ഭുതത്തോടെ ആലം ചോദിച്ചു.

"അവൾ ഭാര്യയാകാം മറ്റുവല്ലവരുമാകാം. എന്നാൽ ഒരു കാര്യം വ്യക്തമാണ്. അവൾക്ക് ഈ നായയുമായി വളരെ അടുപ്പമുണ്ട്. അല്ലെങ്കിൽ ടോബി അവളുടെ അടുത്തേക്കു തന്നെ പോകുമായിരുന്നില്ല. അവൾ കടന്നു കളയാതെ പിടിച്ചു നിർത്തണം. അവളുടെ കൈവശം നമുക്കാവശ്യമുള്ള ഒരു പാട് വിവരങ്ങളുണ്ടാകും" കാക്കാബാബു പറഞ്ഞു.

ആലം അദ്ദേഹത്തിന്റെ റിവോൾവർ അവളുടെ നേർക്കുചൂണ്ടിയിട്ടു പറഞ്ഞു.

"നിന്നെ അറസ്റ്റുചെയ്തിരിക്കുന്നു മുന്നോട്ടു വരിക."

"എനിക്കൊന്നുമറിഞ്ഞൂടാ. ഞാൻ തീ കാണാൻ വന്നതാണ്. ഈ പട്ടി എന്തിനാണിങ്ങിനെ വിചിത്രമായി പെരുമാറുന്നത്? എന്താണ് സംഭ വിച്ചതെന്ന് എനിയ്ക്കറിയില്ല." അവൾ വലിയ വായിലേ നിലവിളിക്കാൻ തുടങ്ങി.

"ഇവിടെ വാ, അല്ലെങ്കിൽ നിന്നെ ഞാൻ ഈ കൈവിലങ്ങണിയിക്കും നീ ഞങ്ങളോടൊപ്പം പൊലിസ്സ്റ്റേഷൻ വരെ വരണം. ആലം ആജ്ഞാപി ച്ചു.

പെട്ടെന്ന് ആ സ്ത്രീ അവളുടെ ശിരോവസ്ത്രങ്ങൾ എടുത്തു കള ഞ്ഞിട്ട് ഒരു പുരക്കൻ പുരുഷസ്വരത്തിൽ അലറി.

ദൂരെ മാറ്. എന്റെ അടുത്തു വരാൻ തുനിയരുത്. മാറുക. ഞാൻ നിങ്ങൾക്ക് മുന്നറിയിപ്പ് തരികയാണ്."

അതൊരു പുരുഷനായിരുന്നു. അയാൾ കാക്കാബാബുവിനെ നോക്കി പറഞ്ഞു.

"റോയ് ചൗധരീ, ഒരുത്തനും എന്നെ ജീവനോടെ പിടികൂടാൻ കഴി യില്ല. ഞാൻ പിടിതരുകയുമില്ല. അതിനുമുമ്പ് ഞാൻ സ്വയം മരിക്കും മാരകമായ ആർ ഡി എക്സ് ആണ് എന്റെ ശരീരത്തിൻ കെട്ടി വച്ചിട്ടു ള്ളത്. ആരെങ്കിലും എന്നെ തൊട്ടാൽ ആ നിമിഷം അവനോടൊപ്പം ഞാൻ കഷണങ്ങളായി പൊട്ടിച്ചിതറും കൂടെ നിങ്ങളും"

ഇതൊന്നും കേട്ട് കാക്കാബാബു മുന്നോട്ട് നീങ്ങാതിരുന്നില്ല.

"റോയ് ചൗധരീ, കഴിഞ്ഞ പ്രാവശ്യം നിങ്ങൾ ഭാഗ്യം കൊണ്ടു രക്ഷ

പ്പെട്ടു. പക്ഷേ, ഇപ്രാവശ്യം നിങ്ങളുടെ അന്ത്യമാണ്. എന്നെ പിടികൂ ടാൻ ശ്രമിച്ചാൽ നമ്മൾ രണ്ടുപേരും മരിക്കും. ഈ പൊലീസുകാരടക്കം എല്ലാറ്റിനേയും കത്തിച്ചു കളയാൻ തക്ക ശക്തിയുള്ളതായിരിക്കും സ്ഫോടനം."

"എനിക്കു നിന്നെ വിശ്വാസമില്ല. മറ്റുള്ളവരെ നിഷ്ഠുരമായി കൊന്നൊ ടുക്കുന്നവർ എപ്പോഴും സ്വന്തം ജീവനെ അമിതമായി സ്നേഹിക്കും. അവർ ജന്മനാ ഭീരുക്കളാണ്. ആർ ഡി എക്സ് സ്വന്തം ശരീരത്തിൽ വച്ചുകെട്ടുന്ന സാഹസമൊന്നും നീ കാട്ടുമെന്ന് ഞാൻ വിചാരിക്കുന്നില്ല." കാക്കാബാബു പറഞ്ഞു.

"ശരി അതു നിങ്ങളുടെ അഭിപ്രായം" രാജവെമ്പാല ചീറി.

"പിന്നെ നിങ്ങൾ എന്നെ പിടിയ്ക്കാൻ ശ്രമിക്കാത്തതെന്ത്? എന്റെ വഴിയിൽ നിന്നു മാറ്. ഞാനൊരു കാറിൽ കയറാൻ പോവുകയാണ്."

അപ്പോഴേക്ക് ഗഗൻ ഓടി അടുത്തുവന്നു. അയാൾ കാക്കാബാബു വിനെ മുന്നോട്ടു കാലെടുത്തു വയ്ക്കുന്നതിൽ നിന്നു തടഞ്ഞു.

"കാക്കാബാബു മാറി നിൽക്കൂ. ഈ പിശാചിനെ ഞാൻ പിടി കൂടാം. എനിയ്ക്ക് എന്തായാലും ചാകാൻ ഭയമില്ല."

അങ്ങ് ദയവായി കുറച്ചു ദൂരെ മാറി നിൽക്കണം."

ഗഗൻ പിന്നെ ആലമിന്റെ റിവോൾവർ ചോദിച്ചു. നേരേ രാജവെ മ്പാലയ്ക്കരുകിലേയ്ക്ക് നടക്കാനും തുടങ്ങി.

"നീയോ? എന്നെ പിന്നിൽ നിന്നും കുത്താനാണോ നീ ഇവിടെ വന്നത്? നീ ജീവനോടെ തിരിച്ചു പോവുകയില്ല." രാജവെമ്പാല അലറി.

"എന്നെ മരണമെന്ന് പറഞ്ഞ് ഭീഷണിപ്പെടുത്താൻ ശ്രമിക്കുകയാ ണോ നീ? ചാകാനാണെങ്കിൽ ഞാൻ എപ്പൊഴേ റെഡി! പക്ഷെ നീ രക്ഷ പ്പെടില്ലെന്ന് ഉറപ്പുവരുത്തിയതിനു ശേഷം മാത്രം" ഗഗൻ പല്ലുകൾ ഞെരിച്ചു.

ഗഗൻ രാജവെമ്പാലക്കു തൊട്ടരികിലെത്തിയപ്പോൾ തന്നെ വില്ലൻ പേടി കൊണ്ട് വിളറി വെളുത്തു.

അവൻ ഒറ്റക്കുതിപ്പിന് ഓടാൻ തുടങ്ങിയെങ്കിലും ഗഗൻ ഒരു വിശന്ന കടുവയെപ്പോലെ അവന്റെ മേൽ ചാടി വീണ് അവനെ നിലത്തെറിഞ്ഞു.

ഒരു സ്ഫോടനവുമുണ്ടായില്ല. കാക്കാബാബു പറഞ്ഞതു ശരിയാ യിരുന്നു. കരുണ കാട്ടാത്ത കൊലപാതകികൾ സ്വന്തം ജീവന് വലിയ വില കൽപ്പിക്കുന്നു.

ടോബി രാജവെമ്പാലയുടെ രക്ഷയ്ക്ക് പാഞ്ഞടുത്തു. എല്ലാ ശക്തി യുമെടുത്ത് അത് ഗഗനെ ആക്രമിക്കാൻ തുടങ്ങി. കാക്കാബാബു ഓടി ച്ചെന്ന് ടോബിയെ പിടിച്ചു മാറ്റി.

ഗഗൻ രാജവെമ്പാലയുടെ തലയിൽ റിവോൾവർ തിരിച്ചുവച്ച് ആഞ്ഞ് പ്രഹരിച്ചു. അവന്റെ തലയോട് പൊട്ടിപ്പോകുമെന്നു തോന്നി. ആലം ഗ ഗന്റെ പുറത്തു വീണ് അവനെ പിടിച്ചു മാറ്റി.

രാജവെമ്പാല എന്ന് സ്വയം പേരിട്ടവൻ നിലത്ത് ബോധമില്ലാതെ വീണു പോയിരുന്നു.

പതിനഞ്ച്

ഗഗന്റെ മോട്ടോർ സൈക്കിൾ പൊലീസ് ജീപ്പിന്റെ പിന്നിൽ കയറ്റി വച്ചു. കാക്കാ ബാബു, ശാന്തു, ഗഗൻ എന്നിവർ ആലമിന്റെ കാറിലായിരുന്നു.

"കുട്ടാ, സുകോമൾ ഇപ്പോൾ എങ്ങിനെയുണ്ട്? നീ അവനെ എവിടെ വച്ചാണ് കണ്ടത്?" കാക്കാബാബു ശാന്തുവിനോട് ചോദിച്ചു.

ശാന്തു ഗഗനെ ഒന്നു നോക്കിയിട്ടു പറഞ്ഞു:

"ഒരു ദ്വീപിലാണ്. അവന് ഒരു കുഴപ്പവുമില്ല. അവനെ അവർ ഉപദ്ര വിച്ചതേയില്ല."

കാക്കാബാബു ഗഗനു നേർക്ക് തിരിഞ്ഞിട്ടു ചോദിച്ചു:

"നിങ്ങൾ എങ്ങനെയാണ് ഈ റാക്കറ്റിൽ പെട്ടു പോയത്? ഞാൻ വിചാരിച്ചത് നിങ്ങൾക്കു നല്ലൊരു ബിസിനസ്സ് ഉണ്ടെന്നാണ്."

"കാക്കാബാബു എന്നെ വിശ്വസിക്കൂ. ഞാനിതു പണത്തിനു വേണ്ടി ചെയ്തതല്ല. ഇല്ലെങ്കിൽ അവർ എന്നെ കൊല്ലുമെന്നു ഭീഷണിപ്പെടുത്തി. നമ്മുടെ നാടു മുഴുവൻ ഈ വൻസംഘം പടർന്നു കിടക്കുകയാണ്. ഓരോതരം കുറ്റകൃത്യങ്ങൾക്കും അവർക്ക് വെവ്വേറെ ശാഖകളുണ്ട്. തട്ടി ക്കൊണ്ടുപോകലും മോചനദ്രവ്യം ആവശ്യപ്പെടുന്നതുമൊക്കെ അവർ ആസൂത്രണം ചെയ്യുമെന്നു പറഞ്ഞു. ഞാൻ ചെയ്യേണ്ടത് ഒളിത്താവള ങ്ങൾ ഉണ്ടാക്കിക്കൊടുക്കുക എന്നതാണ്. അതുപറ്റില്ലെന്നു പറയുകയോ പൊലീസിനെ അറിയിക്കുകയോ ചെയ്താൽ അപ്പോൾത്തന്നെ അവ രെന്നെ കൊന്നുകളഞ്ഞേനെ. ഒരു വ്യക്തിയെ അവർ നോട്ടമിട്ടു പുള്ളിതൊട്ടു കഴിഞ്ഞാൽ പിന്നെ അയാൾക്ക് ഒരു രക്ഷയുമില്ല. അത്രയ്ക്ക് അപകടാരികളാണവർ അതുകൊണ്ട് ഞാൻ അവരെ അനുസരിക്കാൻ നിർബന്ധിതരായി.

പക്ഷേ, ഒരുപരിധി കഴിഞ്ഞപ്പോൾ പിന്നെയെനിക്കു സഹിക്കാൻ കഴിഞ്ഞില്ല. ഒരു കുട്ടിയാകട്ടെ, വൃദ്ധനാകട്ടെ മോചനദ്രവ്യം കൊടുക്കാൻ കഴിയാത്തവരെ അവർ കശാപ്പു ചെയ്തവിധം അത്രക്ക് ലജ്ജാകരമായിരുന്നു.

ഞാനും അതിൽ പങ്കാളിയായിട്ടുണ്ട്. ഒരു പക്ഷേ, പരോക്ഷമായിട്ടാണെങ്കിലും. ഒടുവിൽ കുറ്റബോധമെന്നെ ബാധിച്ചു. ഭയം അതിവേഗം വിട്ടൊഴിയുകയും ചെയ്തു."

"വെറും തട്ടിക്കൊണ്ടുപോകൽ മാത്രമല്ല അവർ ചെയ്തത്. അവർക്ക് അതിനേക്കാൾ എത്രയോ വലുതും വൃത്തികെട്ടതുമായ പദ്ധതികളാണുണ്ടായിരുന്നത്. വിമാനത്താവളങ്ങൾ, തീവണ്ടിപ്പാതകൾ, പാലങ്ങൾ, അങ്ങനെ എന്തെല്ലാമാണ് അവർ തകർക്കാനിരുന്നത്! മിക്കവാറും എല്ലാ മനുഷ്യരും സമാധാനപരമായി ജീവിക്കാനാഗ്രഹിക്കുന്നവരാണ്. എന്നാൽ വിരലിലെണ്ണാവുന്ന ചിലരുടെ ഒടുങ്ങാത്ത ദുര ഒന്നു കൊണ്ടു മാത്രമാണ് നമ്മൾ ഭീകരതയുടെ പിടിയിലമരുന്നത്. അതുപോട്ടെ. അതൊക്കെ നമുക്ക് പിന്നീടൊരിക്കൽ ചെയ്യാം. ശാന്തു, നമ്മൾ നാടകത്തിന്റെ കാര്യം മറക്കരുത്. തീർച്ചയായും കഴിവതും പെട്ടെന്നുതന്നെ നമുക്ക് റിഹേഴ്സൽ പുനരാരംഭിക്കണം."

"ശരിയാണ്. ഇനിയുള്ള ദിവസങ്ങളിൽ കൃത്യമായി റിഹേഴ്സൽ നടത്തിയാൽ സമയത്തിന് നമുക്ക് എല്ലാം ശരിയാക്കാം." ശാന്തു സമ്മതിച്ചു.

"കാക്കാബാബു എനിക്കും കൂടി ഒരു റോൾ തരുമോ?" ഗഗൻ ചോദിച്ചു.

"എല്ലാറ്റിനും ആളായിപ്പോയി. ഇതു കുട്ടികൾക്കുള്ള ഒരു പരിപാടിയല്ലേ? പക്ഷേ, പ്രോംപ്റ്റിങ് വേണമെങ്കിൽ നിങ്ങൾ ചെയ്തോളൂ. നിങ്ങൾ സ്റ്റേജിന്റെ ഒരു വശത്തു മാറിനിന്ന് ആരെങ്കിലും സംഭാഷണം മറന്നു പോയാൽ അവർക്ക് വരികൾ പറഞ്ഞുകൊടുക്കണം.

"എനിക്കതു മതി? ഗഗൻ പറഞ്ഞു.

"ശാന്തു, നിനക്ക് നിന്റെ സംഭാഷണമൊക്കെ ഓർമയുണ്ടല്ലോ അല്ലേ? വാനരരാജാവ് ജാംബവാന്റെ വേഷമല്ലേ നീ ചെയ്യുന്നത്?"

രാമന്റെ സാന്നിധ്യത്തിൽ നടന്ന പ്രധാനകൂടിക്കാഴ്ചയ്ക്കുശേഷം ജാംബവാൻ ഉറങ്ങിപ്പോകുന്നതും, ബാക്കിയുള്ളവർ നുള്ളിയുണർത്തിക്കഴിഞ്ഞതിനു ശേഷം അയാൾ പറയേണ്ടതുമായ സംഭാഷണഭാഗം....."

ഉടൻതന്നെ ശാന്തു അതനുകരിച്ചു." ഹായ്. ഇത്രയും അഗാധമായ നിദ്രയിൽ നിന്നും നമ്മെ വിളിച്ചുണർത്താൻ നിനക്കിത്ര ധൈര്യമോ? എടാ വിഡ്ഢീ, മന്ദബുദ്ധി, കരിമോന്തയുള്ള ശവമേ"

"വളരെ ശരി. നിനക്കാപാട്ടും ഓർമയുണ്ടെന്ന് എനിക്കുറപ്പുണ്ട്. ശരിയല്ലേ? എല്ലാപേരും കൂടിച്ചേർന്നു പാടുന്ന ഒരു പാട്ടുണ്ടല്ലോ.

താഡിച്ചിടാം നമ്മൾ രാവണൻ തന്നെയും
  താഡിച്ചു താഡിച്ചു കണ്ണീർ വരുത്താം"

ശാന്തുവിനതും ഓർമയുണ്ടായിരുന്നു. അവൻ പാടാൻ തുടങ്ങി.
കാക്കാബാബു ഏറ്റുപാടി.
"താഡിച്ചിടാം നമ്മൾ രാവണൻ തന്നെയും
താഡിച്ചു താഡിച്ചു കണ്ണീർ വരുത്താം
തൈരു കലക്കിത്തലയിൽ കമിഴ്ത്താം
കഴുതപ്പുറത്തു കയറ്റിയിരുത്താം
പതിനാലു സഹസ്രം ചെണ്ടകൾ കൊട്ടി
കാതുകളിരുപതും പൊട്ടിച്ചുകളയാം
തലയിലെ രോമവും താടി രോമങ്ങളും
മുണ്ഡനം ചെയ്യാം, ജീവിപ്പതെന്തിനായ്?
മൂക്കത്തു ചൂർണം തള്ളിക്കയറ്റി
തുമ്മിച്ചു തുമ്മിച്ചു പ്രാണൻ കളയാം
താഡിച്ചിടാം നമ്മൾ രാവണനെ
താഡിച്ചു താഡിച്ചു നിലവിളിപ്പിക്കാം."
"ആ രാജവെമ്പാലയേയും ഇങ്ങിനെ
വേണം ശിക്ഷിക്കാൻ." ഗഗൻ പറഞ്ഞു.
അപ്പോഴേക്കും കാക്കാബാബു പുതിയ വേറൊരു പാട്ടാരംഭിച്ചു.

* 9 7 8 8 1 2 6 2 0 7 9 4 7 *